കുറുമ്പായി

Nadakkavu, Kozhikode, Kerala, 673011
www. insightpublica. com
e-mail: insightpublica@gmail.com
Title: **Kavumbayi**
(Malayalam)
Author: **A Padmanabhan**
Compiled & Edited: V. S. Anilkumar
First Edition: May 2022
Cover&Layout: kjvj@insight
Calligraphy: Sasi Varsha
Copyright © Reserved
All rights reserved.
Printed and Published by
InsightinPublica Printers & Publishers Pvt. Ltd.
ISBN 978-93-90535-46-0
₹259

കാവ്യംബായി

എ. പത്മനാഭൻ

സമാഹരണം / സംയോജനം

വി. എസ്. അനിൽകുമാർ

ജനനം കണ്ണൂർ ജില്ലയിൽ കാവുമ്പായി. കെ. നാരായണൻ മാസ്റ്ററുടേ
യും എ. കാർത്ത്യായനിയമ്മയുടേയും മകൻ.

കാവുമ്പായി ജി. എൽ. പി. എസ്., എള്ളരിഞ്ഞി എൽ. പി. എസ്.,
മടമ്പം മേരിലാന്റ്, ശ്രീകണ്ഠപുരം ജി. എച്ച്. എസ്., തളിപ്പറമ്പ് സർ
സയ്യിദ് കോളേജ്, പയ്യന്നൂർ കോളേജ് എന്നിവിടങ്ങളിൽ പഠനം.

വിവിധ പാരലൽ കോളേജുകളിൽ ഗണിതാധ്യാപകൻ. ജില്ലാ-
സംസ്ഥാന തലത്തിൽ രാഷ്ട്രീയ- സാംസ്കാരിക പ്രവർത്തനാനുഭവം.
ഒന്നരപ്പതിറ്റാണ്ട് കേരള ട്രാൻസ്പോർട് കമ്പനിയിൽ ജോലി. കൈരളി
ബുക്സ്, അകം മാസിക, കേരള ശാസ്ത്രസാഹിത്യ പരിഷത്ത് പുസ്തക
വിഭാഗം എന്നിവയിൽ എഡിറ്ററായും ചാനലിൽ സ്ക്രിപ്റ്റ് റൈറ്ററായും
പ്രവർത്തിച്ചു. പത്രപ്രവർത്തനത്തിലും നാടക- തെരുവുനാടകവേദിക
ളിലും ഹ്രസ്വകാല ബന്ധം. ആനുകാലികങ്ങളിൽ കവിത, കഥ, ലേഖ
നങ്ങൾ എന്നിവ പ്രസിദ്ധീകരിക്കപ്പെട്ടിട്ടുണ്ട്.

കൃതികൾ: കാവുമ്പായി കാർഷിക കലാപം (ചരിത്രം), ആകാശത്തിന്റെ
കണ്ണാടി, ജൂൺ നക്ഷത്രം, വരച്ചുവച്ച വാതിൽ, സൂഫി മറഞ്ഞ നിലാവ്
(കാവ്യസമാഹാരങ്ങൾ), മധ്യാഹ്നത്തിന്റെ യാത്രാമൊഴി (ഓർമ),
ഇരട്ടക്കുട്ടികളുടെ കളിപ്പാട്ടം (നോവൽ), കാൾ മാർക്സ് (ജീവചരിത്രം),
ശബരിമല - വിചാരണയും വിധിയെഴുത്തും (എഡിറ്റർ), ജെന്നിക്ക് സ്നേ
ഹപൂർവം മാർക്സ് (ജീവചരിത്രം), ആദിമലനാടിന്റെ ചരിത്രം (ചരിത്രം).

എ. പത്മനാഭൻ

കേരളം ഉണ്ടായത്

കേരളം ഉണ്ടായത് എങ്ങനെയെന്ന ചോദ്യത്തിന് ഒരൊറ്റ ഉത്തരമേയുള്ളൂ; രക്തരൂഷിത സമരത്തിലൂടെ. സ്വാതന്ത്ര്യ സമരത്തിന്റെ ഭാഗമായും അല്ലാതെയും കമ്മ്യൂണിസ്റ്റ് പാർട്ടികൾ നടത്തിയ വിട്ടുവീഴ്ചയില്ലാത്ത പോരാട്ടത്തിന്റെ ഫലമാണ് ഇന്നത്തെ കേരളം. മധ്യവർഗ ജീവിതത്തിന്റെ സുഖശീതളിമയിൽ ജീവിക്കുന്ന മലയാളിയെ സംബന്ധിച്ച് രക്തരൂഷിതമായ ഇത്തരം പോരാട്ടങ്ങൾ ഓർമ്മിക്കുക എന്നതു പോലും അസഹനീയമായിത്തീരാം. വികസന ത്തിന്റെ വർണശബളിമയിൽ പോരാട്ടത്തിന്റെയും ത്യാഗത്തിന്റെയും ഉണങ്ങാത്ത രക്തക്കറ പതിഞ്ഞിരിപ്പുണ്ട്. ആലസ്യത്തിന്റെ സുഷു പ്തിയിൽ കഴിയുന്ന ഈ കാലത്ത് അത് മലയാളിയെ വീണ്ടും ഓർമ്മി പ്പിക്കണം എന്ന് ഞങ്ങൾ കരുതുന്നു. അതൊരു ചരിത്ര നിയോഗമാ ണെന്ന് മനസ്സിലാക്കുന്നു. പ്രസാധനം പ്രക്ഷുബ്ധതയുടെ പ്രകാശനം എന്നത് സത്യസന്ധതകൊണ്ട് അടയാളപ്പെടുന്ന മായാത്ത ഒരു വാക്കിന്റെ വാഗ്ദാനമാണ്. അതുകൊണ്ടാണ് കേരളത്തിന്റെ സമരച രിത്രം ഒരു പരമ്പരയായി പുറത്തിറക്കാൻ ഞങ്ങൾ തീരുമാനിച്ചത്. ആദ്യഘട്ടത്തിൽ കയ്യൂർ, മുനയൻകുന്ന്, കാവുമ്പായി, പാടിക്കുന്ന്, മൊറാഴ, ഒഞ്ചിയം, ഇടപ്പള്ളി, പുന്നപ്ര-വയലാർ, ശൂരനാട് തുടങ്ങി ഒമ്പത് പുസ്തകങ്ങൾ അടങ്ങിയ പരമ്പരയാണ് പ്രസിദ്ധീകരിക്കുന്നത്. മറ്റ പ്രധാന സമരചരിത്രങ്ങൾ അടുത്തഘട്ടത്തിൽ പ്രസിദ്ധീകരിക്കാൻ കഴിയും എന്ന് ഞങ്ങൾ കരുതുന്നു. കഴിഞ്ഞ രണ്ട വർഷമായി മലയാള ത്തിന്റെ പ്രിയപ്പെട്ട എഴുത്തുകാരൻ വി.എസ്. അനിൽകുമാർ ഇതിനുള്ള നിരന്തര പരിശ്രമങ്ങളിലായിരുന്നു. അനിയേട്ടനോട് അതിരറ്റ സ്നേഹം. സമയബന്ധിതമായി ചരിത്രരചന പൂർത്തീകരിച്ച എഴുത്തുകാരോടും സ്നേഹവും കൃതജ്ഞതയും രേഖപ്പെടുത്തി ഈ പരമ്പര കേരളത്തിന് സമർപ്പിക്കുന്നു.

സുമേഷ് ഇൻസൈറ്റ്

സമരചരിത്രപരമ്പര

വി. എസ്. അനിൽകുമാർ

ചെന്നൈയിൽ നിന്ന് തൊണ്ണൂറ്റ കിലോമീറ്റർ അകലെ ഗ്ഡിയം എന്ന കുഗ്രാമത്തിലേക്കും ഹരിയാനയിലെ റോത്തക്കിൽ നിന്ന് നാല്പതു കിലോമീറ്റർ അകലെ ഫർമാനയിലേക്കും മധുരൈയിൽ നിന്ന് പന്ത്രണ്ട് കിലോമീറ്റർ അകലെ കീഴടിയിലേക്കും പല കാലങ്ങ ളിലായി യാത്ര ചെയ്ത് എത്തിയപ്പോൾ ആദ്യം ഉണ്ടായ വികാരം ഒരേ പോലുള്ളതായിരുന്നു. കനത്തു പെരുത്തു കയറിയ ആദരവ്, വിനയം.

ഇന്ന് ഫർമാന, സമ്പന്നമായയും ഗ്ഡിയയവും കീഴടിയും ദരിദ്രമായയും ആയ കൃഷിയിടങ്ങളാണ്. പക്ഷെ നമ്മുടെ പ്രപിതാമഹന്മാർ ആയി രക്കണക്കിന് വർഷങ്ങൾക്കു മുമ്പ് ജീവിച്ച ഇടങ്ങളാണവ. കുറേദ്ദൂരം ഉരുളൻ കല്ലുകൾ ചവിട്ടി കഷ്ടപ്പെട്ട് ഗ്ഡിയത്തിലെത്തിയാൽ ആദി മാനവർ വാണിരുന്ന ഒരു ഗുഹ കാണാം. വളരെ പഴയ കാലത്തെ ജനവാസത്തിന്റെ തെളിവ്വുകൾ കീഴടി ഖനനത്തിൽ കിട്ടുകയുണ്ടായി. അതിന് ഹാരപ്പൻ സംസ്കൃതിയെക്കാൾ പഴക്കമുണ്ടാകാം എന്നാണ് അനുമാനം. ഫർമാനയാകട്ടെ അവിടെയൊരു ഹാരപ്പൻ പട്ടണം ഒളി പ്പിച്ചുവച്ചു. അത് പതുക്കെ പുറത്തെടുത്തു നോക്കുകയായിരുന്നു, ഞങ്ങൾ എത്തുമ്പോൾ.

സകല സൗകര്യങ്ങളും (fecilities) ഉള്ള ജീവിതത്തിൽ നിന്ന് എത്തി, ഈ ഇടങ്ങളിൽ നില്ക്കുമ്പോൾ, എല്ലാ സംഘനൃത്തങ്ങളും സംഘഗാനങ്ങളും വിശപ്പും അസൗകര്യങ്ങൾ സൃഷ്ടിക്കുന്ന കഠിനമായ

യാതനകളും നിലവിളികളും ചരിത്രത്തിലെ ഏട്ടുകളിൽ മറിയുന്നത് അനുഭവപ്പെടും. അവരുടെ ജീവിതവും നമ്മുടെ ജീവിതവും തമ്മിൽ യാതൊരു താരതമ്യവും സാദ്ധ്യമല്ല. അവരുടെ ജീവിതം നിരന്തരമായ പോരാട്ടങ്ങളുടേയും സഹനങ്ങളുടേയും ശേഖരമാണ്.

കേരളീയമായ കമ്മ്യൂണിസ്റ്റ് പോരാട്ടങ്ങളുടെ ത്യാഗ-വീര-സഹന ചരിത്രത്തിലൂടെ കടന്നുപോകുമ്പോൾ അതേ ആദരവ്, അതേ വിനയം കനത്തു വരുന്നു... ഇതിനെക്കുറിച്ചൊക്കെ എന്തെങ്കിലും എഴുതാൻ പോലും എനിക്കെന്ത് അർഹത എന്ന സംശയമുണ്ടാകുന്നു. കാരണം അതിക്രൂരവും അതിശക്തവുമായ ഭരണ-സാമൂഹിക ക്രമത്തോട് ക്രത്യമായി പടയുണ്ടാക്കി, കൊണ്ടും കൊടുത്തും, അപ്പോഴല്ലെങ്കിൽ കുറച്ച കഴിഞ്ഞ് ലക്ഷ്യത്തിലെത്തിയ വീരചരിതങ്ങളാണെല്ലാം. ഹിംസ സ്വന്തം ശരീരത്തിൽ അനുഭവിക്കാനുള്ളതു മാത്രമല്ല തിരിച്ച് കൊടുക്കാ നുള്ളതു കൂടിയാണ് എന്ന പ്രത്യയശാസ്ത്രപരമായ തിരിച്ചറിവ് ഉണ്ടാക്കി യെടുത്തു നടത്തിയ സമരങ്ങളാണെല്ലാം.

ലക്ഷ്യശുദ്ധിയോടൊപ്പം മാർഗ്ഗശുദ്ധിയും അനിവാര്യമാണെന്ന് നിർബ്ബന്ധം പിടിക്കുന്നവരുണ്ട്. നല്ല ആശയമാണത്. പക്ഷെ പണി യെടുത്തു തളർന്നു വീഴുമ്പോഴും വിശന്ന് കരയേണ്ടി വരികയും പല വിധമായ അപമാനങ്ങളും വിവേചനങ്ങളും പീഡനങ്ങളും അനുഭവിക്കേ ണ്ടിവരികയും ചെയ്യ കർഷകരും തൊഴിലാളികളും പടയെടുക്കുമ്പോൾ മാത്രമാകരുത് ഈ നല്ല ആശയം പ്രചരിപ്പിക്കേണ്ടത്. തങ്ങളുടെ അത്യാഗ്രഹങ്ങൾക്കനുസരിച്ച് കാര്യങ്ങൾ നടക്കാൻ വേണ്ടി ഏതു നില വാരത്തിലുള്ള അക്രമവും നടത്താൻ കൈയ്യറപ്പില്ലാത്ത ജന്മി - പുരോ ഹിത-ഭരണവർഗ്ഗത്തോട് ഇതേ ലക്ഷ്യ - മാർഗ്ഗ വിശുദ്ധി ആരെങ്കിലും ഉപദേശിച്ചതായി കേട്ടിട്ടില്ല.

1939 ഡിസംബർ 31 നാണ് ഇന്നത്തെ ധർമ്മടം നിയോജകമണ്ഡ ലത്തിൽപ്പെട്ട പാറപ്രം എന്ന സ്ഥലത്ത് കേരളത്തിലെ കമ്മ്യൂണിസ്റ്റ് പാർട്ടി രൂപീകരണം നടക്കുന്നത്. ഇന്ത്യൻ നാഷണൽ കോൺഗ്രസി ന്റെ നേതൃത്വത്തിൽ ദേശീയ സ്വാതന്ത്ര്യ സമരം വളരെയധികം ശക്തി നേടിയ സമയത്തു പോലും മറ്റൊരു പ്രത്യയശാസ്ത്രത്തിന് കേരളത്തിൽ വ്യാപനം കിട്ടി എന്നത് ശ്രദ്ധേയമായ കാര്യമാണ്. മാത്രമല്ല ഇന്ത്യയിൽ കേവലം പതിനേഴ് വർഷം (1925 ൽ ഇന്ത്യയിൽ കമ്മ്യൂണിസ്റ്റ് പാർട്ടി രൂപീകൃതമായി) പ്രായമുള്ള ഒരു സംഘടനയ്ക്ക് 57 വർഷം പ്രായമായ ഇന്ത്യൻ നാഷണൽ കോൺഗ്രസിന്റെ 'ക്വിറ്റ് ഇന്ത്യ' സമരത്തെ സാമ്രാജ്യത്വാനുകൂല - വിരുദ്ധ സംവാദതലത്തിലേക്ക് കൊണ്ടുവരു വാനും കഴിഞ്ഞു എന്നതും ഓർക്കണം. ശരിയായാലും തെറ്റായാലും

ആ വിഷയം സമയാസമയങ്ങളിൽ സംവാദതലത്തിൽ ഇപ്പോഴും തുടരുന്നുണ്ട്.

നിർഭയരും നിസ്വാർത്ഥരുമായ നേതാക്കളും പ്രവർത്തകരും വർഗ്ഗ പക്ഷപാതിത്തമുള്ള പ്രത്യയശാസ്ത്രവും കേരളത്തിലെ കർഷക - തൊഴിലാളിവർഗ്ഗം സ്വീകരിച്ചു എന്നതാണ് പിന്നീട് സംഭവിച്ചത്. പിറവിക്ക ശേഷം ഒരു വ്യാഴവട്ടത്തിനുള്ളിൽത്തന്നെ മഹത്വമുള്ളളതും ഗംഭീരവുമായ സായുധപ്പോരാട്ടങ്ങൾ തന്നെ നടത്താൻ കേരളത്തിലെ കമ്മ്യൂണിസ്റ്റ് പാർട്ടിക്ക് കഴിഞ്ഞു. പഴയതും പ്രസക്തമായയതുമായ ഭാഷയിൽ പറഞ്ഞാൽ ജന്മിമാരുടേയും ദുർഭരണാധികാരികളുടേയും കോട്ട കൊത്തളങ്ങളെ പിടിച്ചലയ്ക്കാൻ ഈ പോരാട്ടങ്ങൾ കൊണ്ട് സാധിച്ചു.

പിറവിയെടുത്ത് അടുത്ത വർഷം, 1940 ൽ മൊറാഴ സമരം നടക്ക നുണ്ട്. ഒരു വർഷത്തിനുള്ളിൽ ഇത്രയും വലിയ ധീരതയ്ക്കും സഹനത്തി നും നിസ്വവർഗ്ഗം തയ്യാറായി എന്നത് അവരനുഭവിച്ച വന്ന ക്രൂരമായ ജീവിതത്തെക്കൂടി വ്യക്തമാക്കുന്നുണ്ട്. 1941 ലാണ് കയ്യൂർ പോരാട്ടം നടക്കുന്നത്. 1946 ൽ പുന്നപ്ര - വയലാറും കരിവെള്ളൂരും കാവുമ്പായിയും പോരാട്ടങ്ങൾ കൊണ്ട് ചുവക്കുന്നു. 1948-ൽ ഒഞ്ചിയത്തേയും മുനയൻ കുന്നിലേയും അധ്വാനിക്കുന്ന വർഗ്ഗം ധീരമായി പൊരുതുന്നു. 1949 ൽ ശൂരനാട്. 1950-ൽ ഇടപ്പള്ളിയും പാടിക്കുന്നു. ദേശീയ സ്വാതന്ത്ര്യം കിട്ടിയിട്ടും അടിസ്ഥാന വർഗ്ഗത്തിന്റെ പോരാട്ടങ്ങൾ അവസാനിച്ചില്ല. കമ്മ്യൂണിസ്റ്റ് പാർട്ടിയുടെ നേതൃത്വത്തിൽ നടന്ന കർഷകരുടേയും തൊഴിലാളികളുടേയും സമരങ്ങൾ ഈ പട്ടിക കൊണ്ട് അവസാനി ക്കുന്നുമില്ല. ചിലത് എടുത്തു പറഞ്ഞു എന്നേയുള്ളൂ.

പിൽക്കാല കേരളം രൂപം കൊണ്ടത് പ്രധാനമായും ഈ സമര ങ്ങളുടെ അനന്തരഫലമായിട്ടാണ്. ചോരയും ജീവനും കൊടുത്ത് അന്നത്തെ കമ്മ്യൂണിസ്റ്റ് പ്രസ്ഥാനം പോരാടിയതു കൊണ്ടാണ് സാമൂഹിക ജീവിത മുന്നേറ്റത്തിനുതകുന്ന മുൻഗണനാക്രമം, ഭൂപരിഷ്ക്ക രണത്തിനും വിദ്യാഭ്യാസത്തിനും ആരോഗ്യത്തിനുമൊക്കെ ലഭിച്ചത്. വികസനത്തിൽ രാഷ്ട്രീയമില്ല എന്ന് തീർത്തു പറയുന്ന അരാഷ്ട്രീയത, നമ്മുടെ രാഷ്ട്രീയപ്പാർട്ടികൾക്കും സ്വീകാര്യമായ ഈ കാലത്ത്, വളർ ച്ചയ്ക്കും പുരോഗമനത്തിനും കൃത്യമായ സോഷ്യലിസ്റ്റ് ഭാഷ്യമുണ്ട് എന്ന് ഉറപ്പിച്ചു പറയാൻ കരുത്തു നൽകിയത്, ഈ പറഞ്ഞയും അല്ലാത്തയ മായ പോരാട്ടങ്ങളാണ്. ഇന്ത്യയിലെ മറ്റൊരു സംസ്ഥാനത്തും ഇങ്ങനെ സംഭവിച്ചില്ല എന്നയും ഇതിനൊപ്പം പറയണം.

ഇൻസൈറ്റ് പബ്ലിക്ക 'സമരചരിത്രപരമ്പര' എന്ന പൊതുപേരിൽ ഇങ്ങനെ ഒരു കൂട്ടം പുസ്തകങ്ങൾ പ്രസിദ്ധീകരിക്കുമ്പോൾ അതിൽ എന്റെ പങ്ക് വളരെ വളരെ ചെറുതാണ് എന്നു പറയട്ടെ. 'നവോത്ഥാന പരമ്പര' എന്ന പേരിൽ ഇൻസൈറ്റ് പ്രസിദ്ധീകരിച്ച പുസ്തകങ്ങൾ മികച്ച വായനാനുഭവമായിരുന്നു. അതു ചൂണ്ടിക്കാട്ടി സുമേഷിനോട് ഇങ്ങനെയൊരു സാദ്ധ്യതയുണ്ട് എന്നു പറഞ്ഞു. പിന്നെ ഓരോ പുസ്തകത്തിനും ഗ്രന്ഥകാരനെ കണ്ടെത്തി. അവരെ ഫോണിലൂടെയും വാട്ട്സാപ്പിലൂടെയും കഴിഞ്ഞ രണ്ടു വർഷമായി നിരന്തരം ഓർമ്മപ്പെട്ടു ത്തി. ഇത്ര മാത്രമാണ് എന്റെ പണി.

ചരിത്ര രചന ഒട്ടും എളുപ്പമുള്ള കാര്യമല്ല. കമ്മ്യൂണിസ്റ്റ് ചരിത്രമാ കുമ്പോൾ പ്രത്യേകിച്ചും. അപാകതകൾ ഉണ്ടാക്കി, പിന്നെയത് കണ്ടു പിടിക്കുന്ന തീവ്ര വലതുപക്ഷം കക്ഷിരാഷ്ട്രീയത്തിൽ വിജയിച്ച നിൽക്ക കയും ഭരണവർഗ്ഗമാകുകയും ചെയ്ത ഈ സന്ദർഭത്തിൽ വളരെയധികം സൂക്ഷ്മത ആവശ്യമുള്ള ഒരു കർമ്മമാണിത്. ഡോ. സി. ബാലൻ (കയ്യൂർ), ഡോ. ജിനേഷ് കുമാർ എരമം (മുനയൻകുന്ന്) എ. പത്മനാഭൻ (കാവുമ്പായി), കെ. ബാലകൃഷ്ണൻ (പാടിക്കുന്ന്), ദാമോദരൻ (മൊറാഴ), വി. കെ. സുരേഷ് (ഒഞ്ചിയം), എൻ. എം. പിയേഴ്സൺ (ഇടപ്പള്ളി), സി. എസ്. സുരേഷ് (പുന്നപ്ര - വയലാർ), എൻ. കെ. ഭൂപേഷ് (ശ്രൂനാട്) എന്നിവരാണ് ഈ സംരംഭത്തിൽ വളരെ സന്തോഷത്തോടും ആത്മാർ ത്ഥതയോടും പങ്കെടുത്തത്. അവരോട് നന്ദി പറഞ്ഞു തീർക്കാനാവില്ല.

ഇൻസൈറ്റ് പബ്ലിക്കയാണ് ഇത് ഏറ്റെടുത്തത് എന്നതുകൊണ്ട് അവർക്കും പ്രത്യേകിച്ച് കൃതജ്ഞത അടയാളപ്പെടുത്തുന്നില്ല.

ഉള്ളടക്കം

ചുവപ്പിന്റെ ബാലപാഠം

കാവ്വമ്പായി എന്ന പേരുത്ഭവിച്ചത് ചരിത്രത്തിന്റെ സ്വാഭാവിക ഗണിതത്തിനു പുറത്തു വച്ചാണ്. അനുസരിക്കുകയെന്നതിൽ നിന്ന് അടരാട്ടുകയെന്നതിലേക്ക് ജനതയുടെ രഥമുരുണ്ടപ്പോൾ അടിമ അത്തിന്റെ അതിരുകൾ മുറിഞ്ഞു. ഫ്യൂഡലിസമായും സാമ്രാജ്യത്ത്വമാ യും പേടിപ്പിച്ചു നിന്ന അധികാരതന്ത്രത്തിന്റെ ഭ്രതമൊഴിഞ്ഞുപോയി.

വിപ്ലവത്തിന്റെ തോളിലേറിയാണ് ഇവിടെ വേതാളത്തിന്റെ കഥായനം. പറഞ്ഞു തീരുംമുമ്പെ വേതാളം വീണ്ടും, പറന്ന് പൂർവമര ത്തിലേക്കു തിരിച്ചെത്തുന്നു.

പുതിയകഥ വീണ്ടും തുടങ്ങണം - സ്വാതന്ത്ര്യത്തിന്റെ കഥ.

ഇതിങ്ങനെ കാലക്രമമില്ലാതെ തുടരുകയാണ്...

അതിലൊരു കഥയായി കാവ്വമ്പായിയേയും കേട്ടറിയാൻ തുടങ്ങിയ കാലത്തായിരുന്നു, ബാല്യത്തിൽ, കാവ്വമ്പായിലേക്കുള്ള ഒരു ബസ് യാത്ര. സൂര്യൻ അന്ന് സായാഹ്നത്തിലെത്തിയിരുന്നു.

ചുവപ്പിന്റെ ഗോപുരമായി സമ്മേളന നഗരി തലയുയർത്തി നിൽ ക്കുന്നത് ബസ്സിലിരിക്കുകയായിരുന്ന ഞാൻ ദൂരെ നിന്നേ കണ്ടു, മൂന്നാം ക്ലാസ്സിലോ മറ്റോ പഠിക്കുന്ന സമയമാണത്. ക്രിസ്തുമസ് അവധിക്കാലം അച്ഛന്റെ നാട്ടിൽ ചെലവഴിച്ച് തിരിച്ചുവരികയാണ്.

ജന്മദേശമാണ് എനിക്കു കാവ്വമ്പായി. ഈ ദേശത്ത് ജനിച്ചവരെ ല്ലാം ആ ദിവസം ആവേശത്തോടെ കാവ്വമ്പായിയിൽ തിരിച്ചെത്തും - എവിടെയായിരുന്നാലും. ഡിസംബർ മുപ്പത് കാവ്വമ്പായിയുടെ 'ദേശീ യദിന'മാണ്. സമരക്കുന്നിൽ ചുവപ്പിന്റെ സൂര്യപുത്രന്മാർ ഉദിച്ചുയർന്ന ദിവസം.

കടലാസ് കൊടികൾ നാട്ടി കളിമുറ്റത്തെ സമ്മേളന നഗരിയാക്കി മാറ്റി മുദ്രാവാക്യം മുഴക്കമായിരുന്ന കുട്ടിക്കാലത്ത് നാവിൽ ഹരിശ്രീ കുറിച്ചത് ഇതാണ്: 'ഇങ്ക്വിലാബ് സിന്ദാബാദ്'

ഇറങ്ങാനുള്ള സ്ഥലമെത്തി -ഐച്ചേരി ബസ് സ്റ്റോപ്പ്. ചെങ്കൊ ടികൾ നാടാകെ ഇടതൂർന്ന വളർന്നിരിക്കുന്നു. തോരണപ്പക്കളും കുരുത്തോലകളും വർണക്കടലാസുകളും ചൂടിയ ഉത്സവ നഗരി. ഐച്ചേ രിയുടെ കൊച്ചുഭൂപടം ചുവന്ന തുട്ടത്തിരിക്കുകയാണ് - 'രക്തസാക്ഷി നഗർ' അന്നൊരു ദിവസത്തെ ഐച്ചേരിയുടെ ദേശനാമം.

ഒരു രണദേശത്തിന്റെ വിരിമാറിലേക്കെന്ന പോലെ ബസ്സിൽ നിന്നുമിറങ്ങി.

'സമരപ്പുളകങ്ങൾ തൻ സിന്ദൂരമാലകൾ...'

ഒഴുകി വരുന്നത് സിരകളില്ലൂടെ പാഞ്ഞു പോകുന്ന ബലികുടീരങ്ങ ളുടെ സംഗീതമാണ്.

ചരിത്രമെഴുതിയ ഹൃദയരാഗങ്ങളോ വിപ്ലവഗീതങ്ങളോ എന്ന് വിധംതിരിക്കാനാവില്ല.

നാടാകെ പടരുന്ന ഉയിരിന്റെ കാഹളമുയരുന്നു:

"... രക്തസാക്ഷികൾ സിന്ദാബാദ്... "

കാതിലും കരളിലും ഇരച്ചുകയറുന്ന കൊട്ടങ്കാറ്റിന്റെ സ്വരവീചികൾ...

ചുവപ്പണിഞ്ഞ സമ്മേളന നഗരിയോടടുക്കുമ്പോൾ ശരീരം വിഭ്രമി ച്ചുകൊണ്ടിരുന്നു. അകംനിറയെ അവയവങ്ങളെല്ലാമൊഴിഞ്ഞ ശൂന്യത. ചുവപ്പിന്റെ പന്തങ്ങൾ ഉള്ളാകെ ആളിപ്പടരുകയാണ്. താനുമൊരു രക്തസാക്ഷിയായി മാറിയെന്നു വിശ്വസിച്ചു പോകുന്ന നിമിഷങ്ങൾ.

നഗരിയിലേക്കുള്ള കവാടങ്ങൾ കമാനഗെയിറ്റുകളാൽ അലംകൃത മാണ്. വിസ്മയമൂറുന്ന കണ്ണുകളോടെ ഓരോ ഗെയിറ്റും കണ്ടു. നഗരിയുടെ കിഴക്കേ കവാടത്തിൽ വീരവനിത സ:ചെറിയമ്മ ഗെയിറ്റ്, തെക്കേ അതിരിൽ സേലം രക്തസാക്ഷി ഒ. പി. അനന്തൻ മാസ്റ്റർ, പടിഞ്ഞാറ് ഭാഗത്ത് എ. കുഞ്ഞിക്കണ്ണൻ, എള്ളരിഞ്ഞിയിൽ കർഷകനേതാവ് കോട്ടക്കൃഷ്ണൻ, കൂട്ടംമുഖം പാലത്തിൽ സേലം രക്തസാക്ഷി തളിയൻ രാമൻ നമ്പ്യാർ.

രക്തസാക്ഷി നഗരിലേക്കുള്ള പ്രധാന കവാടവും സമ്മേളനനഗ രിക്കുള്ളിലെ സ്തൂപവും സമരക്കുന്നിൽ വെടിയേറ്റ് വീണ അഞ്ചുരക്ത സാക്ഷികളുടെ നാമങ്ങളാൽ ജ്വലിക്കുന്നു. ദരിദ്രകർഷകത്തൊഴിലാ ളിയായ പറമ്പൻ കുഞ്ഞിരാമന്റെ പേര് എവിടേയുമുണ്ടായിരുന്നില്ല.

സേലം രക്തസാക്ഷി സ തളിയൻ രാമൻ നമ്പ്യാർ സ്മാരകം

അതെന്തുകൊണ്ടായിരുന്നുവെന്ന ചോദ്യം ഞങ്ങളെ സംബന്ധിച്ച് പിൽ
ക്കാലത്തുണ്ടായതാണ്. പറമ്പനം രക്തസാക്ഷിയാണെന്ന മഹത്തായ
സത്യം പിൽക്കാലത്തെ ഞങ്ങളുടെ (കാവുമ്പായി കാർഷികകലാപം
- എ. പത്മനാഭൻ, നാരായണൻ കാവുമ്പായി)അന്വേഷണത്തിലൂടെ
സ്ഥാപിക്കപ്പെട്ടതാണ്. സ്മൃതിഘോഷങ്ങളിലൊരിക്കലും അന്നാളും ആ
പേരുച്ചരിച്ചിരുന്നില്ല. ഒളിവിൽ പാർക്കുന്നവർക്കിടയിലെ സന്ദേശവാ
ഹകനായിരുന്ന പറമ്പൻ. എം. എസ്. പി. ക്കാർ കസ്റ്റഡിയിലെടുത്തു.
പോലീസ്ക്യാമ്പിൽ കൊണ്ടുപോയി ജീവനെടുത്തു. ജഡം തിരികെ
കുടിലിൽ കൊണ്ടുവന്നു കിടത്തി. പനി പിടിച്ചിരിക്കയാണെന്നും
പറഞ്ഞ് പുതപ്പിച്ചാണ് പോലീസ് സംഘം സ്ഥലം വിട്ടത്. ജീവനറ്റ
ശരീരമാണതെന്ന സത്യം ബന്ധുക്കൾ തിരിച്ചറിഞ്ഞത് പോലീസുകാർ
പോയശേഷം.

ചുവപ്പനഗരിക്കുള്ളിൽ ഉത്സവാവേശം കൊടികയറുകയാണ്.
ചന്തകളും ചായക്കടകളും നിറന്നിട്ടുണ്ട്. പുസ്തകക്കടയാണ് സവി
ശേഷമായ ചന്ത. നിരത്തിയ പുസ്തകങ്ങളുടെ ചട്ടകളിൽ മാർക്സും
എംഗൽസും ലെനിനും സ്റ്റാലിനും മാവോയും തലയെടുത്തു നിൽക്കുന്ന.
പുസ്തകങ്ങളുടെ അകവും പുറവും ഒറ്റനിറഭാവങ്ങൾ ചൂടുന്ന - ചുവപ്പിന്റെ
ലോകം.

കാവുമ്പായി രക്തസാക്ഷി സ്മാരക മന്ദിരം

കലണ്ടർചിത്രങ്ങളുടെ ചന്തയിൽ കൃഷ്ണപ്പിള്ളയും, സുന്ദരയ്യയും അമ്പ ത്തേഴിലെ മന്ത്രിസഭയും, അപരിചിതരായ ഏതോ മഹാരഥന്മാരും നിരന്നിട്ടുണ്ട്.

ഇപ്പോഴത്തെ രക്തസാക്ഷിമന്ദിരത്തിന്റേയും മൈതാനിയുടേയും സ്ഥാനത്തു നിന്ന് കുറച്ച കിഴക്കോട്ട മാറിയായിരുന്നു ആദ്യകാലത്ത് സ്റ്റേജ് ഒരുക്കിയിരുന്നത്. കിഴക്കോട്ട് തിരിഞ്ഞുള്ള മുഖം. പിന്നീടത് പടിഞ്ഞാറോട്ട് നീങ്ങുകയും പടിഞ്ഞാറിന്ന മുഖം തിരിക്കുകയും ചെയ്തു. സ്ഥിരംകെട്ടിടമുയർന്ന ശേഷം വീണ്ടും കിഴക്കോട്ടായി മുഖം. ലോക്കൽ സെക്രട്ടറി ടി. വി. കെ. നമ്പ്യാരുടെ നേതൃത്വത്തിൽ ഉയർത്തിക്കൊണ്ടുവ ന്ന സ്മാരക കെട്ടിടം ഒരു ഭാഗത്തേക്ക ചെരിഞ്ഞതും ഊന്നു കൊടുത്ത് നേരെ നിർത്തിയതും അതപ്പാടെ പൊളിച്ച് പുതിയകെട്ടിടം പണിതതും കാലം കുറേ കഴിഞ്ഞ് സ്റ്റേജ് ഉൾപ്പെടെയുള്ള രണ്ട നില സ്മാരക മന്ദിരം പണിതതും ഇണി വലിച്ചുകെട്ടിയുണ്ടാക്കുന്ന താൽക്കാലിക രക്തസാക്ഷി സ്തൂപത്തിന പകരം സ്ഥിരമായ കൽസ്തൂപമുണ്ടായതുമെ ല്ലാം നിർമിതിയുടെ തുടർക്കഥകൾ. സ്മാരക മന്ദിരത്തോട ചേർന്ന് ഒരു വായനശാലയും സ്ഥാപിക്കപ്പെട്ട. ഫർക്കാ സെക്രട്ടറി, പഞ്ചായത്ത് പ്രസിഡണ്ട് എന്നീ നേതൃനിലകളിൽ പ്രവർത്തിച്ച എം. സി. രാമൻ കുട്ടി നമ്പ്യാർക്കും കാവുമ്പായി സമര വളണ്ടിയർ ആയിരുന്ന കേളോത്ത് കൃഷ്ണനും കൂടി ഒറ്റ സ്മാരകമെന്ന നിലക്കാണ് വായനശാല.

പൊതുസമ്മേളനത്തിന് മുന്നോടിയായി രണ്ടു കിലോമീറ്റർ അകലെ കൂട്ടുംമുഖത്തു നിന്നും വാദ്യമേളങ്ങളോടെയുള്ള ബഹുജനപ്രകടനത്തിന്റെ വരവുണ്ട്. മുൻനിര നയിക്കുന്നത് ആഴ്ചകളായി പരിശീലിപ്പിച്ചെടുത്ത ചുവപ്പ് വളണ്ടിയർമാരുടെ വമ്പൻദളം. സമ്മേളന ഗ്രൗണ്ടിലെ ക്രമസംര ക്ഷണച്ചുമതലയും അവർക്കാണ്. സദസ്സിനു നടുവിൽ അവിടവിടെയായി നിലയുറപ്പിച്ച കാണപ്പെടുന്ന വളണ്ടിയർമാരെ അധികാരഗർവ്വുള്ള ശക്തിമാന്മാരായാണ് അന്ന് കരുതിയത്. കാഴ്ചക്കാരനായ കുട്ടിയിൽ നിന്നും ആഘോഷ പരിപാടിയുടെ സംഘാടകനായി മാറിയ മറ്റൊരു കാലത്താണ് ഇത്തരം തോന്നലുകളിലെ ബാലിശത ബോധ്യപ്പെട്ടത്.

കരിവെള്ളൂർ രക്തസാക്ഷിദിനമായ ഡിസമ്പർ 20നാണ് സമ്മേളന നഗരിയിൽ കൊടിയുയരുന്നത്. രക്തസാക്ഷികളുടെ സ്വദേശങ്ങളിൽ നിന്നാണ് കൊടിയും കൊടിമരവും കപ്പിയും കയറും കൊണ്ടുവരിക. തെങ്ങിൽ അപ്പ നമ്പ്യാരുടെ നാടായ ഏരുവേശ്ശി, പുളുക്കൽ കുഞ്ഞി രാമന്റെ പയ്യാവൂർ, ഒ. പി. അനന്തൻ മാസ്റ്ററുടെ കാഞ്ഞിലേരി... അവിടങ്ങളിൽ നിന്നും ആഘോഷപ്രകടനങ്ങളുടെ അകമ്പടിയോടെ രക്തസാക്ഷിനഗറിലെത്തിച്ചാണ് കൊടിയുയർത്തുന്നത്. അനുഷ്ഠാന പരത തെറ്റിക്കാതെ ഇന്നും തുടരുന്നുണ്ട് ഇത്തരം കർമങ്ങൾ.

മാനംമുട്ടെ ഉയർന്നുയർന്നു പോകുന്ന കൊടിമരത്തിന്റെ ഇച്ഛിയായി രുന്നു അക്കാലത്ത് എന്റെ അഭ്രതം. സമ്മേളനഗരിയിലെ വൈദ്യുതപ്ര ഭയും രാവിന്റെ ഇരുണ്ട കയവ്വും ചേർന്ന സ്റ്റേറ്റനിറം പൂണ്ടതായിരിക്കും മാനം. ആകാശം തുളച്ച് ഇഞ്ചം മറച്ചുനിൽക്കുന്ന ചുവന്നകൊടിമരത്തി ന്റെ കാഴ്ച അതിന്റെ ചുവട്ടിൽ ചെന്നുനിൽക്കവെ, എന്തൊരഭിമാനമാ യിരുന്നെന്നോ !

പ്രകടനം സമ്മേളനനഗരിയിലേക്ക് പ്രവേശിച്ച് ജനസമുദ്രത്തിൽ പതിച്ച ശേഷം പൊതുസമ്മേളനമാരംഭിക്കും. അതിനിടയിൽ ഒന്നു മുഖംകാട്ടി സമ്മേളന സ്ഥലത്തേക്കു മടങ്ങി വരാനായി വീട്ടിലേക്കു തിരിച്ചു.

വീട്ടിൽ അതിഥികളുടെ തിരക്കാണ്. പ്രസിദ്ധ കാഥിക കെ. ഭാസുരയും സംഘവും അവസാനവട്ട റിഹേഴ്സലിലാണ്. കാഥികയുടെ കൊച്ചുകുഞ്ഞുമുണ്ട് കൂടെ. പ്രസംഗപരിപാടി പാതിര വരെ നീളും. അതു കഴിഞ്ഞേ സ്ത്രീകളും കുട്ടികളും സദസ്സിൽ സ്ഥാനം പിടിക്കൂ. മിക്ക കുടുംബവും ഉറക്കപ്പായ കൂടി കരുതിയാവും കടന്നു വരിക.

പഴയൊരു പ്രസംഗവേദി ഓർമയിൽ നിന്നു മായാറില്ല. അടി യന്തിരാവസ്ഥക്കാലത്താവണം, പാട്യം ഗോപാലനാണ് പ്രാസം ഗികൻ. ഹിറ്റ്ലർ തന്റെ ഭാര്യ ഇവാ ബ്രൗണിനും വളർത്തുനായ

ബ്ലോണ്ടിക്കുമൊപ്പം ആത്മഹത്യ ചെയ്ത സംഭവം വിവരിച്ചുകൊണ്ട് പെണ്‍ഹിറ്റ്‌ലറായ ഇന്ദിരയ്ക്ക മുന്നില്‍ും അത്തരമൊരന്ത്യമാണ് കാത്തു നില്‍ക്കുന്നതെന്ന്, അന്തരീക്ഷം കീറിമുറിച്ച് പാട്ടം പ്രഖ്യാപിച്ചപ്പോള്‍ ആ നിമിഷങ്ങളില്‍ സദസ് ആളിപ്പടര്‍ന്നു. ഇന്നും മുഴങ്ങിക്കൊണ്ടിരി ക്കുന്ന ആ വാക്കുകള്‍. നേരം പുലര്‍ന്നാലും നാടകം ഇടതുന്നുണ്ടാവും. മഞ്ഞു പൊഴിയുന്ന ഒരു ഡിസമ്പര്‍രാവ് തീരുംവരെ കലാപരിപാടിക ളില്‍ കണ്ണുംനട്ട് ഞങ്ങള്‍ ഗ്രൗണ്ടിലിരിക്കും. അന്നത്തെ ദൃശ്യകൗതുകം പില്‍ക്കാലത്ത് അതേ വേദിയില്‍ കലാപരിപാടി നയിച്ചിട്ടും നീങ്ങിയി ട്ടില്ല.

ആഘോഷത്തിന്റെ ഒരുക്കങ്ങളില്‍ ആദ്യാവസാനം ജനങ്ങള്‍ രാഷ്ട്രീയ വ്യത്യാസം മറന്ന് ഒറ്റക്കെട്ടായി പ്രവര്‍ത്തിക്കാറുണ്ട്. സംഘാ ടനത്തിന്റെ ജനകീയാവേശം എല്ലാ കാലത്തും നിലനിന്നുവെന്നു പറയാനാവില്ല. മാമാങ്ക സമാനമായ പൂര്‍വകാലഗര്‍വുകളെല്ലാം ഇടിഞ്ഞു പോയ സന്ദര്‍ഭങ്ങളുമുണ്ടായി. ഒറ്റക്ക് എല്ലാ കമാനങ്ങളും തയ്യാ റാക്കിയിരുന്ന മാന്തട്ടിയെന്ന ഒരു കലാകാരനെ ഇവിടെ സ്മരിക്കുന്നു. ഈ ലേഖകനും നാരായണന്‍ കാവുമ്പായിയും മാത്രമായി കമാനങ്ങള്‍ നിര്‍മിച്ചതും സ്ഥാപിച്ചതും തോരണങ്ങള്‍ ളക്കിയതും മറ്റൊരോര്‍മ. സമ്മേളനവേദി ഇടക്ക് കാവുമ്പായിക്ക പുറത്തേക്കും മാറ്റാറുണ്ട്. കൂട്ടം മുഖവും ശ്രീകണ്ഠപുരവും വേദികളായി മാറി.

സി. പി. ഐ. യും സി. പി. ഐ. (എം)ഉം സംയുക്തമായാണ് ദിന മാചരിച്ച പോരാറുള്ളത്. 1970 കളടെ അവസാനം വരെ സംഘാടനം വേറിട്ടായിരുന്നു. പിന്നീട് രൂപപ്പെട്ട സി. എം. പി. യും കൂട്ടത്തില്‍ കൂടാതെ സ്വന്തം നിലയില്‍ ആചരിച്ച പോന്നു.

ഏതവസ്ഥയിലെത്തിയാലും, രക്തസാക്ഷിസ്മരണയെ ഒരനുഷ്ഠാ നമായി സ്വീകരിച്ച കഴിഞ്ഞ ദേശമാണ് കാവുമ്പായി. ദേശത്തിന്റെ ആത്മാവില്‍ ബലിദാനത്തിന്റെ ചുവപ്പ് അണയാറില്ല. രക്തസാക്ഷി കളടെ പഴയനാമത്തില്‍ മഹത്തായ ലക്ഷ്യം പുതുക്കുന്നവരാണ് ഈ ജനത.

ഡിസമ്പര്‍ 30 ന്റെ പുലര്‍ച്ചെ കാവുമ്പായി സമരക്കുന്നിലാണ് രക്ത സാക്ഷിദിനത്തിന്റെ ആദ്യത്തെ മുഴക്കം. കൊല ചെയ്യപ്പെട്ട അഞ്ചു നക്ഷത്രങ്ങളടെ സന്നിധിയില്‍. കുന്നിനുമുകളിലൊത്തുക്കൂടുന്നവര്‍, മുഷ്ടി ചുരുട്ടി, മുദ്രാവാക്യം വിളിച്ച്, പതാകയുയര്‍ത്തി, ഇന്റര്‍നാഷണല്‍ ഗാനം പാടി, ശേഷം കുന്നിനു താഴെ പുതിയമഠം വീട്ടിലൊരുക്കിയ കട്ടന്‍ചായ കുടിച്ച്, കൂട്ടംപിരിഞ്ഞു പോയശേഷമേ നേരം വെളുക്കൂ.

കാവുമ്പായിസമരചരിത്രത്തിന്റെ ഏടുകൾ സമര നായകരിലൊ രാളായ എ. കുഞ്ഞിക്കണ്ണൻ 'കേരള കർഷകൻ' മാസികയിലൂടെ സംക്ഷിപ്തമായി സ്മരിക്കുന്നുണ്ട്. 1960 ആദ്യ വർഷങ്ങളിലെ ഏതാനം ലക്കങ്ങളിൽ. ക്ലാസിക് രാഷ്ട്രീയശൈലിയുടെ തീവ്രതയാർന്ന അന്തി മദശകമെന്ന കരുതാവുന്ന എഴുപതുകളുടെ രണ്ടാം പകുതിയിൽ ലോകമറിയുന്ന ചലച്ചിത്രകാരൻ മൃണാൾസെൻ കാവുമ്പായിയെ അഭ്രപാളിയിലാക്കാനെത്തിയിരുന്നു.

രക്തസാക്ഷി മന്ദിരത്തിന്റെ പരിസരങ്ങളിൽ ചില രംഗങ്ങൾ ഷൂട്ട് ചെയ്യുന്നതും നേരിട്ടു കണ്ടു. ആ സിനിമ പൂർത്തിയായില്ല. പ്രശസ്ത നാടക കൃത്ത് കെ. എം. രാഘവൻ നമ്പ്യാരും നാടകപ്രവർത്തകൻ ഒ. കെ. കുറ്റി ക്കോലും മറ്റൊരിക്കൽ നാടകപദ്ധതിയുമായെത്തി. സ്ക്രിപ്റ്റിനാവശ്യ മായ വിവരങ്ങൾ തേടി നടന്നപ്പോൾ വഴികാട്ടിയായി ഞാനുമുണ്ടായി. ആ ദൗത്യവും സഫലമായില്ല. ഡോ:ആനന്ദ് (പയ്യന്നൂർ) 'ചുവന്ന മണ്ണ് ' എന്ന പേരിൽ കാവുമ്പായിയെ അരങ്ങിലെത്തിച്ചു. ബക്കളത്ത് നടന്ന കർഷക സംഘം ജില്ലാ സമ്മേളനത്തിന്റെ സമാപന വേദിയിൽ ആ നാടകം അവതരിപ്പിച്ചു. 'വേദിയിൽ നിലാചന്ദ്രിക, വേദിയുടെ പുറത്ത് നിലാവ് ' -അങ്ങനെയൊരു ദൃശ്യം മങ്ങലേൽക്കാതെ മനസ്സിലുണ്ട്.

വെള്ളാവിലെ എ. വി. കുഞ്ഞപ്പൻ (സോമൻ)ഒരു നോട്ടുബുക്കമായി ഇറങ്ങി. കാവുമ്പായിയിലെ സമര സേനാനി കേളോത്ത് കൃഷ്ണന്റെ അളിയനാണ്. കേളോത്തിന്റെ വീട്ടിൽ ഇടക്കിടെ വന്നു തങ്ങാറുണ്ട്.

നോട്ടുബുക്കിലെ മഷി തെളിയാത്ത താളുകൾ ചിലതു വായിക്കാൻ എന്നെ അനുവദിച്ചിരുന്നു. ഒരു പുസ്തകമായി അതൊരിക്കലും പുറത്തു വന്നില്ല.

'കേരള ശബ്ദം ' വാരികയിൽ സ്റ്റാഫ് ലേഖകനായ കെ. പി. ശ്രീധരൻ നമ്പ്യാർ ഇടർച്ചയായി എഴുതി. കണ്ടുമുട്ടിയ സമര സേനാനികളുടെ സ്വാഭിപ്രായങ്ങളെ അതേപടി പകർത്തുകയായിരുന്നു അദ്ദേഹം. ചില മുഖാമുഖങ്ങൾക്ക് ഞാനും സാക്ഷിയായിരുന്നു. ചരിത്രവസ്തുതകളെ അപഗ്രഥനം ചെയ്തതായോ രേഖകളെ അടിസ്ഥാനമാക്കി തീർപ്പ് കല്പിച്ചതായോ ബോധ്യപ്പെടുത്തുന്ന ലേഖനങ്ങൾ ആയിരുന്നില്ല അവ.

എസ്. എഫ്. ഐ യുടെ സ്ഥാപക നേതാക്കളിലൊരാളും ചിന്താ പബ്ലീഷേഴ്സിന്റെ എഡിറ്ററുമായിരുന്ന സി. ഭാസ്കരൻ കാവുമ്പായി സമരം എഴുതാൻ താല്പര്യപ്പെട്ട് ഈ ദേശത്തു വന്നു. കാവുമ്പായിയെപ്പറ്റി ചരിത്രരചനകളൊന്നുമില്ലാത്തതിന്റെ അഭാവം ചൂണ്ടിക്കാട്ടിക്കൊണ്ട് താൻതന്നെ അതിനു വേണ്ടി മുന്നിട്ടിറങ്ങുകയാണെന്ന് വാഗ്ദാനം ചെയ്തു. സ്വാതന്ത്ര്യ സമര സേനാനികളെ അദ്ദേഹം ഒരു വട്ടം വിളിച്ചുകൂട്ടി.

വീണ്ടും കൂടിച്ചേരാമെന്നും എഴുതി പൂർത്തിയായാൽ കരട് എല്ലാവർക്കും വായിക്കാൻ നൽകി അഭിപ്രായം രൂപീകരിച്ച ശേഷമേ പുസ്തകമാക്കൂ എന്ന പദ്ധതിയാണ് അദ്ദേഹം ആ യോഗത്തിൽ വെളിപ്പെടുത്തിയത്. പക്ഷെ, എന്തുകൊണ്ടോ ആ പദ്ധതിയുടെ തുടർച്ചയുണ്ടായില്ല.

ഡോ:ആനന്ദിന്റെ 'ച്ചവന്ന മണ്ണി'നെ തുടർന്ന് ഒരു പയ്യന്നൂരുകാരൻ തന്നെ കാവുമ്പായിയെ ആദ്യമായി നോവലിന്റെ ചട്ടത്തിലേക്ക പകർത്തി -കഥാകൃത്തായി അന്ന് അറിയപ്പെട്ടിരുന്ന സതീഷ് ബാബു പയ്യന്നൂർ. ദേശാഭിമാനി വാരാന്ത്യപ്രതിപ്പിൽ 'മണ്ണ്' എന്ന പേരിൽ ആ നോവൽ വലിയ പ്രചാരം നേടി. കാവുമ്പായിയിൽ ക്യാമ്പുചെയ്തായിരു ന്നു സതീഷ് ബാബുവിന്റെ അന്വേഷണം. ഉറക്കമിലച്ച കണ്ണുകളുമായി വീട്ടിൽ കയറിവന്ന് സമര സേനാനിയായ അച്ചാച്ചനുമായി (എം. സി. രാമർകുട്ടി) ഇന്റർവ്യൂ നടത്തിയ രംഗം മായാതുണ്ട്. കഥാകൃത്ത് ക്യാമ്പ ചെയ്തത് സേലം രക്തസാക്ഷി തളിയൻ രാമൻ നമ്പ്യാരുടെ മകൻ ഇ. കെ. രാഘവൻ നമ്പ്യാരുടെ വീട്ടിലായിരുന്നു. (ഇയാളുടെ മകൾ ശാന്ത കാവുമ്പായി 'ഡിസംബർ മുപ്പത് ' എന്ന പേരിൽ മറ്റൊന്ന് 'മണ്ണി' ലെ പ്രമേയത്തെ പിന്തുടരുംവിധം പിൽക്കാലത്ത് തയ്യാറാക്കിയത് ചിന്ത പ്രസിദ്ധീകരിക്കുകയുണ്ടായി). തളിയനെ നായകനാക്കിയാണ് 'മണ്ണ് ' എന്ന നോവൽ സതീഷ് ബാബു വികസിപ്പിച്ചത്. ഏതെങ്കിലുമൊരു പ്രമേയത്തെ അച്ചതണ്ടാക്കി ചരിത്രത്തെ കല്പിതവൽക്കരിക്കുന്ന നിലയിൽ 'മണ്ണ് ' സ്വാഗതാർഹമായ സൃഷ്ടിയാണെങ്കിലും, ഈ കൃതി കാവുമ്പായിസമരചരിത്രത്തിന്റെ സമഗ്രത വെളിപ്പെടുത്താൻ തക്ക പര്യാപ്തമായിരുന്നില്ല. ഈ നോവലിന്റെ ഉള്ളടക്കം കാവുമ്പായിയുടെ ഇതിഹാസമാണെന്ന തരത്തിൽ ഒരു കാഴ്ചപ്പാട് രൂപപ്പെടുന്നത് ചരി ത്രത്തോടുള്ള അന്യായമായി മാറാം. ഇത് തിരിച്ചറിഞ്ഞപ്പോഴാണ് സമ്പൂർണമായ ചരിത്രം രേഖപ്പെടുത്തേണ്ട ഒരനിവാര്യത സംജാതമാ യത്. നാരായണൻ കാവുമ്പായിയുമൊത്ത് ഈ ലേഖകൻ അത്തരത്തി ലൊരന്വേഷണത്തിനിറങ്ങി. അതിന്റെ ഫലശ്രുതിയാണ് 'കാവുമ്പായി കാർഷികകലാപം' എന്ന കൃതി. ജീവിച്ചിരിക്കുന്ന എല്ലാ സമര സേനാ നികളേയും ഞങ്ങൾ സമീപിച്ചു. എഴുപതുകളുടെ ആരംഭം തൊട്ട് സമര സേനാനികളിൽ നിന്നും നേരിട്ട് കേട്ടറിഞ്ഞ വിവരങ്ങളെല്ലാം മനസ്സി രുത്തിയാണ് മുന്നേറിയത്. ബന്ധപ്പെട്ട ചരിത്രാനുഭവങ്ങൾ പരാമർശി ക്കപ്പെടുന്ന നിരവധി ഗ്രന്ഥങ്ങളും, മൺമറഞ്ഞ സമര നേതാക്കളുടെ ഓർമക്കുറിപ്പുകളും ആത്മകഥകളും, സമരവുമായി ബന്ധപ്പെട്ട കോട തിരേഖകളും മദ്രാസ്, കോഴിക്കോട് ആർക്കേവ്സ് ഡോക്യുമെന്റുകളും പത്രമോഫീസുകളിൽ സൂക്ഷിച്ച പഴയ പത്ര -പ്രസിദ്ധീകരണങ്ങളും

തിരുവനന്തപുരം എകെജി സെന്റർ ലൈബ്രറിയുൾപ്പെടെ വിവിധ ലൈബ്രറികളിലെ രേഖകളും നിരീക്ഷിച്ചു.

സമരഘട്ടത്തിൽ നേതൃത്വപരമായ പങ്കുവഹിച്ച നേതാക്കന്മാരെ പരാമവധി നേരിൽ കാണാൻ കേരളം മുഴുവനെത്തി. കേരളീയനി ലാണ് തുടങ്ങിയത്. കോഴിക്കോട് ഗോവിന്ദപുരത്തെ വീട്ടിലായിരുന്ന കേരളീയൻ. അദ്ദേഹം കാണേണ്ടവരുടെ പട്ടിക പറഞ്ഞു. അപ്രകാരം കെ. പി. ആർ . ഗോപാലനെ കല്യാശ്ശേരി വീട്ടിൽ കണ്ടു, എം. പി. നാരായണൻ നമ്പ്യാരേയും. സുബ്രഹ്മണ്യ ഷേണായിയെ പയ്യന്നൂർ വീട്ടിൽ സന്ദർശിച്ചു. ഷേണായി കാവുമ്പായിയിൽ വന്നപ്പോൾ ഞങ്ങളുടെ വീട്ടിലായിരുന്നു തങ്ങിയത്. അന്നും സംസാരിച്ചു. എൻ. സി. ശേഖറിനെ സർ സയ്യിദ് കോളേജിലെ ഒരു പ്രോഗ്രാമിനിടയിലാണ് കണ്ടത്. അദ്ദേ ഹത്തിന്റെ ഓർമക്കുറിപ്പുകൾ സുപ്രധാന സഹായിയായി. കേരളീയൻ നിർദേശിച്ചവരിൽ ഇ കെ. നായനാരുമുണ്ടായിരുന്നു. തളിപ്പറമ്പിൽ കെ. പി. രാഘവപ്പൊതുവാളി(മുൻ MLA) ന്റെ വസതിയിൽ വച്ചായിരുന്നു അതിനു സന്ദർഭമുണ്ടായത്. കാവുമ്പായിയിലെ ചില സമര സേനാനിക ളേയും കുടുംബവിശേഷങ്ങളേയും പറ്റി ആരാഞ്ഞതല്ലാതെ അതിലപ്പറം കാതലായ അനുഭവങ്ങളൊന്നും നായനാർ പങ്കുവച്ചില്ല.

അന്വേഷണങ്ങൾക്കിടക്ക്, ചരിത്രത്തെ സംക്ഷിപ്തമായി രേഖപ്പെ ടുത്തുന്ന ഒരു ലഘുലേഖ ഞങ്ങൾ തയ്യാറാക്കി കാവുമ്പായി സമ്മേളന ത്തിൽ വിതരണം ചെയ്തു. ലഘുലേഖ കയ്യിൽ കിട്ടിയ സമുന്നതനേതാവ് ഇ. പി. കൃഷ്ണൻ നമ്പ്യാർ ഞങ്ങളെ വിളിച്ച് പരിഭവപ്പെട്ടു. ചുവപ്പിനോടുള്ള ഭക്തി കാരണം അച്ചടിമഷിയായി തെരഞ്ഞെടുത്തത് ചുവപ്പായിരുന്നു. അതിനാൽ ലഘുലേഖ രാവെളിച്ചത്തിൽ വായിക്കാൻ സാധിക്കാത്ത തായിരുന്നു ഇ. പി. യുടെ പരാതി.

എഴുതിത്തീർന്ന കൃതി ഒരു കൈപ്പുസ്തകമായി പ്രചരിപ്പിക്കാമെന്ന തീരുമാനം സി. പി. ഐ. (എം) ശ്രീകണ്ഠാപുരം ഏരിയാ കമ്മിറ്റിക്ക ണ്ടായിരുന്നു. സെക്രട്ടറിയായ ജയിംസ് മാത്യുവാണ് അതിനു താല്പര്യ പ്പെട്ടത്. അതിന്റെ മുന്നോടിയായി കൃതി പരിശോധിക്കാൻ പാർടി ഒരു കമ്മീഷനെ ചുമതലപ്പെടുത്തി. അവരുടെ പരിശോധനയിൽ ഞങ്ങളെ ഴുതിയ കൃതി അയോഗ്യമാണെന്നു വിധിയെഴുതി.

പുസ്തകമാക്കാനുള്ള ഞങ്ങളുടെ താല്പര്യം അവിടേയും മുറിഞ്ഞില്ല. അവതാരികയെഴുതാമെന്ന് പി. ഗോവിന്ദപ്പിള്ള ഏറ്റു. ഏതാനും വർഷ ങ്ങൾ അദ്ദേഹത്തെ കാത്തു. കാണുമ്പോഴൊക്കെ അടുത്തയാഴ്ച എന്ന മട്ടിലായിരുന്നു അദ്ദേഹത്തിന്റെ മറുപടി.

ഗ്രന്ഥരചനയെക്കുറിച്ചറിഞ്ഞ കലാകൗമുദി പ്രസിദ്ധീകരിക്കാമെന്ന വാഗ്ദാനം തന്നു. പാർട്ടി സേവകരെന്ന അന്നത്തെ മേൽവിലാസം കണക്കിലെടുത്ത് ദേശാഭിമാനിയിലൂടെ അടയാളപ്പെടണമെന്ന പാർടിബോധം മുന്നിൽ നിന്നതിനാൽ കൗമുദിയുടെ വാഗ്ദാനം നിരസിക്കേണ്ടി വന്നു. ശേഷം, ദേശാഭിമാനി വാരികക്ക് അയച്ചു കൊടുത്തു. എന്തുകൊണ്ടോ, ഐ. വി. ദാസിന്റെ പത്രാധിപക്കസേര അതിൽ ഉദാസീനത കാട്ടി ! പ്രസിദ്ധീകരണത്തിന് യോഗ്യമാണെന്ന അഭിപ്രായം സബ് എഡിറ്ററായ കെ. ബാലകൃഷ്ണൻ പങ്കുവച്ച ശേഷവും കുറേ നാൾ കാത്തിരുന്നതു വെറുതെയായി.

രക്തസാക്ഷികളുടെ കഥ ഒരു ഫലിതമായി മാത്രമേ ചരിത്രം വായിക്കാവൂ എന്ന അസംബന്ധ സൂചനയാണേതും! കർഷകസംഘം സംസ്ഥാന കമ്മിറ്റിയുടെ 'കർഷക കേരളം'മുഖമാസികയിൽ പത്രാ ധിപർ ഗോപി കോട്ടമുറിക്കൽ രചന സ്വീകരിച്ചതും തുടർച്ചയായി പ്രസി ദ്ധീകരിച്ചതുമാണ് രചന അസാധ്യവാകില്ലെന്ന ആശ്വാസം പകർന്നത്.

വർഷങ്ങൾ പലതു കഴിഞ്ഞ ശേഷം ചിന്ത പബ്ലിഷേഴ്സ് ഏറ്റെടുത്ത് പുസ്തകമാക്കി. അവതാരികയില്ലാതെയാണ് ആദ്യ പതിപ്പ് ഇറങ്ങി യത്. അവതാരികയ്ക്കുവേണ്ടി പി. ഗോവിന്ദപ്പിള്ളയെ കാത്തുള്ള ഇരിപ്പ് ഉപേക്ഷിച്ചിരുന്നു. പിന്നീട് പുസ്തകം വായിച്ച് ഇ. എം. എസ്. എഴുതിയ ആസ്വാദനം രണ്ടാം പതിപ്പിൽ അവതാരികയായി ചേർത്തു. എഴുത്തില്ല ടെയല്ലാതെ സ്വകാര്യസംഭാഷണത്തിലും ഈ കൃതിയെ ഇ എം. എസ്. ശ്ലാഘിച്ചതായി അറിയാനായി. കൃതിയെ മുൻനിർത്തി ചിന്താവാരിക യിൽ എ. വി. അനിൽകുമാർ മികച്ചൊരു പഠനമെഴുതി. ആലത്തൂർപറമ്പ് നാടകസംഘം ജയൻ തിരുമനയുടേയും എം. അനിൽകുമാറിന്റേയും നേതൃത്വത്തിൽ നാടകമാക്കാൻ ഈ കൃതിയെ ആശ്രയിച്ചു.

ജയൻ തിരുമനയുടെ നേതൃത്വത്തിൽ 'കാവുമ്പായി ചുവക്കുമ്പോൾ' എന്ന പേരിൽ കുത്തുപറമ്പ് സുധീഷ് സ്മാരക സാംസ്കാരിക വേദിയും ഈ പ്രമേയം അരങ്ങിലെത്തിക്കുകയുണ്ടായി. പുസ്തകത്തിന്റെ പ്രകാശനം ഇ. കെ. നായനാരാണ് നിറവേറ്റിയത്. ചിന്തയുടെ ചുമത ലയുണ്ടായിരുന്ന സി. ഭാസ്കരനും കാവുമ്പായിയിലെ പ്രകാശനച്ചട ങ്ങിനെത്തിയിരുന്നു. കാവുമ്പായിരക്തസാക്ഷി ദിനത്തിലെ പൊതുസ മ്മേളനമായിരുന്ന വേദി. ഗ്രന്ഥകാരനായ എന്നെ പ്രകാശനച്ചടങ്ങ് അറിയിക്കാനുള്ള പ്രാഥമികബോധമൊന്നും പ്രസാധകർ പ്രകടിപ്പി ച്ചില്ല. എന്റെ ആദ്യത്തെ കൃതി പ്രകാശനം ചെയ്യപ്പെടുന്ന ചടങ്ങിൽ സന്നിഹിതനാവാൻ അതുകൊണ്ടുമാത്രം സാധിച്ചതുമില്ല.

ചരിത്രാന്വേഷണത്തിനിടയിൽ ഫ്യൂഡൽ പ്രഭുക്കളായ കരക്കാട്ടിടം നായനാരുടെ ആസ്ഥാനത്തും കല്യാട്ട് യശമാനന്റെ താഴത്തെ വീട്ടിലും ചെന്ന് ജന്മി കുടുംബങ്ങളുമായി സംസാരിച്ചിരുന്നു. പുസ്തകത്തിന്റെ കോപ്പികളെത്തിക്കാൻ പിന്നേയും അവിടങ്ങളിൽ പോകുകയുണ്ടായി. കരക്കാട്ടിടത്തിലെ പുതിയ തലമുറയിലെ പലരും അടുത്ത സുഹൃത്തു ക്കളും സഖാക്കളും സഹപാഠികളുമാണ്. പുസ്തകത്തിൽ ജന്മിയുടെ ക്രൂരതകളെപ്പറ്റി എഴുതിയ ചരിത്രഭാഗങ്ങൾ പാർടിപരമായ വീക്ഷണ ത്തിൽ എഴുതിയതാണെന്ന് എടുത്തു പറയേണ്ടതുണ്ടെന്ന തോന്നുകയും പറയുകയും ചെയ്തു.

ഈയിടെ ആ കുടുംബ താഴ് വഴിയിലെ ഒരംഗം, സാംസ്കാരിക നിരൂപകനും സുഹൃത്തും അധ്യാപകനുമായ ടി. എം. രാമചന്ദ്രൻ ചോദിക്കുകയുണ്ടായി: 'ഈ കൃതി ഇന്നാണെഴുതുന്നതെങ്കിൽ എങ്ങനെ സമീപിക്കും?' അതിനുള്ള ഉത്തരം പറയാനുള്ള അവസരമാണ് ഈ പുസ്തകത്തിലെ അധ്യായങ്ങളായി വിനിയോഗിക്കപ്പെടുന്നത്.

കല്യാട് ജന്മിയുടെ താഴത്ത് വീട്ടിലെത്തിയപ്പോൾ കെ. ടി. ജാനകി യമ്മ (മരണം -1989 കന്നി - തൃക്കേട്ട - ഒക്ടോബർ 16) തൊണ്ണൂറുവർഷം പഴക്കമുള്ള ഓർമകളാണ് പങ്കുവച്ചത്. അവർക്ക് എ. കെ. ജിയോട് സ്നേഹവും ആദരവുമായിരുന്നു. എ. കെ. ജി യുമായി കുടുംബ ബന്ധ മുണ്ടെന്നും പറഞ്ഞു. ഒപ്പം അവർ കൂട്ടിച്ചേർത്തു: "കമ്മ്യൂണിസ്റ്റുകാർ നണയരാണ്". നണയന്മാർ കമ്മ്യൂണിസ്റ്റുകാരായി ചമഞ്ഞതിന്റെ ഒരു ദുർവിധിയുമാവാം.

ചരിത്രംകാട്ടിയ സ്വപ്നങ്ങളിൽ പലതും, വിപ്ലവം ഉൾപ്പെടെ, മിത്തുക ളായിരുന്നു എന്ന് കവി നിക്കോനാർ പാറ ചിന്തിച്ചത് ഭൂതകാലത്തി ന്റെ സൂക്ഷ്മരൂപടം തിരിച്ചറിഞ്ഞപ്പോഴാണ്.

വിമോചനത്തിന്റെ രഹസ്യം ചോർന്നു പോകുമ്പോൾ, സമരകാല ത്തിനു ചുവപ്പു നിറം നഷ്ടപ്പെടുമ്പോൾ, ചരിത്രവായന ജനാധിപത്യപ രമാവുമ്പോൾ എഴുതപ്പെട്ട ചരിത്രവും മാറിമറിയാം.

സാമൂഹികപരിണാമങ്ങളും ഭൂവുടമാബന്ധങ്ങളും

"അതിപ്രാചീനകാലത്തെ മനുഷ്യന് ഭൂമിയോടുണ്ടായിരുന്ന ബന്ധം
ഇന്നത്തെ മനുഷ്യന് കടലിനോടുള്ള ബന്ധം പോലെയായിരുന്നു" -
പ്രൊഫ: എഡ്വേർഡ് കാനൻ (ലണ്ടൻ സർവകലാശാല)

ഒരു ജനത അതിന്റെ ചരിത്രപരമായ മേൽവിലാസം കേൾപ്പിക്കു ന്നത് വിപ്ലവത്തിലൂടെയാണ്. അനുസ്യൂതമായ ചരിത്ര പ്രവാഹ ത്തിലെ വെള്ളച്ചാട്ടങ്ങളാണ് വിപ്ലവങ്ങൾ. ചരിത്രത്തിന്റെ പരമമായ അന്ധവിശ്വാസങ്ങളിലൊന്നല്ല വിപ്ലവം. ഏതു ജനതയും അത്തരമൊരു ഘട്ടത്തെ അഭിമുഖീകരിച്ചിട്ടുണ്ട്. സ്വാഭാവികഗതിക്കുള്ളിൽ സംഭവിക്കു ന്ന യാദൃച്ഛികതകളായല്ല, പ്രയാണത്തെ നിർണയിക്കുന്ന വിപരീത ശക്തികളുടെ സംഘർഷങ്ങളും സമന്വയങ്ങളുമായാണ് അത് ആധാര പ്പെടുന്നത്. വിപരീതങ്ങളെന്നു വിളിക്കേണ്ടി വരുന്നത് ഒറ്റ സാമൂഹ്യക്ര മത്തിൽ വിപരീത ദിശകളിൽ പ്രതിവർത്തിക്കുന്നുവെന്നതിനാലാണ്. അതേസമയം അവ വിപരീതവുമല്ല. ഒന്നിന്റെ പൂരകമാണ്. അവയുടെ വിപരീതമുഖങ്ങളെ നിർവചിക്കുന്ന ത്രിമാനഘടകങ്ങളുടെ സവിശേഷത കളിലാണ് ഏതിന്റേയും സമഗ്രത നിലകൊള്ളുന്നത്. ഒരു നാണയത്തി ന്റെ ഇരുവശങ്ങളും അവയെ നിർണയിക്കുന്ന ചെരിഞ്ഞതലത്തിലുള്ള മൂന്നാമത്തെ വശവും അടങ്ങുന്നതാണ് സമഗ്ര രൂപം. മൂന്നാമത്തെ വശമില്ലാതാകുമ്പോൾ നാണയമില്ലാതാകും. സാമൂഹികചലനങ്ങളിലും പ്രതിഭാസങ്ങളിലും ഈ ത്രിമാനഘടകത്വം ബഹുമാനഘടകത്വമായി പരിവർത്തിക്കപ്പെടുന്നുണ്ട്. ഇത്തരത്തിലുള്ള സമഗ്രരൂപത്തിന്റെ പ്രസക്തി സുപ്രധാനവും അടിസ്ഥാനപരവുമാണെന്ന് തിരിച്ചറിയണം.

ഈയൊരു തലം വ്യാഖ്യാനിക്കാതെ വൈരുധ്യാത്മക ഭൗതികവാദ ത്തിന് മുന്നോറാനാവില്ല. ഓരോ പ്രതിഭാസത്തിനുള്ളിലും സമ്മർത്തമാവു ന്ന വൈരുധ്യത്തിന്റെ മൂർഛയാണ് ചലനത്തിന്റെ അടിസ്ഥാനമെങ്കിലും പദാർഥത്തെ മറികടന്ന് വൈരുധ്യാത്മതയെന്ന പ്രതിഭാസം അടിസ്ഥാ നമായി വർത്തിക്കുന്ന ഒരു ഘട്ടവും പരിണമിച്ചുണ്ടാകുന്നുണ്ട്. വൈരു ധ്യാത്മകതക്ക് വിപരീതഭാവമില്ലെന്നു വെളിപ്പെടുകയാണപ്പോൾ. രണ്ടു വിപരീതവർഗങ്ങൾ തമ്മിലുള്ള സമരമെന്ന സാമൂഹ്യപ്രക്രുതം പലതരം വിഭജനങ്ങൾക്കിടയിലെ വിപരീതങ്ങളായി പ്രതിവർത്തിച്ചുവെന്നതാണ് ചരിത്രരൂപകല്പനയെ സങ്കീർണമാക്കിയത്. ഇത്തരം പ്രതിപ്രവർത്തന ങ്ങളുടെ സാങ്കേതികതയാണ് സാമൂഹ്യമാറ്റങ്ങളെ കാര്യക്ഷമമാക്കുന്നത്. ആധുനിക കാലത്ത് അത് കൂടുതൽ വ്യക്തമായി വരുന്നു.

സാമൂഹിക മാറ്റങ്ങളുടെ അടിസ്ഥാന പ്രഭവം അതത് ദേശങ്ങൾ തന്നെയാണ്. മറ്റൊരാശയത്തിന്റെ ഇറക്കുമതി അതിനെ ഉത്തേജിപ്പി ക്കുകയും ഏകീകരിക്കുകയും ചെയ്തേക്കാം. എന്നാൽ വിപ്ലവത്തിന്റെ യഥാർഥ ഉള്ളടക്കം വിധിക്കുന്നത് ഓരോ ജനതയുടേയും സ്വന്തം വേരുകളാണ്. ഉൽപാദന വ്യവഹാരങ്ങളിലൂടെ സാമ്പത്തിക സാമൂഹിക പരിണാമങ്ങളിലൂടെ അത് ചരിത്ര പരമായി തന്നെ സംഭവിക്കുന്നതാണ്.

ഓരോ ദേശത്തിന്റേയും പരിണാമ നിയമങ്ങൾ സൂക്ഷ്മമായി വിശകലനം ചെയ്താൽ തനതു രൂപാന്തരഘടന ഓരോന്നിനുമുണ്ടെന്ന കാണാനാവും. മേൽക്കോയ്മയുടെ പരിധിവലയത്തിനനുസരിച്ച് വേർതിരിഞ്ഞു നിൽക്കുന്നതല്ല ആ ഘടന. ഒരു സാമ്രാജ്യത്തിനാകെ ഏകീകൃത മായ ആവാസവ്യൂഹം ഇല്ലെന്നു പോലെ ഒരു രാജ്യത്തി നും പൊതുവായ പരിണാമമാതൃകയുമില്ല. വ്യത്യസ്ത ദേശീയതകളുടെ സാംസ്കാരിക -രാഷ്ട്രീയ സവിശേഷതകൾ പാരമ്പര്യമായിട്ടുണ്ടാവും. ഏകതാനതയോടെയുള്ള വികാസ നിയമങ്ങളില്ലെന്ന യാഥാർഥ്യമാണ് ഓരോ ചരിത്രസംഹിതയ്ക്കും മൗലികത ചാർത്തുന്നത്.

നമ്മുടെ ദേശത്ത് ഫ്യൂഡൽഗ്രാമസമൂഹങ്ങളുടെ പരിണാമഘടനയെ മൗലികമായി നിയന്ത്രിച്ചീരുന്നത് ജാതി-വർണ സംഹിതകളാണ്. വർണ വിഭിന്നതകളുടെ മാനദണ്ഡങ്ങളൊരു ഭാഗത്ത് സാമൂഹിക വ്യവഹാര ങ്ങളെ ക്ലിപ്തപ്പെടുത്തി. ഓരോ 'ജാതി' വിഭാഗത്തേയും നിയന്ത്രിതതൊഴി ലുമായി ബന്ധപ്പെടുത്തിക്കൊണ്ട് സ്വത്വപരമായി നിർവചിച്ച. തൊഴിൽ വിഭജനത്തിന്റെ ഇടക്കം ഭൗതികവും ആത്മീയവുമായ തൊഴിലുകൾ തമ്മിലാണെന്നും അത് പുരോഹിതവർഗത്തെ സൃഷ്ടിച്ചെന്നും കാൾ മാർക്സ് ചൂണ്ടിക്കാട്ടുന്നുണ്ട്.

സംഘകാലത്ത്, അതിന്റെ ഏറ്റവും പുരാതനമായ ഘട്ടത്തെ പ്രതിനിധാനം ചെയ്യുന്ന 'പുറനാനൂറി'ൽ പ്രതിപാദിക്കപ്പെട്ടും പ്രകാരത്തിലുള്ള പാണർ, പറയർ, വേടർ, കുറവർ തുടങ്ങിയ വിഭജനങ്ങൾ സാമൂഹിക ജീവിതത്തിന്റെ അതിരുകളെ കുറിക്കുന്നതായിരുന്നില്ല, കേവലം തൊഴിൽപരമായ വിഭജനങ്ങളെ അടയാളപ്പെടുത്തുന്നതു മാത്രമാണ്. ഇന്നത്തെ കാലത്ത് അധ്യാപകർ, എഞ്ചിനീയർ, മരം വെട്ടുകാരൻ, ഡോക്ടർ എന്നൊക്കെ ഗണിക്കുന്നതുപോലെ. അതൊരു ജാതി വ്യവസ്ഥയായി തരം തിരിക്കപ്പെട്ടിരുന്നുവെന്നു കരുതാനില്ല. സംഘകാലത്തിന്റെ അന്തിമഘട്ടത്തെ പ്രതിനിധാനം ചെയ്യുന്നതായി ഗണിക്കപ്പെട്ടുന്ന 'തൊൽക്കാപ്പിയ 'ത്തിൽ ഭരിക്കുന്നവരെ അരച ജാതിയെന്നും കച്ചവടക്കാരെ വണികജാതിയെന്നും പരിചയപ്പെടുത്തു മ്പോഴും, ജാതീയത ദൃഢപ്പെടുന്നുണ്ടെങ്കിലും ഉച്ചനീചത്വം ധ്വനിക്കുന്നില്ല.

പിന്നീടിങ്ങോട്ട് ജനതയെന്ന ഒറ്റഗണത്തെ ചരിത്രപരമായി റദ്ദ് ചെയ്യുന്ന ഉൽപാദനബന്ധങ്ങളുടെ മൗലികഘടന മറച്ച പിടിക്കപ്പെട്ടു. അധ്വാനത്തിന്റെ സർഗാത്മകത എടുത്തു കളഞ്ഞ് യാന്ത്രികമാക്കി. ഉൽപാദനോപാധികളുടെ നൈസർഗികമായ പൊതുവുടമസ്ഥത അസാ ധ്വവാക്കപ്പെട്ടു. മേൽക്കോയ്മ സ്ഥാപിക്കാൻ കഴിയുന്ന ഒരു ന്യൂനവർഗം ഉരുത്തിരിഞ്ഞു. യഥാർഥ അധ്വാനശക്തികൾ ചരിത്രത്തിനു പുറത്തായി. ഉൽപാദനോപാധികൾക്കു മേലുള്ള അവകാശം, നാടിന്റെ പരമമായ അധികാരം, സവർണവർഗങ്ങളിൽ നിക്ഷിപ്തമായി.

പ്രകൃതി അതിന്റെ സ്വാഭാവികതയ്ക്കിണങ്ങാത്ത ഒന്നിന്, സ്വകാര്യ വൽക്കരണത്തിന് വിധേയമാക്കപ്പെടുകയായിരുന്നു. ഓരോ വ്യക്തി ക്കും പ്രകൃതിയുടെ ഓരോ ഇടത്തെ പുന:സംവിധാനം ചെയ്യാനുള്ള ചുമതലയെന്നതിനപ്പുറം മേധാവിത്വം പുലർത്താവുന്ന ഒരധികാരഘടന, യഥാർഥത്തിൽ, പ്രകൃതിവിപരീതമാണ്. ഈ അടിസ്ഥാന സമീപനത്തെ മറികടന്നാണ് പൊതുസമ്പത്തിന്മേൽ സ്വകാര്യാവകാശം സ്ഥാപിച്ചതും മക്കത്തായമായോ മരുമക്കത്തായമായോ പിന്മുറക്കാരിലേക്ക് പ്രകൃതി സമ്പത്ത് പകഴിവയ്ക്കാൻ സാധ്യമാവുന്ന അവകാശക്രമങ്ങളുണ്ടാക്കിയെടു ത്തതും. സാമൂഹ്യജീവിയായി മാറുന്ന മനുഷ്യൻ അതിന്റെ ആധാരശില ദൃഢമാക്കാനാണ് മൃഗങ്ങളിൽ നിന്നു വ്യത്യസ്തമായ സ്ത്രീപുരുഷ ബന്ധത്തെ രൂപപ്പെടുത്തിയത്. ആ ബന്ധത്തിന്റെ പ്രാചീനകാല പരിണാമദശയിൽ പിതൃത്വം അനിശ്ചിതമായതിനാലാണ് മാതൃദായകക്രമം പിന്തുടർന്ന തെന്ന് എംഗൽസ് ചുണ്ടിക്കാട്ടുന്നുണ്ട്. അതേസമയം ഉറച്ച സാമൂഹ്യ ബന്ധത്തെ ശിഥിലമാക്കുന്നതാണ് പ്രകൃതിയുടെ മേൽ ഏത് ക്രമത്തു ടർച്ചയില്ലുള്ള അവകാശവൽക്കരണവും. പ്രകൃതി അടിസ്ഥാനപരമായി

മനുഷ്യന്റെ അധികാരപരിധിക്കു പുറത്താണ്. അതേ സമയം പ്രകൃതിയെ മാറ്റിമറിക്കാനുള്ള ചുമതല സാമൂഹ്യ പരമായി മനുഷ്യനുണ്ടതാനും.

കാവുകൾ പ്രാചീന സമൂഹത്തിന്റെ ജനകീയാധികാര കേന്ദ്രമായി രുന്നല്ലോ. അവ ബ്രാഹ്മണാധിനിവേശത്തിനു ശേഷം സാമൂഹ്യനിയ ന്ത്രണാധികാരങ്ങളിൽ അപ്രസക്തമായി. ബ്രാഹ്മണമേധാവിത്തവും നായർ പ്രമാണിമാരും (വിശേഷിച്ചും വൻ ഭൂസ്വത്തുക്കൾ കയ്യടക്കി നായനാർമാരായി മാറിയവർ) അധികാരത്തിന്റെ കുത്തക ക്കാരായി. ദേശത്തിന്റെ മൂലഘടകമായ 'തറ' വാഴുന്നവർ അധികാരത്തിന്റെ വംശ ത്തുടർച്ച സ്ഥിരപ്പെടുത്തുകയും തറവാട്ടുകാരായിത്തീരുകയും ചെയ്തു. കുടുംബത്താവഴിയധികാരം ദേശവാഴി പ്രകൃതത്തിലേക്ക് വികസിച്ചു വന്നു. എല്ലാവരുടേതുമായ നാട് ഒരു ജന്മികുലത്തിന്റേതായി നിയമപ്പെ ട്ടു. ഉൽപാദനോപാധികളിൽ അവകാശം കയ്യടക്കിയവർ സമഗ്രമായ അധീശത്വവും കാൽക്കീഴിലാക്കി. ജന്മം, കാണം, പാട്ടം തുടങ്ങിയ ഭൂവ കാശങ്ങൾ അതിനു വേണ്ടി നിക്ഷിപ്തമാക്കപ്പെട്ടു.

പാരമ്പര്യവഴിക്കായി ഊരാണ്മാവകാശം നിജപ്പെടുന്നതിനു മുമ്പ് തന്റെ ജന്മം മുഴുവൻ വച്ച പുലർത്താനുള്ള അവകാശമായിരുന്നു ഉണ്ടാ യിരുന്നത്. അതായത് ജന്മാവകാശം. ഈ അധികാരത്തിൽ നിന്നാണ് 'ജന്മി'യുടെ ഉത്ഭവമെന്ന് ചരിത്രകാരനായ പ്രൊഫ: ഇളംകുളം കുഞ്ഞൻ പിള്ള 'ജന്മി സമ്പ്രദായം കേരളത്തിൽ ' എന്ന കൃതിയിൽ വ്യക്തമാക്ക ന്നുണ്ട്(പേജ് 54). 'ജന്മി'യെന്നത് ഭൂവുടമ മാത്രമല്ല, ഒരു പദവി കൂടിയായി മാറുന്ന വിസ്തൃതമായ ഭൂദേശത്തിന്മേലുള്ള അവകാശവ്യവസ്ഥയാണ് ജന്മിത്തം. ('ജന്മി ഒരു പദവിയുടേയും ഭൂമിയുടേയും ഉടമ ' -തോമസ് മൺറോ, 1817)

'ജന്മ 'മെന്നതിന്റെ ചരിത്രപരമായ അപഗ്രഥനത്തിലൂടെ വില്യം ലോഗൻ ചൂണ്ടിക്കാട്ടുന്നത്: പതിനേഴാം നൂറ്റാണ്ടിന്റെ അന്ത്യത്തിൽ, വിശേഷിച്ചും നമ്പൂതിരിമാരുടെ രേഖകളിൽ മാത്രമാണ് ജന്മമെന്ന പദം കാണാൻ കഴിഞ്ഞതെന്നാണ്. അതിനു മുമ്പുണ്ടായിരുന്ന 'അട്ടിപ്പേർ നീർ ' എന്ന ആശയമാണ് 'ജന്മ ' മായത്. പറമ്പ് അട്ടിപ്പേറായി നീർ വാങ്ങിയെന്ന പ്രയോഗം ചിലേടത്ത് കാണാം. മോതിരം നിക്ഷേപിച്ച കിണ്ടിവെള്ളത്തിൽ നിന്ന് ജന്മക്കാരൻ മൂന്നു തവണ ഒഴിച്ച കൊടുക്ക ന്ന കൈക്കുടന്ന വെള്ളം വാങ്ങുന്നയാൾ കുടിക്കണം -കുടമനീർ എന്നു പറയും.

ഭൂമിക്കുമേലുള്ള പരമാധികാരമായി മുൻകാലങ്ങളിൽ അത് കണക്കാക്കപ്പെട്ടിരുന്നില്ല. മറ്റ വിഭാഗങ്ങൾ കൂടി പങ്കാളിയാവുന്ന ഉൽപാദന പ്രക്രിയയിൽ സംക്ഷിപ്തമായ ഒരവകാശം മാത്രമാണ്

ജന്മിക്കുള്ളത്. നാട്ടുനടപ്പനുസരിച്ച് ഉൽപാദനത്തിന്റെ ഒരു നിശ്ചിത വിഹിതം അനുഭവിക്കാവുന്ന ഔദ്യോഗിക പദവിയാണ് ജന്മിയെന്നും മൈസൂരാക്രമണ സമയത്തു പോലും മണ്ണിലുള്ള അവകാശമെന്ന നിലയിൽ അത് പൂർണമായും രൂപാന്തരപ്പെട്ടിരുന്നില്ലെന്നും വില്യം ലോഗൻ ചൂണ്ടിക്കാട്ടുന്നുണ്ട്. ജന്മിയെ പരമമായ അധികാരിയാക്കി ഉയർത്തുന്നത് കൊളോണിയൽ കാലഘട്ടത്തിന്റെ നിയമപ്രവണതക ളാണ്. ജനനം കൊണ്ടു ലഭിക്കുന്നതും സ്വതന്ത്രവും പരമ്പരാഗതവുമായ സ്വത്തുടമാവകാശമായി ' ജന്മ 'ത്തെ സ്ഥാപിച്ചത് ബ്രിട്ടീഷ് കോടതി വ്യവഹാരങ്ങളാണ്. ലോഗൻ ഇത്ര കൂടി വ്യക്തമാക്കുന്നുണ്ട്: "മണ്ണിന്റെ പരമാധികാരിയായ ഉടമ ജന്മിയാണെന്നും ആ നിലയിൽ അയാളാ വശ്യപ്പെടുന്ന വിധത്തിൽ ഉൽപാദനത്തിന്റെ വലിയൊരു വിഹിതം കൈപ്പറ്റുവാൻ അയാൾക്കധികാരമുണ്ടെന്നുമുള്ള ആശയം, അക്കാലത്ത്, നാട്ടുനടപ്പുമാത്രമായ തദ്ദേശീയ സമ്പ്രദായങ്ങളുടെ മീതെ, ചരിത്രപര മായി തീർത്തും വ്യത്യസ്തമായ സ്വത്തവകാശങ്ങളെ ആധാരമാക്കുന്ന യൂറോപ്യൻ ആശയങ്ങൾ ഒട്ടിച്ചുവച്ചതിനാലുള്ള അബദ്ധത്തിൽ നിന്നു മുണ്ടായിട്ടുള്ളതാണ് ".

മണ്ണിന്റെ പരമാധികാരിയല്ല പങ്കുകാരിലൊരാൾ മാത്രമാണ് യഥാർഥത്തിൽ ജന്മി. ആ ഓഹരിക്ക് മുഖ്യമായ പ്രാധാന്യമുണ്ട്. ആ ഓഹരിയാണ് കൃഷിഭൂമിയുൾപ്പെടുന്ന ദേശത്തിലെ എല്ലാവരുടേയും ക്ഷേമ ജീവിതത്തെ മേൽനോട്ടം ചെയ്യാനും സംരക്ഷിക്കാനും വേണ്ടി യുള്ളത്. അത് നിർവഹിക്കുന്ന ഔദ്യോഗികപദവിയാണ് ജന്മിയുടേത്. ഉൽപാദനത്തിൽ നിന്നുള്ള ഒരോഹരി പാട്ടമായി അഥവാ പാടിന്റെ (പത് = ഉടമ) ഓഹരിയായി ജന്മി (ഉടമ)യിലെത്തിച്ചേരുന്നു. 'ഉടമ 'യെന്ന ഈ പദവി സാമൂഹ്യമാണ്, സ്വകാര്യമല്ല. ചരിത്ര രൂപീകരണത്തിനിടെ അത് മാറിമറിയുകയും ഭൂമി ജന്മിയുടെ സ്വകാര്യ സ്വത്തായിത്തീരുകയും ചെയ്തു.

കാർഷിക ജനവിഭാഗങ്ങളായ അടിയാളർ, കുടിയാന്മാർ, കാരാളർ എന്നിവർക്കനുസൃതമായി അടിയായ്മ, കുടിയായ്മ, കാരാണ്മ എന്നിങ്ങനെ ഊരാണ്മാവകാശരീതികൾ വേർതിരിച്ച് പ്രതിപാദിക്കപ്പെട്ടു. ദേശവാ ഴികൾ മുതൽ ദരിദ്രകർഷകർ വരെ കാരാളർ വിഭാഗത്തിൽ പെടും. ഒരു ഘട്ടത്തിൽ ബ്രാഹ്മണർ ഈ വിഭാഗങ്ങളെയെല്ലാം കാൽക്കീഴിലാക്കി. കൃഷിസ്ഥലത്ത് കുടികൾ കെട്ടി താമസിച്ച് കൃഷി നടത്തിയവരാണ് കുടിയാന്മാർ. കുടികിടപ്പവകാശം ഇവർക്കുണ്ട്. അധ്വാനം മാത്രം അവകാ ശമായിട്ടുള്ളവർ അടിയാന്മാർ. ഇവർ മണ്ണിൽ നേരിട്ട പണിയെടുത്തു. ഭൂമി കൈമാറ്റം ചെയ്യുമ്പോൾ അടിയാളരേയും കൈമാറിയിരുന്നതായി ശാസനങ്ങൾ വ്യക്തമാക്കുന്നു.

കൃഷി ചെയ്യാനായി ഭൂമി ലഭിക്കുന്ന കർഷകന് പാരമ്പര്യമായി കൈവശംവയ്ക്കാനും അനുഭവിക്കാനുമുള്ള അവകാശമാണ് 'ജന്മം' എന്ന നിലയിൽ പിന്നീട് വ്യവസ്ഥ ചെയ്യപ്പെട്ടത്. വേദ ബ്രാഹ്മണരുടെ വരവോടെയാണ് ഇത് നടപ്പിലായതെന്ന കരുതപ്പെടുന്നു.

ജന്മിയെന്ന അവകാശം വിളവ് ചൂഷണം ചെയ്യുന്നതിനപ്പുറം വിളയിക്കുന്നതിലോ ഉല്പാദന സാമഗ്രികൾ വികസിപ്പിക്കുന്നതിലോ സമൃദ്ധി പ്രാപ്തമാക്കുന്നതിലോ വളരുന്നില്ല. അക്കാരണത്താൽ ഫ്യൂഡൽ ഘടന പാരിസ്ഥിതികമുരടിപ്പിലേക്കാണ പതിക്കുക. അത് പക്ഷെ ഫ്യൂഡലിനെ അലട്ടുന്ന വിഷയമല്ല. അവരെ സംബന്ധിച്ച് വെറും രണ്ടു സംഗതികൾ സ്ഥായിയായി ഉണ്ടാവണം. അവരുടെ ജീവിതസമൃദ്ധിക്കാവശ്യമായ ആഹാരപോഷകങ്ങളും വസ്ത്രക്കളും മുടങ്ങാതെ ലഭ്യമാകണം. അതിന് വിയർപ്പൊഴുക്കാൻ സന്നദ്ധരുമല്ല. പകരം അധ്വാനിക്കുന്നവരെ, കർഷകരെ, കുടിയാന്മാരെ ഉപകരണമാക്കുന്നു. രണ്ടാമത്തേത് തങ്ങളുടെ കാൽക്കീഴിലെ ഭൂമി അന്യാധീനപ്പെടാനും പാടില്ല. തലമുറകളായി കൃഷിഭൂമി മൊത്തം അവരുടെ അധീനതയിൽ നിലനിർത്തുകയും വേണം. അത് ദൃഢപ്പെടുത്താനുള്ള നിയമ വ്യവസ്ഥകളാണ് കാലോചിതമായി കൊരുത്തു കൊണ്ടിരുന്നത്. അതിനു വേണ്ടി പാലിക്കപ്പെട്ട സുപ്രധാനമായ ഉല്പാദന വിനിമയ രീതിയായിരുന്നു കാണപ്പെട്ട സമ്പ്രദായം.

ജന്മിയിൽ നിന്നും കുടിയാൻ ഏറ്റെടുക്കുന്ന വാസ്തവിനും അതിനു പകരം കൊടുക്കുന്ന ഇകക്ഷ്യം കാണം എന്ന വിവക്ഷ നൽകാറുണ്ട്. നികുതിയെന്ന പൊതുവായ അർത്ഥത്തിലും 'കാണം' പ്രയോഗത്തിലുണ്ടായിരുന്നു. മലബാറിലെ നാട്ടുവാഴികളുടെ കാണവസ്തുക്കളിൽ ചുങ്കം, പിഴ, കോഴ, തപ്പ്, പുരുഷാന്തരം, പെണ്ണകാഴ്ച, ദത്തുകാഴ്ച, പൊന്നരിപ്പ്, അടിമപ്പണം, തലപ്പണം, വലപ്പണം എന്നിവയെല്ലാം പെട്ടിരുന്നു. അറക്കൽ ബീവി തന്റെ പൂച്ചകൾക്ക് തീറ്റി കൊടുക്കാനായി പൂച്ചക്കാണം എന്ന പ്രത്യേക നികുതി ഏർപ്പെടുത്തിയിരുന്നല്ലൊ. കാണക എന്ന ദ്രാവിഡപദത്തിൽ നിന്ന് കാണം ഉണ്ടായെന്നാണ് ഗുണ്ടർട്ടിന്റെ നിരീക്ഷണം. ഉണ്ടാക്കിയ എന്നർത്ഥത്തിലേക്കും പിന്നീടത് വികസിച്ചു. നീർകാണം, ഒപ്പകാണം, കഴിക്കാണം, നടക്കാണം, ഒറ്റിക്കാണം, കുറ്റിക്കാണം, വെട്ട കാണം എന്നെല്ലാം പ്രമാണങ്ങളിൽ പരാമർശിക്കപ്പെടുന്നുണ്ട്. കാണത്തിന് ഭൂമി കൈമാറുമ്പോൾ അവകാശികളും ബന്ധുക്കളും മറ്റ സാക്ഷികളും കരണത്തിൽ ഒപ്പിടണം. കരണം എഴുതുന്നവന് 'ഇഴിക്കാണ'വും ഒപ്പിട്ട നവർക്ക് 'ഒപ്പകാണ'വും കൊടുക്കണം. കൃഷി ചെയ്യാൻ പാകത്തിൽ പുന മൊരുക്കുമ്പോൾ മുറിച്ച് മാറ്റിയ മരങ്ങളുടെ കുറ്റികൾ എണ്ണിക്കണക്കാക്കി കാണം തീർച്ചപ്പെടുത്തുന്ന രീതിയുണ്ട്; കുറ്റിക്കാണം എന്നറിയപ്പെടുന്നു.

വെറും പാട്ടഭൂമിയിലെ കൃഷിയുടെ പ്രതിഫലം നിശ്ചയിച്ച കാണമായി കണക്കാക്കിയാൽ അതു വെട്ടുകാണം അഥവാ ചമയക്കാണം എന്ന റിയപ്പെട്ടിരുന്നു.

ഉൽപാദന -സമാഹരണ-വിതരണതലങ്ങളിലെല്ലാം തല തിരിഞ്ഞ ചട്ടവട്ടങ്ങളാണുണ്ടായിരുന്നത്. കൃഷിഭൂമി സമ്പൂർണമായും പ്രയോജന ക്ഷമമാക്കാതെ തരിശിനിട്ടുക, കൃഷിയോടു പ്രതിബദ്ധതയുള്ള കർഷകന് ഭൂമി വിട്ടു നൽകാതിരിക്കുക, വിട്ടു നൽകിയാൽ തന്നെ വിളവിന്റെ ഭീമമായ ഓഹരി തട്ടിയെടുക്കുക... തുടങ്ങിയ കാർഷികമുരടിപ്പിന്റെ പ്രവണതകളാണ് പൊതുവെ നില നിന്നത്. കർഷകന് വിളവിറക്കാൻ വിട്ടു കൊടുക്കുന്ന ഭൂമിയിലുള്ള പൂർണാധികാരവും വിളവിന്റെ നിശ്ചിതഒ ഹരിയിന്മേലുള്ള അവകാശവുമാണ് 'കാണം' എന്ന ഭൂ വ്യവസ്ഥയിലൂടെ സംരക്ഷിക്കപ്പെടുന്നത്.

കൃഷിയിടങ്ങളായി പാകപ്പെടുത്തുന്ന വെറുംപാട്ടഭൂമിയിൽ കുടിയാ നുണ്ടാക്കുന്ന കുഴിക്കൂർ ചമയങ്ങൾ (കുടിയാൻ ഭൂമിയിൽ വിളയിക്കുന്ന ഈടാദായങ്ങൾ) വില നിശ്ചയിച്ച കാണമായി ചാർത്തുന്ന അവകാ ശമാണ് കുഴിക്കാണം അഥവാ ഒറ്റി. ഭൂമിയുടെ വില നിശ്ചയിച്ച് ഒറ്റി കൊടുക്കുന്നതിനെയാണ് ചേരാ ഒറ്റി, ഒറ്റി വാങ്ങിയ ഭൂമി മറ്റൊരാൾക്ക് വിൽകുന്നതിനെ ചിറ്റൊറ്റി എന്നൊക്കെ പറഞ്ഞിരുന്നത്.

നിശ്ചിതമായ പ്രതിഫലം ഉറപ്പിച്ച കൃഷി നടത്താനുള്ള അവകാശം മറ്റൊരാളെ ഏല്പിക്കുന്നതിനെ 'പാട്ട'മെന്നു പറയുന്നു. ചിലയിടങ്ങളിൽ ഭൂമി പാട്ടക്കാരനു പണയമായി നൽകുന്ന രീതിയുണ്ട്. ബ്രാഹമണർക്കി ടയിൽ കാണപ്പാട്ടമെന്നും മറ്റുള്ളവർക്കിടയിൽ 'പിടിപാട് പാട്ട'മെന്നും ഈ രീതി അറിയപ്പെടുന്നു. വിളവിന്റെ ഒരു പങ്ക് സ്ഥിരമായി നൽകി പ്പോരുന്ന പാട്ടരീതിയുണ്ട്. സാധാരണ ഒന്നു മുതൽ മൂന്നു വർഷത്തേക്ക് നൽകി വന്നിരുന്ന കാലാവധി വ്യാഴവട്ടമായി വർധിക്കാറുണ്ട്. ക്രി. വ. 917 ലെ തളിക്ഷേത്രരേഖയിലാണ് പാട്ടം എന്ന പദം ആദ്യമായി പ്രയോഗിച്ച കാണുന്നതെന്ന് ചരിത്രകാരന്മാർ ചൂണ്ടിക്കാട്ടുന്നു.

പണ്ടുമുതലേ നിലവിലുള്ള നികുതി സമ്പ്രദായമാണ് പാട്ടം. കുടിയാൻ ജന്മിക്ക നൽകുന്ന വിളവിന്റെ വാർഷികവിഹിതമാണിത്. നിലമുടമയെ ന്ന വ്യാജപദവിയാണ് ഇത് നേടാനുള്ള ഒരു ന്യായം. അധികാരത്തിന്റെ മുഷ്കാണ് ഇതിന്റെ അന്യായം. ചരിത്രപരമായ വിശകലനത്തിൽ ഒരാൾ എങ്ങനെ ജന്മിയായി, ഒരാളെങ്ങനെ കുടിയാനായി എന്നതി ന്റെ പൊരുൾ വ്യർഥമായി മാറും. മണ്ണിൽ പാട്ടപെടുന്നവർ കുടിയാന്മാർ മാത്രമാണ്. ഭൂമിയുടെ സംരക്ഷകരും അവരാണ്. കാട്ടുവെട്ടിത്തെളിച്ച് കൃഷിക്ക പരുക്തമാക്കുന്നവരും അവരാണ്. ആ മണ്ണിൽ പിറന്നവരും

അവരാണ്. അവർക്കെത്തെകൊണ്ട് പിറന്ന മണ്ണിൽ അവകാശമില്ലാ
തായെന്നത് ചരിത്രത്തിന്റെ ഒരു ഫലിതം. അതേസമയം ആ മണ്ണിൽ
അവരധ്വാനിച്ചുണ്ടാക്കുന്ന മേനി തൊണ്ണൂറുശതമാനവും ഇപ്പറഞ്ഞ
യാതൊരർഹതയുമില്ലാത്ത ഫ്യൂഡൽ പ്രഭ സ്വന്തമാക്കുന്നു. 'വെറും
പാട്ടം' എന്ന അവശേഷപ്രമാണത്തിന്റെ ശേഷിക്കുന്ന പൊരുളാണ്
കുടിയന്റെ ജീവിതം. ഫ്യൂഡൽത്തമ്പുരാന വേണ്ടി കുടിയന്റെ പ്രാണൻ
ഏച്ചുകെട്ടാനുള്ള അഷ്ടി മാത്രമായി അവശേഷിക്കുന്ന ധാന്യത്തിൽ നിന്നു
മറ്റനേകം നികുതികളും വീട്ടുവാനുമുണ്ട്. വെറുംപാട്ടപ്രകാരമുള്ള കൃഷിയിട
ത്തിൽ സ്ഥായിയായ വിളകളുണ്ടാക്കുന്നതിന് കുടികിടപ്പുകാരന് അവകാ
ശമുണ്ടായിരിക്കില്ല. പുതിയ കുടിയാനെ അവിടെ പകരം ഇരുത്താവുന്ന
'മേൽച്ചാർത്ത്' അധികാരം ഭൂവുടമക്ക് പ്രയോഗിക്കാമെന്നതിനാൽ
കഴിക്കൂർചമയങ്ങൾ ഉണ്ടാക്കിയിട്ടും ഫലമൊട്ടില്ലതാനും.

വ്യവസ്ഥ ചെയ്യപ്പെട്ട നികുതികൾക്കു പുറമെ അക്രമപ്പിരിവുകൾ
കർഷക സമൂഹത്തെ വരിഞ്ഞുമുറുക്കി. -വാരവും പാട്ടവും മുറപ്രകാരം
വസൂലാക്കുന്നതിനു പുറമെ, അടച്ചതിനു രസീതി നൽകാതെയും പലവി
ധത്തിൽ കുടിയായ്മാ വ്യവസ്ഥകളിൽ കൃത്രിമത്വം കാട്ടും.

- കഴിക്കാണം വ്യവസ്ഥപ്രകാരം കാലാവധി പന്ത്രണ്ട് വർഷമെങ്കിൽ,
അതിനിടയിൽ തന്നെ കരാറിന്റെ 'പൊളിച്ചെഴുത്ത്' കൃഷിക്കാരെക്കൊ
ണ്ട് നിർബന്ധപൂർവം ചെയ്യിക്കും. അതു വഴി പാട്ടവർധന വസൂലാക്കും.
കാണാധാരം പുതുക്കിക്കൊടുക്കുന്നതിന്റെ പേരിൽ ആചാരത്തുകയും
ജന്മി കൈപ്പറ്റും. ഒരുഭൂമിയിൽ ഒരാണ്ടിൽ വിളവിറക്കിയാൽ ഏതാനും
വർഷങ്ങൾ കഴിഞ്ഞേ വീണ്ടും വിളവിറക്കൂ. പുനംഭൂമിയിൽ പന്ത്രണ്ട്
വർഷം വരെ ഈ ഇടവേള നീണ്ടു പോകാം. ജന്മിയും കുടിയാനും ഉൽപ
ന്നവിഹിതം പങ്കുവയ്ക്കുന്നത് ഒരു നിശ്ചിത കാലാവധി (ഈ ടാദായങ്ങളു
ണ്ടാക്കാനുള്ള ശരാശരി കാലയളവ്) കഴിഞ്ഞാണ്. അതുവരെ ഓരോ
ആണ്ടിലും ചെറിയ പ്രതിഫലം നൽകി ജന്മിയെ ആദരിക്കണം.

- വാരം അളക്കുമ്പോൾ ഉണങ്ങിക്കഴിഞ്ഞാൽ അളവു തികയാനെന്ന
ന്യായേന മൂന്നോ നാലോ പറ അധികമെടുക്കും. ഉണക്കവാശി - ചുര
ക്കത്തിൽ വാശി എന്നാണ് ഈ അന്യായത്തെ വിശേഷിപ്പിച്ചിരുന്നത്.
- ഓരോ പറ അളക്കുമ്പോഴും പ്രാചീന എണ്ണൽ രീതിയനുസരിച്ച്
ഓരോ പിടി മാറ്റി മാറ്റി വയ്ക്കും. ആ ചെറുക്കുനകൾ എണ്ണി നോക്കിയാണ്
മൊത്തം അളവ് കണക്കാക്കുന്നത്. മാറ്റി വച്ചത് ജന്മിയെടുക്കും. ' നരി'
യെന്നാണിതിന് പറയുക. -പുറമെ ഓരോ പത്തു പറയ്ക്കും മുക്കാലിടങ്ങഴി
വീതം ഒരോഹരിക്കൂടി ജന്മിക്ക നൽകണം - 'മുക്കാൽ' (കാര്യസ്ഥ ഓഹരി)
എന്ന പേരിൽ.

- കൃത്യമായി പത്ത് ഇടങ്ങഴി കൊള്ളുന്ന പറ ഉപയോഗിച്ചാവില്ല വാരമളക്കുന്നത്. അതു കാരണം പത്തിന് പതിമ്മൂന്ന് വാരം കൊട്ട ക്കേണ്ടി വരുന്നു. കുടിയാന് കടം നൽകുമ്പോൾ ചെറിയ പറയും തിരിച്ച വാങ്ങുമ്പോൾ വലിയ പറയും തരം പോലെ ഉപയോഗിക്കും. പലിശ മാത്രമല്ല, കള്ളപ്പലിശയും അറിഞ്ഞും അറിയാതെയും കൊട്ടക്കേണ്ടി വന്നു. 'കള്ളപ്പറ'യെന്നാണ് ഈ നടപ്പിന്റെ പേര്.

- പാടത്ത് വിത്തിറക്കാനും വിളവ്വ് കൊയ്യാനും ജന്മിയുടെ അനുമതി തേടണം. കാഴ്ചവച്ച് പ്രീതിപ്പെടുത്തിയാലേ അനുവാദം കിട്ടൂ. വാഴക്കുല, നാളികേരം, ചേന, ചേമ്പ്, നെയ്യ്, വെറ്റില, അടയ്ക്ക, കോഴി അങ്ങനെ ഉപഭോഗ ദ്രവ്യങ്ങൾ ഓണം, വിഷു തുടങ്ങിയ വിശേഷ ദിനങ്ങളിലും വേണം. ജന്മി ഗൃഹത്തിലെ ജനനം, മരണം, ശ്രാദ്ധം, പിറന്നാൾ തുടങ്ങിയ വിശേഷ മുഹൂർത്തങ്ങളിലും ഈ നടപ്പ് തുടരണം. വേളി, കല്യാണം, ഉപനയനം, ചോറൂണ്, സമാവർത്തം, പിണ്ഡം, മാസം തുടങ്ങിയ അടി യന്തിരങ്ങളിൽ ഭക്ഷണം പാകം ചെയ്യാനുള്ള സാമഗ്രികളും ഇലയും തൈരുമുൾപ്പെടെ കുടിയാന്മാരെത്തിക്കണം. കാര്യനിർവഹണച്ചെലവും കുടിയാൻ വഹിക്കണം- 'അടിയന്തിരപ്പണം'.

- ക്ഷേത്രോത്സവത്തിനു അർപ്പിക്കേണ്ടുന്ന കാഴ്ചദ്രവ്യങ്ങളും ഊരാളനായ ജന്മിയുടെ കാൽക്കൽ വച്ച് രസീതി വാങ്ങണം. ഈ സമ്പ്രദായമാണ് 'വച്ച കാണൽ '. - ക്ഷേത്ര പരിചരണത്തിനു വേണ്ടി 'കഴകപ്പണം' നൽകണം.

-കുടിയാൻ വിളയിക്കുന്ന വിഭവങ്ങൾ മാത്രമല്ല, മരത്തടികളും ജന്മിയ്ക്കുള്ളതാണ്. ഗൃഹ നിർമാണത്തിനാവശ്യമായ മരം കുടിയാന്റെ പറമ്പിൽ നിന്നും യാതൊരു പ്രതിഫലവും നൽകാതെ മുറിച്ചെടുക്കും. -കുടിയാന്റെ ആവശ്യത്തിനാണ് മുറിച്ചെടുത്തതെങ്കിൽ മരക്കുറ്റികളുടെ എണ്ണം കണക്കാക്കി 'കുറ്റിപ്പണം' ജന്മിക്ക് നൽകണം - കൃഷി ചെയ്യാൻ പുനം ലഭിക്കണമെങ്കിലും കുടിയാൻ ജന്മിയുടെ ഇംഗിതമറിഞ്ഞ് ' തിരു മുൽക്കാഴ്ച' വയ്ക്കണം.

-മുൻകൂർ പണവും (മാനുഷം) നൽകിയാലേ കൃഷിയിറക്കാൻ അംഗീകാരം കിട്ടൂ.

-ഭൂമി അനുവദിക്കുന്ന ദിവസം ആവശ്യക്കാർ ജന്മിക്ക് സ്ഥല ഗുണമനുസരിച്ച് 'ശീലക്കാശ് ' (അധികാരി ബത്ത) നൽകുകയും വേണം. - കുടിയാന് 'കുറ്റിപ്പനാവകാശം ' ലഭിക്കുമ്പോൾ വാക്കാലു ള്ള രേഖ മാത്രമേ ജന്മി നൽകൂ; പട്ടോല (കൈമാറ്റരേഖ -മുദ്രോല/ വെള്ളോല എന്നിങ്ങനെ)കൾ നൽകില്ല. കൃഷി ചെയ്യാൻ അനുവദി ക്കപ്പെടുന്ന പുനം പ്രദേശത്തിന്റെ അതിര് നിശ്ചയിക്കുന്നത് കുറ്റികളെ

അടിസ്ഥാനപ്പെടുത്തിയായതിനാലാണ് ആ പേര വന്നത്. ഈ അവകാശം നേടിയെടുക്കാൻ കുടിയാൻ 'കുറ്റിപ്പണം' നൽകണം.

- കുറ്റിപ്പനാവകാശം ലഭിച്ചാലും സ്വതന്ത്രമായി അധ്വാനിക്കാവില്ല. കാട്ടുവെട്ടിത്തെളിച്ച് പാകപ്പെടുത്താൻ 'കത്ത്യാൾ പണം' അടക്കണം. അംശം അധികാരിക്ക് കത്തി വാൾ കൊടുത്ത് അംഗീകാരം വാങ്ങിക്കേ ണ്ടതുണ്ട്. - സ്ഥലം ചുണ്ടിക്കാട്ടാൻ വരുന്ന കാര്യസ്ഥനും നൽകണം ഒരു തുക. വിളവ്വ കണക്കാക്കുന്നതും കാര്യസ്ഥന്റെ ചുമതലയാണ്. അപ്പോഴും പണമോ, മദ്യമോ നൽകി അയാളെ പ്രീതിപ്പെടുത്തണം.

- മേൽനോട്ടക്കാർക്ക വേണ്ടി 'കങ്കാണി' കൊടുക്കണം.

- മധ്യവർത്തികൾക്ക 'തരകപ്പണം' നൽകണം.

- പുനം പ്രദേശം പ്രകൃത്യാ കാട്ടുതീ കയറി വെടിപ്പായിട്ടുണ്ടെങ്കിൽ അതിന്റേയും നേട്ടം ജന്മിക്കാണ് - 'തീപ്പണം' അടക്കണം.

- കാട്ടിലെ വിഭവങ്ങൾ ശേഖരിച്ചാലും ജന്മിക്ക് കാണിക്ക വയ്ക്കണം.

- ജന്മിയുടെ മനയിൽ കലാപരിപാടികൾ നിശ്ചയിച്ചാൽ അതിന്റെ ചെലവ്വും കുടിയാനാണ് നൽകേണ്ടത്. 'കളിപ്പണം' എന്ന പേരിൽ. കളി കണ്ടാലുമില്ലേലും കളിപ്പണം അടച്ചേ പറ്റൂ.

- കളിദിവസം യജമാനന്റെ മുന്നിൽ പൊലിത്തട്ടുണ്ടാവും. ഭക്തി പുരസ്സരം അതിൽ നാണയങ്ങൾ നിക്ഷേപിക്കണം. മണിനാദമുയരും, ജന്മിയുടെ മന്ദഹാസവും. ഈ സമ്പ്രദായമാണ് 'പൊലിപ്പണം'.

- ശവപ്പണം, കുട്ടിപ്പണം, കാലിപ്പണം തുടങ്ങി അക്രമപ്പിരിവുകൾ അനവധിയാണ്. മുറപ്രകാരവും അല്ലാത്തതുമായ കരങ്ങളെല്ലാം മുറതെ റ്റാതെ പാലിക്കണം. വരൾച്ച വന്നാലും പ്രളയക്കെടുതിയിൽ പെട്ടാലും വ്യാധികൾ പിടിപെട്ട് കുടിയാന് അധ്വാനിക്കാൻ സാധിച്ചില്ലെങ്കിലും അടക്കുന്നതിൽ വീഴ്ച പാടില്ല. കുടിയാനുമായുള്ള ഇടപാടുകളെല്ലാം എഴുതി വയ്ക്കാൻ 'തെരട്ട ബുക്ക'ണ്ട്. എവിടേയെങ്കിലും കുടിശ്ശിക കണ്ടാൽ കുടിയാന്റെ പുരയിൽ കാര്യസ്ഥനെത്തും. പടിയിൽ 'കല്ലും തോലും' വയ്ക്കും. പകലന്തിയോളം പണിയെടുത്തു തളർന്നെത്തുന്ന കുടിയാൻ കല്ലും തോലും കണ്ടാൽ ഉടനെ ജന്മി ഗൃഹത്തിൽ ഹാജരാകണം.

∗∗∗

സഹസ്രാബ്ദങ്ങൾ പഴക്കമുള്ള കാർഷിക സംസ്കൃതിയുടേയും വാണിജ്യ വികാസത്തിന്റേയും സിരാകേന്ദ്രമാണ്, ഉത്തര മലബാർ, വിശേഷിച്ച ശ്രീകണ്ഠപുരം ആസ്ഥാനമായുള്ള മലയോരഭൂമിക. കാർ ഷികോൽപാദനത്തിന്റേയും വനസമ്പത്തിന്റേയും തേക്ക്, ചന്ദനം,

കുരുമുളക് തുടങ്ങി വിശേഷ ഉൽപന്നങ്ങളുടേയും സമൃദ്ധിയാൽ വിശ്വവാ
ണിജ്യ ശക്തികളുടെ ആകർഷണകേന്ദ്രമായിരുന്ന ബി. സി. യുഗങ്ങൾ
തൊട്ടേ ഈ ദേശം. പ്രാചീന അറേബ്യൻ, റോമൻ, ഗ്രീക്ക് ദേശങ്ങളെല്ലാം
നമ്മുടെ മലനാടിന്റെ നൈസർഗിക കലവറയാൽ വശീകരിക്കപ്പെട്ടു.

ആവാസ നിർമിതിയുടെ കാലയളവ് മാനദണ്ഡമാക്കിയാൽ, ഒരു
പുതിയ ജനതയല്ല ഈ ദേശക്കാർ. ജന സംസ്കൃതിയുടെ പഴക്കം
സഹസ്രാബ്ദങ്ങളുടേതാണ്. ക്രിസ്തുവിനു മുമ്പുള്ള ശതകങ്ങളിലെ വിശ്വവാ
ണിജ്യ ഭൂപടത്തിലിടം പിടിക്കുംവിധം അതിപ്രാചീനമായപൗരാണികത
ക്ക് അടിത്തറയിട്ട ചരിത്രമഹിമ ഈ ദേശത്തിനുണ്ട്. അതിന്നാവശ്യമായ
സാമൂഹിക സംസ്കൃതി ഇവിടെ വളർച്ച പ്രാപിച്ചിരുന്നു. ഉൽപാദനരീ
തികൾ, സാമൂഹിക ബന്ധങ്ങൾ, സാങ്കേതിക സാമഗ്രികൾ, വിഭവശേഷി,
സ്വകാര്യ സ്വത്തിന്റെ കാഴ്ചപ്പാട്, സമ്പാദ്യശീലം, വാണിജ്യസംസ്കാരം,
ദേശാന്തരവാണിജ്യത്തിന്റെ വ്യാപനങ്ങൾ, കമ്പോള മത്സരം, അധികാര
നിർമിതികൾ, സാമ്പത്തിക ശാക്തീകരണങ്ങൾ, സംരക്ഷണ സംവിധാ
നങ്ങൾ, സൈന്യശക്തി, പ്രതിരോധകോട്ടകൾ, അധികാരവും സമ്പത്തും
കയ്യടക്കാനുള്ള യുദ്ധങ്ങൾ, വെട്ടിപ്പിടുത്തങ്ങളും സാമ്രാജ്യ മോഹങ്ങളും,
ഭൂവുടമാവകാശങ്ങളുടെ വിവിധ പരിണാമരീതികൾ, എന്നിങ്ങനെയുള്ള
സാമൂഹികാനുഭവങ്ങളുടെ ഉള്ളടക്കമുള്ള നീണ്ടചരിത്രമുള്ള ജനതയാണ്
ഈ ദേശത്തുള്ളത്. ആസൂത്രിതമായ സാമൂഹികവ്യവസ്ഥ പ്രാചീനകാ
ലത്തു തന്നെ ഇവിടെ പ്രബലമാണ്. സാമൂഹികമായ സുദൃഢീകരണം
സമഗ്രത പ്രാപിച്ചതിന്റെ ദൃശ്യമാണ് പ്രാചീനകാലസാഹിത്യകൃതികളും
മറ്റും ചിത്രീകരിച്ചിട്ടുള്ളത്. ചരിത്രം കടന്നു വന്ന അതിമഹത്തായൊരു
സാമൂഹിക പരിപ്രേക്ഷ്യത്തിന്റെ ആഭ്യന്തര ഘടനയിലേക്കും വികാസ
ഘട്ടത്തിലേക്കും ചൂണ്ടുന്നവയാണ് സംഘകാലകൃതികളുൾപ്പെടെ, അത്ത
രത്തിലുള്ള ചരിത്രോപദാന സൃഷ്ടികൾ.

സംഘകൃതികളുടെ കാലഗണന BC 300 നും AD 200 നുമിടയിലാ
ണെങ്കിൽ, അക്കാലത്തു തന്നെ, ആ സൃഷ്ടികളില്ലൂടെ പ്രദർശിതമാകുന്ന
മലനാടിന്റെ സാമൂഹിക പരിണാമത്തിന്റെ ഘടന അതിശയിപ്പിക്കുന്ന
താണ്. സ്വയംപര്യാപ്തമായ ഒരാവാസവ്യവസ്ഥ ഓരോ ദേശ പരിധിയും
എത്ര പ്രാഗത്ഭ്യത്തോടെ ചിട്ടപ്പെടുത്തിയിരുന്നുവെന്ന് വ്യക്തമായി
കാണാം. പ്രാചീന കാവുകളിൽ കേന്ദ്രീകരിച്ച സംവിധാനങ്ങളുടെ
ഘടനയും ഗോത്രഘടനയിലധിഷ്ഠിതമായ സാമൂഹികവ്യവഹാരത്തിന്റെ
രീതികളും ചരിത്രരഥത്തെ മുന്നോട്ട നയിച്ച ശാക്തികവ്യവസ്ഥകളാണ്.
കാവുതട്ടകങ്ങളുടെ ചരിത്രപരമായ ആത്മാവിന്റെ പൊരുളുകളാണ്
നമ്മുടെ ദേശസംസ്കൃതിയെ നിർണയിച്ചത് എന്ന വിലയിരുത്തിയാൽ

തെറ്റല്ല. അതിപ്രാചീനമായ സാമൂഹ്യാധികാര കേന്ദ്രങ്ങളാണ് കാവുകൾ. കലയുടേയും അനുഷ്ഠാനത്തിന്റേയും ആദിമ സ്ഥാനത്തിനപ്പുറം അധികാരത്തിന്റേയും സാമൂഹ്യാധാനത്തിന്റേയും ചരിത്രപരമായ വേരുകൾ ആവിർഭവിച്ച അടിസ്ഥാന ഘടകം കൂടിയാണവ. മനുഷ്യനേയും പ്രകൃതിയേയും ബന്ധിപ്പിക്കുന്ന ആത്മീയകേന്ദ്രമെന്ന നിലക്കും സാമൂഹ്യബന്ധത്തിന്റെ സ്വാഭാവിക ധ്രുവീകരണവുംവികാസവും, ഭരണനിർവഹണം, അധികാര വിന്യാസം, പ്രാചീനനിർമിതികളുടെ പരീക്ഷണശാല എന്നിങ്ങനെ സകലതിന്റേയും ആദിതട്ടകമെന്ന നിലക്കും കാവുകൾക്ക പ്രസക്തിയുണ്ട്. ഊരുകളുടേയും തറകളുടേയും ഉറവിടം അവിടെ ഇടങ്ങുന്നു. ആവാസപ്രരൂപങ്ങളുടെ സാമൂഹ്യസംവിധാനം നിറവേറ്റപ്പെട്ടത് അവിട്ടന്നാണ്. ജനജീവിതത്തേയും സാമൂഹ്യ നിയമങ്ങളുടെ സവിശേഷ ബന്ധങ്ങളേയും അതിന്റെ പ്രാചീന സൂക്ഷ്മതയോടെ കൃത്യമായി രേഖപ്പെടുത്തിയതാണ് നമ്മുടെ ഒട്ടമിക്ക പുരാവൃത്തങ്ങളും.

ഭൂമിശാസ്ത്രപരമായും സാംസ്കാരികമായും സൂക്ഷ്മാംശത്തിൽ പ്രതിഫലിക്കുന്ന പുരാണകൃതികളും തെയ്യം തോറ്റംപാട്ടുകളും ഗോത്ര സാരാംശങ്ങളടങ്ങിയ കലാരൂപങ്ങളും അന്നത്തെ ആവാസഘടനയെ സത്യസന്ധമായി നിജപ്പെടുത്തുന്നു. പിൽക്കാലത്ത് അധികാര പ്രാമാണികത്തം അതിന്മേൽ വെട്ടിത്തിരുത്തലുകൾ വരുത്തിയെങ്കിലും അവയെ അപഗ്രഥനം ചെയ്താൽ യഥാർഥസാരാംശങ്ങൾ വ്യക്തമാകും.

അപ്രകാരം സാമൂഹ്യാധാനത്തിന്റെ അടിസ്ഥാന ശിലകളും ജീവിത വ്യവസ്ഥകളുടെ ചരിത്രപരമായ സ്വത്വനിർണയങ്ങളും സാമൂഹ്യവിഭജനങ്ങളുടെ പരിണതികളും ചരിത്രത്തെ രൂപപ്പെടുത്തിയതിന്റെ രൂപരേഖ തിരിച്ചറിയാം. അധ്യാനപ്രക്രിയകളുടെ വിവിധ തട്ടകളിൽ ജനവിഭാഗങ്ങൾ വിന്യസിക്കപ്പെട്ടുയും അടിമകളും ഉടമകളുമായി ഉരുത്തിരിഞ്ഞയും ചെറുകർഷകരും കർഷകത്തൊഴിലാളികളും ഉഴവരും (നിലമുഴുന്നവർ) ഊരാളികളും (ചെറുഭൂവുടമകൾ) അടങ്ങുന്ന ഫ്യൂഡൽബന്ധങ്ങളാരംഭിച്ചയും കച്ചവടക്കാരും വിതരണക്കാരുമടങ്ങുന്ന വാണിജ്യശാഖ പൊട്ടിമുളച്ചയുമായ സാമൂഹ്യതലത്തിന്റെ ഊടുംപാവും ഒരുക്കപ്പെട്ട തെങ്ങനെയെന്നു മനസ്സിലാക്കാം. എട്ടക്കുന്ന തൊഴിലനുസരിച്ചുള്ള സമുദായവിഭജനങ്ങളോ നിയമ സംഹിതകളോ അന്ന് പാകപ്പെട്ടിരുന്നില്ല. അധ്യാനം മാത്രമായിരുന്ന വിഷയം. അന്നത്തെ ജനത ശീലിച്ച സാമൂഹ്യബോധവും ഉൽപാദന ശേഷിയും മികച്ച കാർഷിക സംസ്കൃതി സംജാതമാക്കി. അതിലേക്ക് അവരെ പ്രാപ്തരാക്കുന്ന അതിദീർഘമായ പുരാതനദേശ പാരമ്പര്യം പശ്ചാത്തലമായുണ്ടായിരുന്നു. കുന്നിൻ ചെരിവുകൾ തെളിച്ച് പുനംകൃഷിയൊരുക്കിയ പ്രാഥമിക ഘട്ടത്തിൽ നിന്ന് സമതലങ്ങളിൽ

വിശാലമായ നെൽപ്പാടങ്ങളൊരുക്കുന്നതിലേക്കുള്ള വളർച്ച മനുഷ്യപ്ര കൃതിയുടെ വികാസം തന്നെയാണ്. അത്തരം നെൽപ്പാടങ്ങളെ അതിപു രാതനമെന്ന് അക്കാലത്തെ സംഘംകൃതി (പുറനാനൂറ്) വിശേഷിപ്പിക്ക ന്നുവെങ്കിൽ എത്ര പഴക്കമുണ്ടായിരിക്കാം കാർഷിക കൂട്ടായ്മകൾക്കെന്ന് ചിന്തിക്കാവുന്നതേയുള്ളൂ. സാമൂഹ്യമായ അധ്വാനത്തിന്റെ സ്വാഭാവിക തയിൽ ദൃഢപ്പെട്ട ഈ കൂട്ടായ്മയെ ഫ്യൂഡൽ ആധിപത്യം കടപുഴക്കി. സാമൂഹ്യസ്വത്തെന്ന നിലയില്ലുള്ള കൃഷിയിടത്തിന്റെ മേൽവിലാസം മാറ്റിയെഴുതുകയും ഭൂവുടമസ്ഥത കുത്തകവൽക്കരിക്കുകയും ചെയ്തു. ഭൂവകാശം കുടുംബത്തിന്റെ പരിധിയിൽ പിടിച്ചു നിർത്തുകയും മക്ക ത്തായ - മരുമക്കത്തായ ചട്ടവട്ടങ്ങളാൽ പിൻമുറക്കാരിലേക്ക് കൈമാറി പരിരക്ഷിക്കുകയും ചെയ്തു. മണ്ണും മണ്ണിലധ്വാനിക്കുന്നവരും തമ്മിലുള്ള ആത്മബന്ധം മുറിച്ചു മാറ്റി. അതോടെ കാർഷിക സംസ്കാരത്തിന്റെ അവരോഹണമാരംഭിച്ചു. പ്രകൃതിക്കുമേലുള്ള സാമൂഹ്യാധികാരത്തെ തകിടംമറിച്ച് സ്വകാര്യ സ്വത്തിലധിഷ്ഠിതമായ വ്യവസ്ഥാക്രമത്തിലേക്ക്, നാട്ടുവാഴിത്തത്തിലേക്കും അതുവഴി മുതലാളിത്തത്തിലേക്കുമുള്ള പാത തുറക്കൽ കൂടിയാണത്.

പ്രാകൃത ജനാധിപത്യ രീതിയിൽ നിന്ന് പരിഷ്കൃത ജനാധിപത്യ ഘട്ടത്തിലേക്കുള്ള ചരിത്രപരമായ ഗതിപഥമാണതെന്ന് ഭാവിയിൽ വിശകലനം ചെയ്യപ്പെട്ടേക്കാം. കാർഷികോപാധികളുടെ വികസന ത്തിനനുസരിച്ച് കാര്യപ്രാപ്തിക്കായി ഭൂമി വിഭജിച്ച് ഓരോരുത്തരേയും ച്ചുമതലപ്പെടുത്തലായിരുന്നു പ്രാചീന ഘട്ടം. നിക്ഷിപ്തമാകുന്ന ഭൂമിക്ക മേൽ ഉടമസ്ഥാവകാശമില്ല. ഫ്യൂഡൽ കാലത്തിലാണ് ആ സാമൂഹ്യ സംവിധാനം അട്ടിമറിഞ്ഞത്. സമഗ്രജനാധിപത്യക്രമത്തിൽ (കമ്മ്യൂണി സമെന്ന വിവക്ഷിക്കപ്പെട്ട വ്യവസ്ഥയിൽ) ഭൂമിക്ക മേലുള്ള വ്യക്തിഗത മായ അവകാശം ദൗത്യനിർവഹണത്തിനു ശേഷം സമൂഹത്തിനു തന്നെ തിരിച്ചു നൽകുന്നു. ഭൂമിയുടെ സാമൂഹ്യാസ്തിത്വം പുനസ്ഥാപിക്കപ്പെടുന്നു. ഉൽപാദനവ്യവസ്ഥ മരവിക്കുമ്പോഴാണ് സമ്പദ് വ്യവസ്ഥ തളരുന്നതും സാമൂഹികമായ സന്തുലിതാവസ്ഥ തകരുന്നതും. അളവ് പരിമിതപ്പെ ടുമ്പോൾ ഉള്ളത് സ്വന്തമാക്കുകയെന്ന മനോഭാവം രൂപപ്പെടുന്നു. ചൂഷണാധിഷ്ഠിതമായ പിടിച്ചടക്കലിന് മനുഷ്യർ മത്സരിക്കുന്നതും വർഗ സംഘർഷത്തിലേക്ക് തള്ളപ്പെടുന്നതും അപ്പോഴാണ്. മേലാളന്മാരും കീഴാളന്മാരുമായി ഏറ്റുമുട്ടൽ വിവിധ മാനങ്ങളിൽ തുടരുന്നു. സാമൂഹിക പരിണാമത്തിനനുസരിച്ച് ചൂഷണരീതികളും ഇവിടെ മാറി വന്നിട്ടുണ്ട്.

വർണ-ജാതി വ്യവസ്ഥയായി പരിപാലിക്കപ്പെട്ട ചൂഷണനൂറ്റാണ്ടു പത്തിന്റെ ആറ്റാണ്ടുകളുടെ അജയ്യത ഈ ദേശത്തെ വരുതിയിൽ

നിർത്തിയിരുന്നല്ലൊ. യഥാർഥ അധ്വാനശക്തി അടിമവൽക്കരിക്കപ്പെട്ടു. കാർഷികാഭിവൃദ്ധിക്ക വേണ്ടി അഹോരാത്രം അധ്വാനിക്കൽ മാത്രമാണ് അവരുടെ ജന്മം. പ്രാഥമികമായ ജീവിതം പോലും അവർക്കനുവദിക്കപ്പെ ട്ടില്ല, ഒരു തുണ്ട് ഭൂമി സ്വന്തമായില്ല, പാർപ്പിടമില്ല. സ്വതന്ത്രമായ ജീവിതം പൂർണമായും അന്യാധീനപ്പെട്ടു. ഫ്യൂഡൽ കാലഘട്ടത്തിൽ കുടിയാന്റെ ജീവിതം പരിപൂർണനരകമായിരുന്നു. ഭൂമിയുടെ യഥാർഥ കാവൽക്കാർ സ്വന്തം ഭൂമിയിൽ അന്യവൽക്കരിക്കപ്പെട്ടു.

ജന്മി-കുടിയാൻ സാമൂഹികാവസ്ഥ ഒരു തരത്തിൽ കാർഷികാടിമ ത്തം തന്നെയായിരുന്നു. അടിമത്തത്തിൽ നിന്നും ഫ്യൂഡലിസത്തിലേക്ക ഉള്ള പരിണാമത്തിന്റെ പ്രാഥമിക പ്രവണതകൾ ഇവിടെ വ്യക്തമാണ്. അടിമത്ത സമ്പ്രദായത്തിന്റെ അന്തിമദശയിൽ റോമിലും ഗ്രീസിലുമൊ ക്കെ നിലവിലിരുന്ന കാർഷികോൽപാദന സംവിധാനത്തിന്റെ മറ്റൊരു പകർപ്പ്. 'ലാറ്റിഫുണ്ടിയ' എന്നറിയപ്പെട്ട വിസ്തൃതമായ കൃഷിപ്പാടങ്ങൾ അടിമകളെക്കൊണ്ട് അധ്വാനിപ്പിച്ചായിരുന്നു ഫലഭൂയിഷ്ഠമാക്കിയിര ന്നത്. ഉടമകളുടെ തുടർച്ചയായ പീഡനം അടിമകളുടെ അധ്വാനശേഷി യേയും താൽപര്യത്തേയും പിന്നോട്ടടിപ്പിച്ചു. സ്വാഭാവികമായും അടിമകളുടെ ചെറുത്തുനില്പും ലഹളകളും പ്രത്യക്ഷപ്പെട്ടു. അടിമകളുടെ എണ്ണവും ക്രമാതീതമായി ചുരുങ്ങിയതോടെ ഉൽപാദനം പ്രതിസന്ധിയിലായി. ഉൽപാദനം ആദായകരമല്ലാതായതോടെ കൃഷിഭൂമി ചെറിയ തുണ്ട ങ്ങളായി വിഭജിച്ച് കൃഷിക്കാർക്ക് നൽകി അവരിൽ നിന്ന് പ്രതിഫലം വാങ്ങി ജീവിക്കുകയെന്ന തലത്തിലേക്ക് ഉടമകൾ മാറി. അടിമത്തത്തിൽ നിന്നും നാട്ടവാഴിത്തത്തിലേക്കായിരുന്ന ആ സാഹചര്യം റോമാസാമ്രാ ജ്യത്തെ നയിച്ചത്.

ബ്രിട്ടനൾപ്പെടെ മറ്റ ചിലയിടങ്ങളിൽ ഗോത്രവ്യവഹാരത്തിൻ കീഴിൽ പൊതുവുടമസ്ഥതയിലായിരുന്ന കൃഷിഭൂമി ഗോത്രത്തിലെ കൂടും ബാംഗങ്ങൾക്ക് 'ഹൈഡു'കളാക്കി ഭാഗിച്ചുകൊടുക്കുകയാണുണ്ടായത്. അത്തരം കൃഷിഭൂമിയും സ്വകാര്യസ്വത്തായി പരിവർത്തിക്കപ്പെട്ടിരുന്നില്ല. സ്വന്തം അധ്വാന ബാധ്യതയിൽ വരുന്ന ഭൂമിയിൽ അവകാശങ്ങളൊന്ന മില്ലാത്തവരായിരുന്ന മലബാറിലേയും കുടിയാൻ സമൂഹം.

ഇന്നത്തെ കാലത്ത് പാരിസ്ഥിതിക രാഷ്ട്രീയമായി വികാസം പ്രാപിക്കുകയും ആഗോളവൽക്കരിക്കപ്പെട്ടുകയും ചെയ്തുകൊണ്ടിരി ക്കുന്ന പ്രത്യയ ശാസ്ത്രവീക്ഷണത്തിന്റെ പ്രാഥമികമായ സൂചനകൾ അക്കാലത്തെ ഭൂമിയുടെ രാഷ്ട്രീയത്തിനുണ്ട്. ഉൽപാദനബന്ധങ്ങളിലെ വൈരുധ്യങ്ങളുടെ തലം മനുഷ്യനും പ്രകൃതിക്കുമിടയിലെ സംഘർഷ ങ്ങൾ തന്നെയാണ് അനാവരണം ചെയ്യുന്നത്. പ്രകൃതിയെ ചൂഷണം

ചെയ്യുന്നതിനായി മറ്റ ജൈവമണ്ഡലത്തെ മാത്രമല്ല, മനുഷ്യനെ തന്നെയും ഉപാധിയാക്കുന്ന സാമൂഹിക വ്യവസ്ഥയാണ് ദൃഢപ്പെട്ട വന്നത്.

കൃഷിഭൂമിയുടെ ഘടനാപരമായ വളർച്ചയേയും പ്രകൃതിയുടെ സൃഷ്ടി പരമായ വികാസത്തേയും അടിസ്ഥാനമാക്കിയായിരുന്ന കാർഷി കോൽപാദനവ്യവസ്ഥ ചലിച്ചിരുന്നത്. ഭൂപ്രകൃതിയെ സർഗാത്മകമായി പരിവർത്തിപ്പിക്കുകയെന്ന കല യാണ് കൃഷി. ഫ്യൂഡൽ ഇടപാടോടെ ആ ലക്ഷ്യം തകിടം മറിഞ്ഞു. ഭൂമിയെ ചൂഷണം ചെയ്യുകയെന്ന വ്യഗ്രത യിലേക്ക് തല തിരിഞ്ഞു.

ഒരു സുപ്രധാന പാരിസ്ഥിതിക ഘടകമാണ് ഭൂമിയെന്ന കാഴ്ചപ്പാടിന ബദലായി ചൂഷണാധിഷ്ഠിത ഉപാധിയെന്ന തലത്തിലേക്ക് കൃഷിഭൂമിയെ പ്രതിഷ്ഠിക്കുന്ന നിർണായകഘട്ടമാണ് ജന്മിത്തം. മണ്ണിനോടൊപ്പം മണ്ണിലധ്യാനിക്കുന്ന ശക്തികളേയും ചൂഷണവിധേയമാക്കുന്ന രാഷ്ട്രീയ പ്രക്രിയയുടെ വളർച്ചയെത്തിയ രൂപമാണ് നാട്ടുവാഴിത്തം. ചൂഷിതർക്ക് സ്വന്തം ലോകത്ത് ജന്മാവകാശം പൂർണമായും നഷ്ടപ്പെടുന്ന മൂർധന്യ സാഹചര്യം അതിലൂടെ സംജാതമാവുന്നു. അതോടെ സാമൂഹികക്രമം പൊട്ടിത്തെറിയിലേക്ക് നീങ്ങുന്നു.

ഉൽപാദന ബന്ധങ്ങളിലെ വർഗപരമായ വൈജാത്യങ്ങൾ അതി രൂക്ഷമാകുകയും ചരിത്രത്തിലന്നോളം പൊതുവെ ശാന്തമായിരുന്ന ഗ്രാമസമൂഹങ്ങൾപ്പെടെ സംഘർഷത്തിന്റെ കയത്തിലേക്ക് തള്ള പ്പെട്ടുകയുമുണ്ടായി. സ്വത്തുൽപാദനചോദനയുടെ സ്വാഭാവികമായ വളർച്ചയും മുരടിച്ചു. അധ്യാനിക്കുന്നവർ ഉൽപാദന പംക്തികളിൽ അന്യവൽക്കരിക്കപ്പെട്ടാൽ സംഭവിക്കുന്ന മരവിപ്പ് സ്വാഭാവികം. അത്തരമൊരു വ്യവസ്ഥയുടെ അന്ത്യം കണക്ക കൂട്ടാവുന്നതേയുള്ള. കേവലമൊരുപകരണത്തിന്റെ സ്വത്വം മാത്രം കല്പിക്കപ്പെട്ട കുടിയാൻ സമൂഹം സ്വയമൊരായുധമായി ഉയിർത്തെഴുന്നേൽക്കുന്ന ദൃശ്യമാണ് പിന്നെയുണ്ടാവുക. കലാപങ്ങളുടെ ചരിത്രമിതാണ്.

ഭൂമിയ്ക്ക് മേലുള്ള അവകാശം പ്രശ്നവൽക്കരിച്ചുവെന്നതാണ് ഫ്യൂഡൽ കാലഘട്ടത്തിന്റെ സംഭാവന. ഭൂമിയുടെ അടിസ്ഥാന തത്വം ആരേയും ഉടമകളായി തെരഞ്ഞെടുക്കാൻ അനുവദിക്കുന്നതല്ല. ജീവവായു പോലെ പ്രകൃതിദത്തമാണ് പൊതുപദാർഥമായ മണ്ണ്. മണ്ണിന്റെ അവകാശം മണ്ണിൽ പിറന്നവർക്കെല്ലാം ഇല്യമാണ്. മണ്ണിൽ അധ്യാനിക്കുവാനും അധ്യാനഫലം സ്വായത്തമാക്കുവാനുമുള്ള പൊതുസംവിധാനത്തിനു ള്ളിൽ വിശേഷാധികാരം ആർക്കും കല്പിച്ചിട്ടില്ല. എന്നിട്ടും അധ്യാനിക്കാ നുള്ള കടമ ഒരു കൂട്ടർക്കും അധ്യാനഫലം സ്വന്തമാക്കാനുള്ള അധികാരം

മറ്റൊരു കൂട്ടർക്കുമായി കല്പിക്കപ്പെട്ടുന്ന സാമൂഹിക ക്രമമാണ് നടമാടി യത്. എല്ലാതരം സാമൂഹിക സംഘർഷങ്ങളുടേയും അടിസ്ഥാനമിതാണ്.

അധ്വാന പ്രക്രിയയിലൂടെ മണ്ണിനോട് ആത്മബന്ധം സ്ഥാപിച്ചവർ അതേ ഭൂമിയിൽ അന്യവൽക്കരിക്ക പ്പെട്ടുവെന്നതാണ് യഥാർഥ ദുർവിധി. സാമൂഹികഘടന നാളത്രയും അസന്തുലിതമായി തുടരുകയായിരുന്നു. ഈ സമുദായ ഘടനയുടെ ആന്തരികമായ വൈരുധ്യത്തെ വൈദേശി കാധിപത്യത്തിന്റെ മുതലാളിത്ത യുക്തിയുമായി കൂട്ടിയിണക്കിയാണ് മുന്നോട്ട പോയത്. ജന്മിത്തത്തിന്റെ പ്രാബല്യത്തിനു കീഴിലും കൃഷിക്കാർ ക്കുണ്ടായിരുന്ന ഭൂപരമായ അവകാശങ്ങൾ പൊളിച്ചെഴുതാനുദ്ദേശിച്ചുള്ള നിയമവൽക്കരണമാണ് ബ്രിട്ടീഷുകാരുടെ കാലത്തുണ്ടായതും. ഭൂപ്രഭു ക്കൾക്കനുകൂലമായി ഭൂമിയുടെ അധികാരം സംഗ്രഹിക്കപ്പെട്ടു. കുടിയാന്റെ ജന്മാവകാശങ്ങൾ റദ്ദ് ചെയ്യപ്പെട്ടു.

മലബാറിലെ ഭൂടമകൾക്ക് വാരവും പാട്ടവും ബലം പ്രയോഗിച്ച് പിരിച്ചെടുക്കാനുള്ള അധികാരം ദൃഢപ്പെട്ടത് മൈസൂർ സുൽത്താനായ ഹൈദരാലി മലബാർ കീഴടക്കിയ കാലത്താണ്. ജനങ്ങൾക്കു മേൽ കുതിരകയറാനുള്ള സർവ അധികാരങ്ങളോടെ ഇവിടത്തെ ഭൂപ്രഭുക്ക ന്മാരെയായിരുന്ന റവന്യൂ ഏജന്റുമാരായി നിയോഗിച്ചത്.

മലബാറിന്റെ മൂലധനത്തിനും കാർഷികസമ്പത്തിനും മേൽ ആസക്തിപൂണ്ട യൂറോപ്യൻ കമ്പോളശക്തികൾ അധികാരയന്ത്രത്തെ അതിനു വേണ്ടി മാത്രമായി തിരിച്ച വിട്ടു. ഡച്ചുകാരും, ഫ്രഞ്ചുകാരും ബ്രിട്ടീഷുകാരും മാറി മാറി അധീശത്വം പുലർത്തിയപ്പോഴും ഫ്യൂഡൽ സാമ്പത്തിക-സാംസ്കാരിക ക്രമത്തെ പ്രയോജനപ്പെടുത്തിക്കൊണ്ട് മൂലധനരാഷ്ട്രീയം സമഗ്രമായി പ്രയോഗിച്ചു. മൈസൂർ സുൽത്താന്റെ അധീനതയിൽ നിന്നും മലബാറിന്റെ മേൽക്കോയ്മ സ്വന്തമാക്കിയ ബ്രിട്ടീഷുകാർ കാർഷികോൽപാദനബന്ധങ്ങളെ ആഴത്തിൽ ഇളക്കി മറിക്കുകയായിരുന്നു. ഫ്യൂഡൽ അവകാശങ്ങളെ നിലനിർത്തിക്കൊണ്ട തന്നെ ചൂഷണസാധ്യതയെ വികസിപ്പിക്കുവാനാവശ്യമായ നയങ്ങളിലേ ക്കാണവർ തിരിഞ്ഞത്. ഭൂമിയുടെ സർവാധികാരം ജന്മിയിൽ നിക്ഷിപ്ത മാക്കിക്കൊണ്ട് യഥാർഥ കർഷകന്റെ അവകാശങ്ങളെ അവഗണിച്ചു. യൂറോപ്യൻ കാഴ്ചപ്പാടിൽ ഭൂടമാബന്ധങ്ങളെ വ്യാഖ്യാനിക്കുന്ന നികുതിക്ര മങ്ങളായിരുന്ന ബ്രിട്ടീഷുകാർ പിന്തുടർന്നത്. 1793 ൽ കോൺവാലിസ് പ്രഭു നടപ്പിലാക്കിയ 'സ്ഥിര ഭൂനികുതി വ്യവസ്ഥ 'യഥാർഥ കൃഷിക്കാ രന്റെ നടപ്പവകാശങ്ങളെപ്പോലും കടപുഴക്കിയെറിഞ്ഞു. ഇന്ത്യയിലെ വിവിധ സംസ്ഥാനങ്ങളിൽ ആ വ്യവസ്ഥ പ്രാബല്യത്തിലായതോടെ ജമീന്ദാർമാരുടെ അവകാശം സുസ്ഥിരവും നിയമാധിഷ്ഠിതവുമായി. ആ

അധികാരസുസ്ഥിരത ബ്രിട്ടീഷുകാരുടെ വെറും ദാസന്മാരാക്കി നമ്മുടെ ദേശക്കാരെ മാറ്റി. വൈദേശിക ശക്തികൾക്കു വേണ്ടി സ്വദേശത്തെ ഊറ്റിക്കൊടുക്കുന്ന മികച്ച ദല്ലാളന്മാരാവാൻ ഫ്യൂഡൽ പ്രഭുക്കളും മത്സരിച്ചു. അവർക്കും കൃഷിക്കാർക്കുമിടയിൽ ശേഷിച്ചിരുന്ന ബന്ധത്തിന്റെ അവസാനത്തെ കണ്ണിയും മുറിച്ചുമാറ്റുകയായിരുന്ന ബ്രിട്ടീഷ് പരിഷ്കാരങ്ങൾ. ബ്രിട്ടീഷുകാർ പ്രാബല്യത്തിൽ കൊണ്ടുവന്ന നികുതി ഭീമമാണെന്നും പിരിച്ചെടുക്കുന്നത് ക്ലേശകരമാണെന്നും ഒരു സന്ദർഭത്തിൽ ഫ്യൂഡൽ പ്രഭുക്കൾ പരാതിയുയർത്തി. മറുഭാഗത്ത് ഏതു സാഹചര്യങ്ങളിലും, അവർ നികുതിഭാരം മുഴുവൻ കുടിയാന്റെ തലയിലേറ്റി. അമിതനികുതിയും ലാഭവും കൈക്കലാക്കാനുള്ള മർദന നടപടികളും സ്വീകരിച്ചു. ഇത് കാർഷികപംക്തിയെ പ്രക്ഷോഭത്തിലേക്കും പൊട്ടിത്തെറിയിലേക്കുമാണ് നയിച്ചത്. അന്യായമായ വാരം, പാട്ടം നിരക്കുകൾക്കെതിരെ കർഷകരിൽ വ്യാപകമായ അസംതൃപ്തി വളർന്നു വന്നു. പതിനെട്ടാം നൂറ്റാണ്ടിന്റെ അന്ത്യദശകങ്ങളിൽ തന്നെ മലബാർ കാർഷിക പ്രശ്നങ്ങളാൽ സംഘർഷഭരിതമായിരുന്നു. രാഷ്ട്രീയമായും സാമൂഹിക വ്യവഹാരപരമായും സംഘർഷങ്ങളുടെ ഭൂമികയായി മലബാർ മാറി.

ഭൂപരവും കാർഷികവുമായ പ്രതിസന്ധികളുടെ കാര്യത്തിൽ പ്രാദേശികമായ വ്യത്യസ്തതകളുണ്ടായിരുന്നെങ്കിലും ഭൂപ്രശ്നങ്ങളാൽ സംഘർഷഭരിതമായിരുന്നു മലബാറിലെ ദേശങ്ങളാകെ.

1792 നും 1799 നുമിടയിലും 1800 നും 1805 നുമിടയിലും മലബാറിലെ വിവിധയിടങ്ങളിൽ കാർഷികലഹളകൾ രൂപപ്പെട്ടു. 1832നുശേഷം ഭൂമി ഒഴിപ്പിച്ചെടുക്കാനുള്ള ജന്മിമാരുടെ ശ്രമങ്ങളെല്ലാം കലാപങ്ങൾക്ക് വഴിമരുന്നിട്ടു. തുടർന്നുള്ള പ്രക്ഷോഭചരിത്രത്തിന്റെ ഭാഗമാണ് 1836 ലെ ലഹളകൾ, 1843 ലെ ചേരൂർ പ്രക്ഷോഭം, 1849 ലെ മഞ്ചേരി കലാപം, 1880 കൾ തൊട്ടയർന്ന ഭൂപരിഷ്കരണത്തിനു വേണ്ടിയുള്ള മുദ്രാവാക്യങ്ങളും പ്രമേയങ്ങളും, 1887 മലബാർ കുടിയായ്മ നിയമം, 1916 നു ശേഷമുള്ള രാഷ്ട്രീയ സമ്മേളനങ്ങളിലെ കുടിയാൻ - ജന്മി പ്രതിനിധികൾ തമ്മിലുള്ള ഏറ്റുമുട്ടലുകൾ, 1920 ലെ കുടിയാൻ സംഘം രൂപീകരണം, ഭൂമി ഒഴിപ്പിക്കൽ - മേൽച്ചാർത്ത് -പൊളിച്ചെഴുത്ത് എന്നിവയെ എതിർത്തുള്ള കുടിയാൻ മുന്നേറ്റങ്ങൾ, 1921 ലെ മലബാർ കലാപം, 1928 മെയ് 25, 26, 27 തീയതികളിലെ പയ്യന്നൂരിൽ നടന്ന കോൺഗ്രസിന്റെ നാലാം അഖില കേരള സമ്മേളനത്തിൽ മലബാറിലെ മുഴുവൻ കുടിയാന്മാർക്കും വസ്തു കൈവശാവകാശം നൽകുന്ന നിയമം പാസ്സാക്കണമെന്ന പ്രമേയം, 1929 ലെ മലബാർ കുടിയായ്മ നിയമം തുടങ്ങിയവ.

ആളിപ്പടരുന്ന കലാപങ്ങളെ നേരിടാൻ സൈനിക സന്നാഹങ്ങളെ വൻതോതിൽ കൂട്ടപിടിച്ചിട്ടു പോലും അധികൃതർക്ക് ചുവടുപിഴക്കുന്ന തായാണ് ചരിത്രത്തിൽ അനുഭവപ്പെട്ടത്. 1800 ന്റെ ഇടക്കത്തിൽ മലബാറിന്റെ പലയിടങ്ങളിലും സമരത്തീ പടർന്നപ്പോൾ 1803 മാർച്ച് 11ന് മലബാർ പ്രിൻസിപ്പൽ കലക്ടറായ മേജർ മക്ലിയോസിന് രാജിവ യ്ക്കേണ്ടിവന്നു. പകരം ചാർജ്ജെടുത്ത റിക്കാർഡ്സിന് റവന്യൂനിരക്കുകൾ പുനർനിർണയം ചെയ്തിട്ടും അസംതൃപ്തി പടരുന്നത് തടയാനായില്ല. പ്രിൻസിപ്പൽ കലക്ടറായി തോമസ് വാർഡൻ ചുമതലയേറ്റു. അതുവരെ വടക്കേ മലബാറിലെ സബ് കലക്ടറായിരുന്ന അദ്ദേഹം. സബ് കലക്ടർ സ്ഥാനത്തേക്ക് തോമസ്ഹാർവെ ബാബർ പകരം നിയമിതനായി. ബാബറുടെ നേതൃത്വത്തിൽ സൈനിക കേന്ദ്രീകരണം നടത്തി കർഷക ലഹളകളെ അടിച്ചമർത്താൻ പദ്ധതിയുണ്ടാക്കി. സമരകേന്ദ്രങ്ങളിലെ ല്ലാം സേനാവിളയാട്ടം അരങ്ങേറി.

1815 ജനവരി 5ന് റവന്യൂ ബോർഡ് പുറപ്പെടുവിച്ച ഉത്തരവോടെ റയത്ത് വാരിസമ്പ്രദായം മലബാറിലുൾപ്പെടെ നടപ്പിൽ വന്നു. ഇടത്ത ട്ടുകാരെ ഒഴിവാക്കി ഗവൺമെൻറ് നേരിട്ട് കൃഷിക്കാരിൽ നിന്ന് നികുതി പിരിക്കുന്ന സമ്പ്രദായമാണത്. കൃഷിക്കാരെന്ന പരിഗണിക്കപ്പെടുന്ന വരിൽ യഥാർഥ കൃഷിക്കാർ മാത്രമല്ല, ജന്മിമാരും കാണക്കാരുമെല്ലാം പെട്ടും. പതിനെട്ടാം നൂറ്റാണ്ടിനെയാകെ സംഘർഷഭരിതമാക്കിയ മലബാറിലെ കാർഷിക സാഹചര്യങ്ങളെ പഠിക്കാനാണ് 1881 ഫെബ്രു: 5 ന് മദിരാശി ഗവൺമെന്റ് വില്യം ലോഗൻ സ്പെഷൽ കമ്മീഷനെ നിയമിച്ചത്. കമ്മീഷൻ നിർദേശങ്ങളെ തുടർന്ന് 1887 ൽ മലബാറിലെ ആദ്യത്തെ കുടിയായ്മ നിയമം കൊണ്ടുവന്നു. ഈ നിയമം അടിസ്ഥാന പരമായി ഭൂവുടമകളുടെ താല്പര്യം സംരക്ഷിക്കുന്നതായിരുന്നു.

അസംഘടിതരായ കുടിയാൻജനതയിൽ ഉരുണ്ടുകൂടിയ അസ്വസ്ഥത കളുടെ സംഘടിതമായ വെളിപ്പെടൽ മലബാറിൽ എമ്പാടും കണ്ടുതുടങ്ങി. യഥാർഥ ഉൽപാദനശക്തികളും ഭൂവുടമാസമ്പ്രദായവും തമ്മിൽ സംഘർ ഷങ്ങൾ മൂർച്ഛിച്ച് ഛിന്നഭിന്നമായ സാമൂഹിക തലമായിരുന്ന ഇരിക്കൂർ ഫർക്കയിലും ഉണ്ടായിരുന്നത്. ചിറക്കൽ താലൂക്കിന്റെ കിഴക്കൻ മലമ്പ്രദേശങ്ങളും അവയോട്ട ചേർന്ന ഇടനാട്ടുകളും അടങ്ങുന്നതാണ് ഇരിക്കൂർ ഫർക്ക. ഫ്യൂഡൽ ഘടനക്കെതിരായ സുപ്രധാനസമരഭൂമിക ളിലൊന്നായി ഇരിക്കൂർ ഫർക്ക അതിവേഗം പരിണമിച്ചു.

1939 ൽ ചുണ്ടപ്പറമ്പിലും, 1941ൽ ഫെബ്രുവരി, മാർച്ച് മാസങ്ങളിൽ ചെരന്നക്കുഴി മലയിലും പിന്നീട് കല്യാട് പരിസരങ്ങളിലും നടന്ന പുനം കയ്യേറ്റ സമരങ്ങൾ ഫ്യൂഡൽ വിരുദ്ധസമരത്തിന്റെ അന്തിമഘട്ടത്തെ

ത്രൂക്ഷമാക്കിയ പ്രധാന സംഭവങ്ങളാണ്. ഈ സമരങ്ങളെല്ലാം അതാതി ടത്തെ ഭൂപ്രശ്നങ്ങളുമായി ബന്ധപ്പെട്ട് ഉടലെടുത്തതാണ്. ബാഹ്യതല ശക്തികളുടെ ആഹ്വാന മോ ഇടപെടലോ ഇല്ലാതെ തനതായ പ്രശ്നഭ മികയാണ് അവയ്ക്കുള്ളത്. കർഷകസംഘത്തിന്റേയും കമ്മ്യൂണിസ്റ്റ പാർടി യുടേയും ഇടപെടലോടെ രാഷ്ട്രീയമായ മാനത്തിലേക്ക് സംഭവഗതികൾ ഉയർത്തപ്പെട്ട. കാർഷിക പ്രശ്നത്തെ ദേശീയ സ്വാതന്ത്ര്യസമരവുമായി കൂട്ടിയിണക്കിക്കൊണ്ട് ഒരു വിമോചന പദ്ധതിയാക്കി വളർത്തുവാൻ ഈ പ്രസ്ഥാനങ്ങൾക്ക സാധിച്ചു.

പരമ്പരാഗതമായി തിട്ടപ്പെടുത്തിയ കാർഷികബന്ധനികൃതികൾക്ക മാത്രം അവകാശികളായിരുന്ന ജന്മിമാർ കുടിയാന്റെ സമഗ്ര ജീവി തത്തിന്റേയും ഉടയോനായി അധികാരപ്പെടുന്ന ഒരു തലത്തിലേക്ക് ഉയർത്തപ്പെട്ടപ്പോൾ, അത്തരത്തിൽ നാട്ടുവാഴികളായി മാറിയവരെ ശിങ്കിടികളാക്കിയെടുത്ത് തങ്ങളുടെ ചൂഷണ സംവിധാനം മികച്ചതാക്കി മാറ്റവാനായിരുന്ന ബ്രിട്ടീഷുകാരുടെ വ്യഗ്രത. മൂലധനവികസനം ലക്ഷ്യ മിട്ട് കാർഷിക പംക്തിയെ പൂർണമായും വാണിജ്യവൽക്കരിക്കുമ്പോഴും ദേശത്തിന്റെ ഫ്യൂഡൽ സ്വഭാവത്തിലുള്ള സാംസ്കാരിക- സാമൂഹ്യഘ ടനയെ കോട്ടംതട്ടാതെ സംരക്ഷിച്ചു. വിപ്ലവപരമായ മാറ്റങ്ങളിലേക്ക് മുഖം തിരിയാതിരിക്കാൻ ബ്രിട്ടീഷ് മേധാവിത്തം കണിശമായ ജാഗ്രത പുലർത്തി. കാർഷികോൽപാദനരീതികളിൽ നടത്തിയ ഇടപെടലിലൂടെ അടിയാളരേയും കുടിയാന്മാരേയും അസ്വതന്ത്രരായ ഒരു സമൂഹമായി നിലനിർത്തുന്ന, സവർണ ജാതിവിഭാഗങ്ങൾക്കും ജന്മി, നാട്ടുവാഴികൾ ക്കും മേൽക്കൈ ഉറപ്പിക്കുന്ന സാമൂഹികവ്യവസ്ഥ അതേത്തുടർന്ന് ദൃഢപ്പെട്ടു. യൂറോപ്യൻ ഫ്യൂഡൽ സമൂഹത്തിലെ വർഗവിതാനത്തോട സമാനമായ സാമൂഹ്യരൂപം തന്നെയാണ് അവരിവിടേയും വിഭാവനം ചെയ്തത്. അടിച്ചമർത്തലിന്റെ രീതികളിലും ഈ വർഗതാല്പര്യം മുഴച്ച കാണാം. ഈ സമീപനത്തിനെതിരായ പ്രതികാരം മലബാറിലെ അടിയാളരായ കർഷക സമൂഹത്തിന് രാഷ്ട്രീയബോധത്തിലും കലാപ ചിന്തയിലും മുന്നോട്ടു കുതിക്കാൻ പ്രേരണയായിട്ടുണ്ട്.

കാർഷികസമരങ്ങളുടെ വർഗപരമായ ഉള്ളടക്കം ഉൽപാദന ബന്ധ ങ്ങളുടെ ചരിത്ര പാരമ്പര്യങ്ങളുമായി ബന്ധപ്പെട്ടതാണ്. പുനംകൃഷിയെ ആശ്രയിച്ച മുന്നേറിയിരുന്ന കാർഷിക പാരമ്പര്യവും മൃഗപരിപാലനം, വന സമ്പത്ത് സ്വരൂപിക്കൽ ഇടങ്ങി മലനാടിന്റെ ആവാസരീതി കളും ഗോത്രജീവിതത്തിന്റെ ഉടർച്ചകളും സവിശേഷമായൊരു ജൈവഭൂപടം മലബാറിൽ, വിശേഷിച്ചും മലയോരദേശങ്ങളിൽ രൂപ പ്പെടുത്തിയിരുന്നു. വംശപാരമ്പര്യങ്ങളുടെ നൈസർഗിക വിഭജനങ്ങളെ

തൊഴിൽപരമായ ജാതി നിർണയങ്ങളമായി കൂട്ടിയിണക്കുവാൻ ജാതി-വർണ മേധാവിത്തത്തിന് ഇവിടെ അനായാസം സാധിച്ചു. ജാതി- ജന്മി-നാട്ടുവാഴിത്ത നിയമങ്ങൾ ആഴത്തിൽ വേരോട്ടവാൻ പാകത്തിലാണ് സാമ്പത്തികാടിത്തറ സംവിധാനം ചെയ്യപ്പെട്ടത്.

അധികാരത്തിന്റേയും ആസൂത്രണത്തിന്റേയും പ്രാചീന സിരാകേ ന്ദ്രമായ കാവുതട്ടകങ്ങളെ വലിയൊരളവിൽ ക്ഷേത്രവൽക്കരിച്ചുകൊ ണ്ടാണ് ഫ്യൂഡൽ മേധാവിത്തം പിടിമുറുക്കിയത്. മൂലധനത്തിന്റേയും അധികാരത്തിന്റേയും മൂലകേന്ദ്രമായി ക്ഷേത്രങ്ങളെ മാറ്റിയെടുത്തു. ക്ഷേത്രങ്ങളെ ചുറ്റിപ്പറ്റിയുള്ള ജീവിത വ്യവഹാരങ്ങളും തൊഴിൽ നിർണ യങ്ങളും ജാതിവിഭിന്നതകളും സാംസ്കാരിക പ്രമാണങ്ങളും ക്രമപ്പെട ത്തുന്ന സാമൂഹികകാഴ്ചപ്പാട് വാർത്തെടുക്കപ്പെട്ടു. ഭൂവടമാവകാശങ്ങളും സാമൂഹ്യാചാരങ്ങളും സവർണ മേധാവിത്തത്തിന്റെ ഇച്ഛയ്ക്കനുസരിച്ചാണ് വർഗീകരിക്കപ്പെട്ടത്. ഉൽപാദന മേഖലയിലെ ചൂഷണത്തെ ശക്തിപ്പെ ടുത്താനാവശ്യമായ ആശയസംഹിതകൾ സ്ഥടപാകം ചെയ്യപ്പെട്ടു.

വർണ-ജാതിസംസ്കാരത്തിന്റെ ചരിത്രപരമായ വേരുകൾ ഭൂവടമാ സമ്പ്രദായത്തിലാണെന്നതും തിരിച്ച് വർണ- ജാതി സമ്പ്രദായത്തെ കൂട്ടുപിടിച്ചാണ് ഫ്യൂഡലിസം പ്രതിഷ്ഠ നേടിയെന്നതും നിഷേധിക്കാനാ വാത്തതാണ്. ഭൂവടമത്വമെന്നൊരു സങ്കല്പമുടലെടുത്തിരുന്നില്ലെങ്കിൽ ജാതി-വർണവ്യവസ്ഥയുടെ അസ്തിത്വത്തിന് ദൃഢതയുണ്ടാകുമായിരുന്നോ എന്ന വിശകലന വിധേയമാക്കാവുന്നതാണ്.

ഭൂമിയുടെ അവകാശങ്ങളിൽ നിന്നും തിരസ്കരിക്കപ്പെട്ട സമൂഹം ദളിതചേരിയായി. അവിടെ അവർ നൂറ്റാണ്ടുകളായി അവഗണിക്ക പ്പെട്ടു. ഭൂവടമാബന്ധങ്ങളിൽ വിപ്ലവം ലക്ഷ്യമിട്ട കർഷക പ്രസ്ഥാന ങ്ങൾപ്പെടെ വർണ-ജാതിസ്വത്വത്തെ സാമ്പത്തികാസമത്വങ്ങളിൽ നിന്നു വേർതിരിഞ്ഞ ഒരു സാമൂഹ്യപ്രശ്നമായിട്ടാണ് പരിഗണിച്ചത്. അതുകൊണ്ടതന്നെ അത്തരം പ്രസ്ഥാനങ്ങളും ഈ വിഷയത്തിൽ രണ്ടുതരം വ്യതിയാനങ്ങൾക്കിരയായി. ഒരു വശത്ത് വർഗസമരത്തില്ലൂടെ പരിഹരിക്കാവുന്ന ഉപഘടകം മാത്രമായി ജാതിയെ നിരീക്ഷിക്കുകയും അതിനനുസരിച്ചുള്ള സമീപനം സ്വീകരിക്കുകയും ചെയ്തു. മറുവശത്ത് ജാതിസ്വത്വത്തെ കേവലമായി നിർവചിക്കുകയും ചരിത്രപരമായ സ്വാഭാവികത അതിനുണ്ടെന്ന വിശ്വാസം വച്ച പുലർത്തുകയും സാംസ്കാരിക ജീവിതത്തിന്റെ എല്ലാ തലങ്ങളിലും അപ്രകാരമുള്ള വീക്ഷണം പ്രയോഗിക്കുകയും ചെയ്തു.

ദളിതരോട്ടുള്ള വിവേചനപരമായ മുൻവിധികളുടെ സ്വാധീനം 'കർഷ കസംഘം' എന്ന പേരിൽ തന്നെ കാണാം. കാർഷികപംക്തിയിലെ

പീഡനങ്ങളേറ്റുവാങ്ങുന്ന ച്യൂഷിത വിഭാഗത്തിന്റെ വിമോചനം ലക്ഷ്യ മിട്ടാണ് അത്തരമൊരു പ്രസ്ഥാനം വിഭാവനം ചെയ്യപ്പെട്ടത്. കൃഷിഭൂമി സ്വന്തമായില്ലാതെ തന്നെ മലമടക്കുകളിലും കുന്നിൻ ചെരിവുകളിലും പുനംകൃഷി ചെയ്ത് ഉപജീവനം തേടുന്ന അനേകം ദരിദ്ര ആദിവാസിവി ഭാഗങ്ങൾ, അന്നന്നു കൂലിപ്പണിയെടുത്തും അന്നത്തിനു മാത്രം അടിമ പ്പണിയെടുത്തും നിത്യജീവിതം തള്ളിനീക്കുന്ന അടിയാളരും ചേരിവാ സികളും, കാർഷിക മേഖലയുടെ നട്ടെല്ലായ കർഷകത്തൊഴിലാളികൾ, ഭൂരഹിതരായ വിവിധ ദളിത് വിഭാഗങ്ങൾ... ഇവരൊക്കെ ചേർന്ന കാർ ഷികപംക്തിയിലെ മഹാഭൂരിപക്ഷത്തേയും നയിക്കാനുദ്ദേശിക്കപ്പെട്ട ഫ്യൂഡൽവിരുദ്ധ പ്രസ്ഥാനം കൃഷിയുടമകളായ കർഷകരുടെ നാമത്തിൽ മാത്രം അറിയപ്പെട്ടതിനു പിന്നിൽ വർണ- ജാതിപരമായ വരേണ്യപക്ഷ മുദ്ര പതിഞ്ഞു കിടപ്പുണ്ട്. അക്കാലത്ത് മറ്റേതെങ്കിലുമൊരു ചേരിയുടെ മേൽവിലാസങ്ങളിൽ വിമോചനസംഘങ്ങൾക്ക് രൂപം കൊടുത്തിട്ടുണ്ടെ ങ്കിൽ അത് അധ്യാപകവിഭാഗത്തിനു വേണ്ടി മാത്രമാണെന്ന വസ്തുതക്കൂടി ശ്രദ്ധിക്കേണ്ടതുണ്ട്. ഇരിക്കൂർ ഫർക്കയിലെ ജന്മിവിരുദ്ധസമരങ്ങളിൽ ജാതിബോധം മറ്റു രീതിയിലും പ്രകടമായിരുന്നു. പ്രമുഖ ഫ്യൂഡൽപ്രഭുക്ക ളായ കരക്കാട്ടിടം, കല്യാട് യശമാനന്മാർ നമ്പ്യാർ പ്രമാണിമാരായിരു ന്നു. സമാന ഗണത്തിൽപ്പെട്ട ഇടത്തരം കർഷക പ്രമാണിമാരായിരുന്ന കർഷകസംഘം നേതൃനിരയിലെ മഹാഭൂരിപക്ഷവും. ഇവർക്കിടയിലെ അസ്വസ്ഥത മൂർച്ഛിപ്പിക്കുന്നതിൽ ഈയൊരു വൈകാരികതലത്തിന്റെ സ്വാധീനം അന്ന് വളരെ പ്രകടമായിരുന്നു. ദരിദ്രകർഷകത്തൊഴിലാ ളിയായ പറമ്പൻ കുഞ്ഞിരാമൻ രക്തസാക്ഷിയായ സംഭവം കർഷക സംഘവും കമ്മ്യൂണിസ്റ്റ് പാർടിയും അക്കാലത്ത് മുഖവിലക്കെടുക്കാതിരു ന്നതും ഈ ചിന്താഗതിയുടെ അനുബന്ധം തന്നെ.

കാൾ മാർക്സ് ഫ്യൂഡലിസത്തെ നിർവചിക്കുന്നതിനു വേണ്ടി, ഭൂമിയുടെ നിയന്ത്രണം കയ്യാളുന്ന ഒരു കുലീനവർഗം പണിയെടുക്കുന്ന കുടിയാന്മാരെ അടിമസമാനമായ രീതിയിൽ ച്യൂഷണം ചെയ്യുകവഴി നിലനിർത്തുന്ന വർഗസമൂഹത്തെയാണ് വരച്ചിട്ടത്. അടിമസമാനമായ ഈ കുടിയാൻ സമൂഹത്തെ മുഴുവനായി ഉൾക്കൊള്ളാനോ പ്രതിരോധ സന്നാഹത്തിന്റെ മുൻനിരയിൽ അവരെ പരിഗണിക്കാനോ സഹായ കമാവുന്ന സാമൂഹിക ബോധത്തിലേക്ക് വിപ്ലവശക്തികളും അതത് കാലത്ത് വളർന്നതായി കരുതാനാവില്ല;ഇന്നും അതിനു വലിയ മാറ്റമി ല്ലല്ലോ. അതേസമയം കുടിയാൻജീവിതത്തിന്റെ പ്രതിസന്ധിയുടെ മർമം തിരിച്ചറിഞ്ഞ് അതിനെ ഒരു രാഷ്ട്രീയ പ്രശ്നമാക്കി ഉയർത്താൻ കർഷ സംഘവും കമ്മ്യൂണിസ്റ്റ് പാർട്ടിയും ആരംഭകാലത്ത് ശ്രമിച്ചു. ഭൂമിക്കും

സ്വാതന്ത്ര്യത്തിനും വേണ്ടി നാനാമുഖങ്ങളിൽ അവർ സമരം നയിച്ചു. സ്വാതന്ത്ര്യപ്പോരാട്ടത്തിന്റെ കടമ ഗ്രാമങ്ങളിലെ ഫ്യൂഡൽ വിരുദ്ധസമ രത്തിന്റെ പൂർത്തീകരണമാണെന്ന് ജനങ്ങളെ പഠിപ്പിക്കുകയായിരുന്ന ഈ പ്രസ്ഥാനങ്ങൾ.

സ്വാതന്ത്ര്യം ലക്ഷ്യമിട്ട് രൂപമെടുത്ത ഗ്രൂപ്പുകൾ അതത് ദേശത്ത് നാട്ടു വാഴികൾക്കു നേരെയാണ് ആദ്യം സമരം അഴിച്ചുവിട്ടത്. സമരശക്തികൾ മണ്ണിനു വേണ്ടിയുള്ള ജീവന്മരണ പോരാട്ടവും സാമ്രാജ്യത്തിനെതി രെയുള്ള വിമോചനമുന്നേറ്റവും ഒരുമിച്ചു തന്നെ നയിച്ചു. രണ്ടാംലോകമ ഹായുദ്ധം കാർഷികസമൂഹത്തിലുണ്ടാക്കിയ സംഘർഷങ്ങളെയാണ് അന്നത്തെ വിപ്ലവ ശക്തികൾക്ക് പ്രധാനമായും അഭിമുഖീകരിക്കേണ്ടി വന്നത്. ഗ്രാമങ്ങളിലെ കാർഷിക- സമ്പദ് സ്ഥിതി ഒരു പൊട്ടിത്തെറി യുടെ വക്കിലാണെന്നും പഴഞ്ചവ്യക്കാരുടേയും പുത്തൻ പണക്കാരുടേയും ഭൂമിപിടിച്ചെടുക്കുന്നവരുടേയും അധീശത്വമാണ് ഇതിനു കാരണമെന്നും ഇത്തിക്കണ്ണികളായ ഭൂവുടമകളും വൻകിട കർഷകരും കാർഷികരംഗം നശിപ്പിക്കുകയാണെന്നും ഉൽപാദനം തകർന്നു കൊണ്ടിരിക്കുകയാണെ ന്നും കടുത്ത ക്ഷാമം പൊതു പ്രതിഭാസമായിത്തീർന്നുവെന്നും അന്നത്തെ ജനസമൂഹത്തെ ബോധ്യപ്പെടുത്താനുള്ള ക്ലേശകരമായ ദൗത്യമാണ് അക്കാലത്തെ വിമോചന പ്രസ്ഥാനങ്ങളേറ്റെടുത്തത്. ഈയൊരു കടമ നിർവഹിച്ചതുകൊണ്ടാണ് മലബാറിലെ ഗ്രാമീണജനങ്ങൾക്കിടയിൽ കർഷക സംഘം മുന്നേറിയത്. കർഷകരിലും കർഷകത്തൊഴിലാളിക ളിലും വർഗബോധം ഉണർത്തിയതിലൂടെ അവരെ ഫാസിസ്റ്റ് വിരുദ്ധ - ഫ്യൂഡൽ വിരുദ്ധ പോർക്കളത്തിലെത്തിക്കാൻ കർഷക സംഘത്തിനു കഴിഞ്ഞു.

കാർഷിക പ്രശ്നങ്ങൾ അതിരൂക്ഷമാകുമ്പോഴും ജന്മിമാരുടെ അതിക്രമങ്ങൾ വർധിക്കുമ്പോഴും അത്തരം സാഹചര്യങ്ങൾക്കെതി രായ അസ്വസ്ഥത കുടിയാൻ ജനതക്കിടയിൽ മുമ്പുതന്നെ പൊട്ടിപ്പുറ പ്പെട്ടിരുന്നെങ്കിലും അത് ജന്മിത്തം അവസാനിപ്പിക്കുകയെന്ന ലക്ഷ്യം മുന്നോട്ടുവച്ചുള്ള രാഷ്ട്രീയ പ്രക്ഷോഭമായി മാറിയിരുന്നില്ല. കർഷകസം ഘത്തിന്റെ ആവിർഭാവമാണ് ഭൂപ്രശ്നത്തെ രാഷ്ട്രീയാടിത്തറയിലേക്ക് മാറ്റി സ്ഥാപിക്കുന്നത്.

കൃഷിക്കാരന്റെ പ്രശ്നങ്ങൾ ഉയർത്തിപ്പിടിക്കാനുള്ള ശ്രമങ്ങളുടെ ഭാഗമായി കുടിയാന്റെ കഷ്ടപ്പാടുകളെ കർഷകസംഘം മുദ്രാവാക്യമാക്കി മാറ്റി. അന്യായനികുതികളൊഴിവാക്കുക, ഒഴിപ്പിക്കൽ തടയുക, പാട്ടം പരിഷ്കരിക്കുക, മുൻപാട്ടമടച്ചാലേ വെറും പാട്ടക്കാരനും സ്ഥിരാവകാ ശമുള്ളവെന്ന വ്യവസ്ഥ റദ്ദാക്കുക, അക്രമപ്പിരിവുകൾ നിർത്തലാക്കുക

തുടങ്ങി ഫ്യൂഡല്‍ സമ്പദ് ക്രമത്തിന്റെ അടിവേര തകര്‍ക്കുന്ന ആവശ്യങ്ങ ളാണ് അതിനു വേണ്ടി ഉയര്‍ത്തപ്പെട്ടത്. അതേസമയം ഭൂവുടമാവകാശ മുള്ള കൃഷിക്കാരുടെ താല്പര്യങ്ങള്‍ക്കു മുന്‍തൂക്കമുള്ള നിലപാടുകളാണവ. പുറമ്പോക്കുകളിലേയും ദളിത് ചേരികളിലേയും പാവങ്ങളും ദരിദ്ര കര്‍ഷ കത്തൊഴിലാളികളുമടങ്ങുന്ന മഹാഭൂരിപക്ഷം അധഃസ്ഥിത സമൂഹത്തെ പ്രതിനിധീകരിക്കുന്നതായിരുന്നില്ല. ഭൂപരിഷ്കരണം നടപ്പില്‍ വന്നതിനു ശേഷം ദശകങ്ങള്‍ കടന്നുപോയിട്ടും മേല്‍പറഞ്ഞ അധഃസ്ഥിത വിഭാഗ ങ്ങളില്‍ വലിയൊരു ശതമാനം ഭൂരഹിതരായി അവശേഷിക്കുകയോ, ഭൂമി ലഭിച്ചവരില്‍ തന്നെ അത് പ്രയോജനപ്പെടുത്താനാവാത്ത വിധം കാര്‍ഷിക സാക്ഷരതയില്ലാതെ പിന്നോക്കമായി തന്നെ തുടരുകയോ ചെയ്യുന്നത് അന്നു തൊട്ടേയുള്ള കാഴ്ചപ്പാടിന്റെ പരിമിതിയാണ്. മുഖ്യധാ രയില്‍ അവരെക്കൂടി ചേര്‍ത്തു വയ്ക്കാനുള്ള അക്ഷന്തവ്യമായ വിമുഖത.

മലബാറിലാകെ കര്‍ഷക ഗ്രൂപ്പുകളുടെ സമരശക്തി പടര്‍ന്നു പിടിച്ചത് 1940 സെപ്തംബര്‍ 15 നു ശേഷമാണ്. കയ്യൂര്‍, കരിവെള്ളൂര്‍, മുനയന്‍കുന്ന്, തുടങ്ങി ഒട്ടേറെ കാര്‍ഷികപ്രക്ഷോഭങ്ങളുടെ ചരിത്രം അതിനെത്തുടര്‍ന്ന് രൂപപ്പെട്ടു. കാര്‍ഷിക പ്രശ്നങ്ങളുടെയടിസ്ഥാനത്തില്‍ മലബാറില്‍ മുള ച്ചുവന്ന സംഘര്‍ഷങ്ങളുടെ പതനം കുടിയായിരുന്ന 1947 ലെ ബ്രിട്ടീഷ് വിരുദ്ധപോരാട്ടത്തിന്റെ പരിസമാപ്തി. ഭൂമിക്കു വേണ്ടിയുള്ള കാര്‍ഷിക ജനതയുടെ പോരാട്ടത്തിന്റെ പൊരുള്‍ തിരിച്ചറിയുന്ന സുപ്രധാനമായ തീരുമാനങ്ങള്‍ പില്‍ക്കാലത്ത് കൈക്കൊള്ളാന്‍ കേരളത്തെ പ്രാപ്ത മാക്കിയത് ഇന്ത്യ നേടിയ സ്വാതന്ത്ര്യമാണ്. 1957ലെ ആദ്യത്തെ കേരള മന്ത്രിസഭ കമ്മ്യൂണിസ്റ്റ് കാഴ്ചപ്പാടുകള്‍ പുലര്‍ത്തുന്ന നയങ്ങളില്‍ ഭൂപരി ഷ്കരണ നടപടികള്‍ക്ക് മര്‍മപ്രധാനമായ പരിഗണന നല്‍കി.

ലോകചരിത്രത്തില്‍, ബിസി ആറാം ശതകത്തില്‍ തന്നെ ഭൂപരിഷ്കരണനടപടികള്‍ രേഖപ്പെടുത്തിയതായി കാണാം. ഭൂമി പണയപ്പെടുത്തേണ്ടി വന്ന കര്‍ഷകരെ സഹായിക്കാന്‍ സോളമന്‍ രാജാവ് കൊണ്ടുവന്ന പരിഷ്കാരങ്ങളാണ് അതിലൊന്ന്. ബി. സി. 133 ല്‍ റോമില്‍, പ്രഭുക്കന്മാരുടെ കൈവശമുള്ള അധികഭൂമി ദരിദ്രര്‍ക്ക് വീതിച്ചുകൊടുക്കാന്‍ ട്രൈബ്യൂണ്‍ പദവിയിലെത്തിയ ടൈബീരിയസ് ഗ്രാക്കസ് നിയമം കൊണ്ടുവന്നു. സെമ്പ്രോണിനന്‍ എന്ന ആ നിയമം അട്ടിമറിക്കാന്‍ പ്രഭുക്കള്‍ കലാപമുണ്ടാക്കി. ജനങ്ങളെ തെറ്റിദ്ധരിപ്പിച്ച് ടൈബീരിയസിനെ കൊല്ലിച്ചു. ടൈബീരിയസിന്റെ സഹോദരന്‍ ഗെയസ് ഗ്രാക്കസ് ഭൂപരിഷ്കരണനടപടികള്‍ തുടര്‍ന്നെങ്കിലും റോമന്‍ജനത അദ്ദേഹത്തേയും വധിച്ചു. ഭൂപരിഷ്കരണ ചരിത്രത്തിലെ സുപ്രധാന ഏടാണ് ഗ്രാക്കസ് സഹോദരന്മാരുടെ ഈ പോരാട്ടം.

കേരളത്തിൽ, ഇ. എം. എസ് നേതൃത്വത്തിലുള്ള ആദ്യത്തെ കേരള മന്ത്രിസഭ ഭൂപരിഷ്കരണവുമായി ബന്ധപ്പെട്ട നടപടികൾക്ക് പ്രാരംഭം കുറിക്കുന്നതിനു മുമ്പുതന്നെ 1954 മലബാർ കുടിയായ്മ ഭേദഗതി നിയമം മലബാറിൽ നടപ്പിൽ വന്നിരുന്നു. കേരളത്തിലെ മുഴുവൻ പ്രദേശങ്ങൾ ക്കും ബാധകമാകുന്ന വിധത്തിൽ ഒഴിപ്പിക്കൽ നിരോധനനിയമത്തെ പ്രാബല്യത്തിൽ വരുത്തിക്കൊണ്ടാണ് 1957ലെ സർക്കാർ ആ രംഗത്ത് കാലെടുത്തു വച്ചത്. അതേ വർഷം തന്നെ കേരള കാർഷികബന്ധബില്ലും അവതരിപ്പിച്ചു.

കൈവശഭൂമിക്ക് പരിധി നിശ്ചയിക്കുക, എല്ലാ കുടിയാന്മാർക്കും കുടിയായ്മ അവകാശവും സ്ഥിരാവകാശവും നൽകുക, ഒഴിപ്പിക്കൽ പൂർണമായി തടയുക, കുടിയാന്റെ കൈവശഭൂമിയുടെ ജന്മാവകാശം നേടാൻ കുടിയാന് അവകാശം ലഭ്യമാക്കുക, പാട്ടവ്യവസ്ഥകൾ റദ്ദാ ക്കുക, ഭൂമിയില്ലാത്ത കർഷകത്തൊഴിലാളികൾക്കും ഹരിജന - ഗിരിജ നങ്ങൾക്കും മിച്ചഭൂമി വിതരണം ചെയ്യുക, ജന്മിത്തം അവസാനിപ്പിക്കുക തുടങ്ങിയ പ്രധാന വകുപ്പുകളോടെയാണ് 1957 ഡിസംബറിൽ ബിൽ അവതരിപ്പിച്ചത്.

അഞ്ചംഗ കുടുംബത്തിന് 15 ഏക്കർ ഇരുപ്പ നിലമോ 22. 5 ഏക്കർ ഒരുപ്പ നിലമോ 15 ഏക്കർ പറമ്പോ 30 ഏക്കർ തരിശുഭൂമിയോ ആണ് കൈവശം വയ്ക്കാൻ അനുവാദം. അംഗങ്ങളുടെ എണ്ണം അഞ്ചിൽ കൂടുത ലാണെങ്കിൽ, ആകെ ഭൂമി 25 ഏക്കർ കവിയാത്ത വിധത്തിൽ, കൂടുത ല്ലുള്ള ഓരോ അംഗത്തിനായും ഓരോ ഏക്കർ ഭൂമി കൈവശം വയ്ക്കാം. മേൽപരിധിയിൽ കവിഞ്ഞുള്ള ഭൂമി സർക്കാർ നഷ്ടപരിഹാരം നൽകി യേറ്റെടുക്കുകയും അർഹരായവർക്ക് വിതരണം നടത്തുകയും ചെയ്യും. തോട്ടങ്ങളെ ബില്ലിൽ നിന്നും ഒഴിവാക്കിയിരുന്നു. ബിൽ നിയമസഭ പാസ്സാക്കി രാഷ്ട്രപതിക്കയച്ചെങ്കിലും 1959 ലെ വിമോചന സമരത്തെ ത്തുടർന്ന് മന്ത്രിസഭ പിരിച്ചുവിടപ്പെടുകയും രാഷ്ട്രപതിഭരണം നിലവിൽ വരികയും ചെയ്തതിനാൽ ബിൽ നിയമമാകാതെ പോയി. സുപ്രധാനമായ ചില ഭേദഗതികൾക്കു ശേഷം 1961 ജനുവരി 21നാണ് കാർഷികബന്ധ നിയമം പ്രാബല്യത്തിലാവുന്നത്. ഭൂപരിധി സംബന്ധിച്ചും, ഉടമാവകാശം കുടിയാൻ വാങ്ങുന്നതിനെ സംബന്ധിച്ചും ഉള്ള മൂലനിയമത്തിലെ വകു പ്പുകൾ ഒഴിവാക്കപ്പെട്ടതിനാൽ നിയമത്തിന്റെ ലക്ഷ്യം തന്നെ തിരുത്ത പ്പെട്ട അവസ്ഥയായിരുന്നു അപ്പോൾ. ഭൂവുടമകൾ നൽകിയ കേസ്സിനെ തുടർന്ന് 1962 നവംബർ 5-ന്റെ ഹൈക്കോടതി കേരളകാർഷികബന്ധ നിയമം മലബാറിൽ അസാധുവാക്കുകയും ചെയ്തു.

1963-ൽ ആർ. ശങ്കർ മന്ത്രിസഭയുടെ കാലത്ത്, കാർഷികബന്ധനി യമത്തിന് പകരം, കൃഷിക്കാർക്കെതിരായ പല ഭേദഗതികളും ഉൾപ്പെ ടുത്തി കേരള ഭൂപരിഷ്കരണ നിയമം എന്ന പേരിൽ കേരള നിയമസഭ പുതിയൊരു നിയമം പാസാക്കി.

കുടിയായ്മയുടെ സ്ഥിരാവകാശം, മര്യാദപാട്ടം, ഒഴിപ്പിക്കൽ ഉടമാ വകാശം വാങ്ങുന്നതിന് കുടിയാൻ കൊടുക്കേണ്ടതായ പ്രതിഫലം, കുടികിടപ്പവകാശം, പരിധി നിർണയം, പാട്ടബാക്കികാര്യം തുടങ്ങിയ പ്രശ്നങ്ങളിലെല്ലാം മൂല നിയമത്തിന്റെ കാതൽ നഷ്ടപ്പെടുത്തുന്നതാ യിരുന്നു പുതിയനിയമവും.

1967ലെ സപ്തകക്ഷി മുന്നണി സർക്കാരാണ് വീണ്ടും ഭൂപരിഷ്കര ണത്തിന്റെ അന്തസ്സത്ത സഫലമാക്കാനുള്ള ഭൂപരിഷ്കരണ ഭേദഗതി ബിൽ നിയമസഭയിൽ കൊണ്ടുവന്നത്. 32 മാസം ഭരണത്തിലിരുന്ന ആ സർക്കാർ രാജിവയ്ക്കുന്നതിന് ഏതാനും ദിവസങ്ങൾക്ക മുമ്പ് മാത്രമാണ് ബിൽ നിയമസഭ പാസാക്കിയത്. അതിനുശേഷം 1969 നവംബർ ഒന്നിന് അധികാരത്തിൽ വന്ന സി അച്യുതമേനോൻ മന്ത്രിസഭയുടെ കാലത്താണ് 1970 ജനുവരി ഒന്നിന്, ഭൂപരിഷ്കരണ ഭേദഗതി നിയമം പ്രസിഡന്റിന്റെ അനുമതിയോടെ പ്രാബല്യത്തിൽ വന്നത്.

അതോടെ കേരളത്തിൽ ജന്മിത്ത സമ്പ്രദായം ഔപചാരികമായി അവസാനിച്ചു. ഭൂമിയുടെ ഉടമസ്ഥാവകാശം കർഷകർക്ക് ലഭിച്ചു. കുടി കിടപ്പുകാർക്ക് പഞ്ചായത്തുകളിൽ പത്ത് സെന്റ്, മുനിസിപ്പാലിറ്റിയിൽ അഞ്ച് സെന്റ്, കോർപ്പറേഷനകളിൽ 3 സെന്റ് എന്നിങ്ങനെ അവരവ രുടെ കുടികിടപ്പുഭൂമിയിൽ ഉടമസ്ഥാവകാശം കിട്ടി. തത്വപ്രകാരം, കൈവ ശഭൂമിയുടെ പരിധി നിർണയിക്കപ്പെടുകയും മിച്ചഭൂമി ഭൂരഹിതരായ കർഷകർക്കും കർഷകത്തൊഴിലാളികൾക്കും ലഭ്യമാകുകയും ചെയ്തു. ഭൂപരിഷ്കരണത്തിന തുടക്കമിട്ട 1957 ൽ 175000 ഏക്കർ മിച്ചഭൂമി ഉണ്ടാ യിരുന്നത് 1970ൽ നിയമം പ്രാബല്യത്തിൽ വരുമ്പോഴേക്കും ഒരു ലക്ഷം ഏക്കറിൽ താഴെയാക്കിയെടുക്കാൻ ഭൂവുടമകൾക്കും ഭൂമാഫിയകൾക്കും അതിനിടയിൽ സാധിച്ചുവെന്നതാണ് ഇതുമായി ചേർത്തു കാണേണ്ടുന്ന ഗൗരവമായ വിഷയം.

ഫ്യൂഡൽ വാഴ്ചയും പ്രതിരോധങ്ങളും

കാർഷിക ജീവിതത്തിന്റെ അടിത്തറ കൃഷിഭൂമിയാണ്. വയലു കൾ ഉണർന്നാൽ മാത്രമേ കുടിയാൻജീവിതം പൂത്തുലയൂ. അവരുടെ സ്വപ്നങ്ങളുടെ സ്വർഗീയ ചക്രവാളം വയൽവരമ്പുകളാണ്. മണ്ണിൽ വിയർപ്പൊഴുക്കിയാണ് സ്വപ്നം വിളയിക്കുന്നത്. ജീവന്റെ സർവസ്വവുമായ മണ്ണിന്റെ അവകാശം കവർന്നെടുത്ത് ഭൂമിക്ക മേൽ അധികാരം സ്ഥാപിച്ച ഫ്യൂഡൽ പ്രഭ അതിലൂടെ ജനസമൂഹത്തിന്റെ സമഗ്രാധിപത്യവും കയ്യാളി. അവരെ ചൊല്പടിയിൽ നിർത്തുന്നതിനു വേണ്ടി സാമ്പത്തിക-സാംസ്കാരിക ആയുധങ്ങളെല്ലാം പ്രയോഗിച്ചു. ജാതി-മത ജീവിത ദർശനങ്ങളെ അതിനു പാകത്തിൽ വ്യാഖ്യാനിച്ചു. അധികാരവും ആയുധശേഷിയും സൈന്യബലവും എടുത്തുപയോഗി ച്ചു. വിശ്വാസക്രമങ്ങളേയും ആചാരസംഹിതകളേയും ദൈവികമായ പ്രാക്തനസംസ്കൃതികളേയും നിയന്ത്രണത്തിലാക്കി. അതിലൂടെ നീണ്ട കാലത്തേക്ക് ഫ്യൂഡൽമേൽക്കോയ്മയുടെ കൊടിയേറ്റം സാധിച്ചെടുക്ക കയുണ്ടായി.

കോലത്തു രാജവംശത്തിന്റെ ഏക ഛത്രാധിപത്യം ശിഥിലമായ ശേഷം വടക്കേ മലബാറിനെ വിവിധ ഫ്യൂഡൽപ്രഭക്കളാണ് പങ്കിട്ടെടു ത്തത്. കോലത്തുനാട്ടുവാഴിയുടെ അധികാരം വിഭജിച്ചപ്പോൾ അധീശപ രിധിയുടെ അധികഭാഗം വന്നുചേർന്നത് ചിറക്കൽ രാജവംശത്തിലാണ്. ചിറക്കൽ താലൂക്കിൽ ചുഴലി സാമന്ത രാജാവിന്റെ കയ്യിലുണ്ടായിരുന്ന പ്രദേശങ്ങളൊഴികെ ചിറക്കൽ പരിധിയിലായിരുന്നു. ചിറക്കലിന്റെ തകർച്ചയ്ക്കുശേഷം ചിറക്കൽ, ചുഴലി രാജ വംശങ്ങളുടെ അധീനതയി ലായിരുന്ന കിഴക്കൻ മലയോരദേശങ്ങൾ ഭൂപ്രഭക്കളായ കരക്കാട്ടിടം

നായനാരും, കല്യാട്ട് നമ്പ്യാരും സ്വന്തമാക്കി. ഇരിക്കൂർ ഫർക്കയുടെ വടക്കൻ പ്രദേശങ്ങൾ കരക്കാട്ടിടം ജന്മിയുടെ വരുതിയിലും തെക്കു കിഴക്കമേഖല ഭൂരിഭാഗവും കല്യാട്ട് ജന്മിയുടെ വരുതിയിലുമായിരുന്നു.

വൈതൽമലയുടെ അടിവാരം തൊട്ട് ശ്രീകണ്ഠപുരത്തെ ഓടത്തു പാലം വരെയുള്ള ഗ്രാമങ്ങളും കുന്നിൻ പ്രദേശങ്ങളമടങ്ങുന്ന ഏകദേശം മുപ്പതു മൈൽ പരന്നു കിടക്കുന്ന ഭൂമി കരക്കാട്ടിടത്തിന്റേതാണ്. ചില നായർ തറവാട്ടുകൾക്കു ജന്മാവകാശമുള്ള കൃഷിഭൂമി ഇടയിലുണ്ടെങ്കിലും. ഭൂവധികാരം ചിറക്കൽ രാജാവിന്റെ സാമന്തനെന്ന നിലയിൽ കൈമാ റിയപ്പോഴും പണവും മറ്റ സമ്പത്തുക്കളും മാലിഖാൻ (വാർഷികവേതനം) പറ്റിയിരുന്നതു കൂടാതെ ശിക്ഷാധികാരങ്ങളും (ഏഴു പേരെ കൊല്ലാനുള്ള അവകാശമുൾപ്പെടെ) ലഭിച്ചു. രാജാവിന്റെ മന്ത്രിസഭയിലെ അംഗവുമാ യിരുന്നു കരക്കാട്ടിടംപ്രഭ.

വിശാലമായ മലയോര സാമ്രാജ്യമാകെ ചൊല്പടിക്കീഴിൽ അമർ ത്തിപ്പിടിച്ച് പൗരസമൂഹത്തിന്റെ സർവ അവകാശങ്ങളും പിഴുതെടുത്തു വാണ ഈ പ്രഭ 'കാട്ടരാജാവ്' എന്ന പേരിലാണ് അന്ന് അറിയപ്പെട്ടത്.

പയ്യാവൂർ, വയത്തൂർ, മലപ്പട്ടം, പൊളമ്പിടാവ്, കടമ്പേരി ദേവസ്വങ്ങ ളുടെ ആസ്തികളും ഇടയ്ക്കോത്ത് ഇല്ലംവക ദേവസ്വം ഭൂമിയും കരക്കാ ട്ടിടത്തിന്റെ അധീനതയിലായിരുന്നു. നച്ച്യാട്, പയ്യാവൂർ, ഏരുവേശി, കാഞ്ഞിലേരി, ചേടിച്ചേരി, പൊളമ്പിടാവ്, ചുഴലി, എള്ളരിഞ്ഞി എന്നീ സ്ഥലങ്ങളിൽ വാരം പിടിച്ചെടുക്കാനുള്ള അധികാരവും കരക്കാട്ടിടത്തി നുണ്ട്.

ജന്മി നേരിട്ട മേൽനോട്ടം നിർവഹിച്ചിരുന്ന കൃഷിയിടങ്ങളുമുണ്ട്. 'ചേരിക്കൽ' എന്നറിയപ്പെട്ട ഇത്തരം സ്ഥലങ്ങളിൽ അടിയാന്മാരെ ഉപയോഗിച്ചായിരുന്നു കൃഷി നടത്തിയിരുന്നത്. പണ്ടകാലത്ത് അടിയാ ളന്മാരുടെ ഭൂമി തന്നെയാണത്. അവരുടെ കൂട്ടായ ഉടമസ്ഥതയിലുള്ള ഇത്തരം ചെറിയ കൃഷിഭൂമിയെ 'കാണി' എന്നും അവർ വിളിച്ചിരുന്നു. എട്ട്, ഒമ്പത് നൂറ്റാണ്ടുകൾക്കു ശേഷമാണ് വിവിധ തരം ഉടമാവകാശ ങ്ങൾ ഭൂമിക്കു മേൽ നിക്ഷിപ്തമാക്കുകയും നാട്ടവാഴികളുടെ നേരിട്ടുള്ള നിയന്ത്രണത്തിലേക്ക് ഇത്തരം കൃഷിഭൂമികൾ മാറ്റിയെടുക്കുകയും ചെയ്യുന്നത്.

ചേരിക്കല്ലുകളെ പെൺപുലങ്ങൾ എന്നും ചില ദേശങ്ങളിൽ വിളി ക്കാറുണ്ട്. നാട്ടവാഴിക്കു വേണ്ടി ഇത്തരം 'ചേരിക്കൽ' പ്രദേശങ്ങളിൽ കൃഷിവേല ചെയ്യേണ്ടി വന്നപ്പോൾ, അടിയാന്മാർ ചിറ്റാരി കെട്ടി കൃഷി സ്ഥലത്തു തന്നെ താമസിക്കും. പുള്ള്യാംകുന്ന്, മങ്കുട, പൂരി, ഞെക്കിലി, ഓത്തിമല, കരക്കാട്, മേലിയാൽ, വള്ള്യംമട തുടങ്ങിയവ കരക്കാട്ടിടം

നായനാരുടെ അധീനതയില്ലുള്ള ചേരിക്കൽ പ്രദേശങ്ങളായിരുന്നു.

ഓരോ ചേരിയില്ലും പന്ത്രണ്ട കുടുംബങ്ങളിലായി ഏകദേശം നൂറ്റ നമ്പതു അടിയാളർ പണിക്കാരായിട്ടുണ്ടാകും. അവരുടെ നേതാവ് 'തലയ ടിയാൻ'. മേൽനോട്ടം വഹിക്കാൻ 'പൊറ്റിക്കാരനും' അതിന മുകളിൽ കീഴ് കാര്യസ്ഥനുമുണ്ടാകും. തലപ്പത്ത് ജന്മിയുടെ പ്രവൃത്തികാര്യസ്ഥനും. കരക്കാട്ടിടം ജന്മിയുടെ കീഴിൽ ഈ തരത്തില്ലുള്ള പ്രവൃത്തികാര്യസ്ഥ ന്മാർ പന്ത്രണ്ട പേരുണ്ടായിരുന്നു. കാര്യസ്ഥന്മാർക്ക് പ്രദേശം തിരിച്ച് ചുമതല നൽകപ്പെട്ടു.

കാര്യസ്ഥനെ കൂടാതെ കണക്കെഴുത്തുകാരായ മേനോക്കികൾ (മേനോൻ), പിരിവുകാരായ കോൽക്കാർ എന്നിവരേയും ചേർത്ത് ചേരിക്കൽ പോറ്റിക്കാർ (പ്രവൃത്തിക്കാർ) എന്ന വിളിക്കും. ഇവർ അതത ചേരിക്കൽ കേന്ദ്രമാക്കി പ്രവർത്തിച്ച പോന്നു. ഇവരുടെ കാര്യാലയ ത്തെ 'കളം' എന്നാണ് പറയുക. എടത്തിലെ രേഖയെഴുത്തുകാരനായ മാവില ഒതേനൻ നമ്പ്യാരുടെ (കണ്ടക്കൈ) സേവ പിടിച്ച് പലരും കാര്യസ്ഥപ്പണി കരസ്ഥമാക്കിയ കഥ നാട്ടിൽ പാട്ടാണ്.

ജന്മിയുടെ ആസ്ഥാനം എള്ളരിഞ്ഞിയിലാണ്. പടിമാളിക, പത്താ യപ്പുര, നെൽപ്പുര, മഠം, നാലുകെട്ട് എന്നിവ ചേർന്നതാണ് ആസ്ഥഡം. പയ്യാവൂർ, കുറുമാത്തൂർ, കടമ്പേരി എന്നിവിടങ്ങളിൽ ഇടത്താവളങ്ങള മുണ്ട്.

അധികാര പരമ്പരയുടെ ഇടക്കം ഉണ്ണമ്മൻ നായനാരിലാണ്. അദ്ദേഹം മൂന്ന വർഷം ഗൃഹസ്ഥനായി തുടർന്നു. ഉണ്ണമ്മന ശേഷം രയരപ്പൻ നായനാർ മൂപ്പനായി. രയരപ്പൻ ഇരുപത്തിയഞ്ച വർഷം ആ സ്ഥാനത്തുണ്ടായി. പിന്നീട ഗൃഹസ്ഥ സ്ഥാനത്തെത്തിയ കമ്മാരൻ നായനാർ അഞ്ചു വർഷക്കാലം പദവിയില്ലുണ്ടായി. ഇദ്ദേഹത്തിന ശേഷം ഇരുപത്തിയൊന്നു വർഷത്തോളം ചന്തുക്കുട്ടി നായനാർ മൂപ്പനായി. അദ്ദേഹത്തിന്റെ അനുജൻ ഉണ്ണമ്മൻനായനാർ ശേഷം പദവിയിൽ തുടർന്നു. ചന്തുക്കുട്ടി നായനാരുടേയും ഉണ്ണമ്മന്റേയും കാലഘട്ടത്തിലാണ് ജന്മി-കുടിയാൻ ബന്ധം സംഘർഷഭരിതമായത്.

ഇരിക്കൂർ ഫർക്കയിലെ മറ്റൊരു ഹൃഡൽപ്രഭ കല്ല്യാട് യശ്ശമാ നനാണ്. 'കല്ല്യാട്ട സിംഹ'മെന്നും 'ഐശ്വര്യ പ്രഭ' മെന്നുമറിയപ്പെട്ട കല്ല്യാട് നമ്പ്യാരുടെ കാൽക്കീഴിലായിരുന്ന ഫർക്കയുടെ കിഴക്കേ അതിരായ കൂട്ടുപുഴ മുതൽ പടിഞ്ഞാറേയറ്റത്ത് നായാട്ടുപാറ വരെ പരന്നുകിടക്കേുന്ന ദേശങ്ങൾ. ഈ പരിധിയിലെ നെൽപ്പാടങ്ങളിൽ നിന്നു മാത്രം രണ്ട ലക്ഷം പറ നെല്ല് വാരം ലഭിച്ച പോന്നു. മറ്റ ജന്മി മാരുടെ അധീനതയില്ലുള്ള കൂടാലി, നായാട്ടുപാറ എന്നിവിടങ്ങളിലെ

ഭോഗങ്ങളും ആക്രമണത്തിലൂടെ സ്വന്തമാക്കുകയുണ്ടായി. ഈ പ്രദേശങ്ങൾ പഴശ്ശിരാജാവിന്റെ അധികാരപരിധിയിലുണ്ടായിരുന്ന കാലത്ത് ഇവിടുത്തെ വ്യവഹാരങ്ങൾ നിറവേറ്റാൻ കല്യാട്ട നമ്പ്യാ രെയായിരുന്ന ചുമതലപ്പെടുത്തിയിരുന്നത്. 1793 സെപ്റ്റംബറിലെ ഒരു സംഭവം അതിനു സാക്ഷ്യമാണ്. കൂടാളിയിൽ ഒരു മുസ്ലീംപള്ളി പണിയാൻ അനുവാദത്തിനപേക്ഷിച്ചപ്പോൾ തിരുമുൽക്കാഴ്ച വയ്ക്കണ മെന്ന ഉപാധി പഴശ്ശിരാജ മുന്നോട്ടവയ്ക്കുകയുണ്ടായി. പക്ഷെ കാഴ്ചപ്പ ണംകെട്ടാതെ പള്ളി കെട്ടാൻ ബന്ധപ്പെട്ടവർ മുതിർന്നു. ഇതറിഞ്ഞ പഴശ്ശിരാജ അതിനു നേതൃത്വം കൊടുത്ത താലിബ് കുട്ടി ആലിയെ തന്റെ മുമ്പാകെ ഹാജരാക്കാൻ കല്യാട്ട് യജമാനനെ നിയോഗിച്ചു. അഞ്ചു സായുധ ഭടന്മാരോടൊപ്പം സ്ഥലത്തെത്തിയ യജമാനൻ മാപ്പിളത്ത ലവനുമായി തർക്കത്തിലാവുകയും അതിനിടയിൽ ഒരു ഭടന്റെ വാൾ കൈക്കലാക്കിയ ഒരാൾ യജമാനനെ കൊലപ്പെടുത്തുകയും ചെയ്തു. ആ കൊലയാളിയെ ഭടന്മാരും ബാക്കിവച്ചില്ല.

കല്യാട്ടുകാരണവരായിരുന്ന കുഞ്ഞമ്മൻ യശമാനനേയും അദ്ദേഹ ത്തിന്റെ അനന്തരവനേയും പഴശ്ശിരാജയോടൊപ്പംപോരാടിയതിന് 1804 ൽ ബ്രിട്ടീഷുകാർ നാട്ടുകടത്തിയതായും 'പഴശ്ശി സമരങ്ങൾ' എന്ന കൃതിയിൽ ചരിത്രകാരനായ ഡോ:കെ. കെ. എൻ കുറുപ്പ് വിവരിക്ക ന്നുണ്ട്.

പത്തൊൻപതാം നൂറ്റാണ്ടിന്റെ തുടക്കത്തിൽ ഏറനാടൻ, വള്ളുവ നാടൻ താലൂക്കുകളിൽ രൂപം കൊണ്ട കലാപം മലബാറിലാകെ അലക ളുണ്ടാക്കിയിരുന്നു. ഭൂമി പാട്ടത്തിനെടുത്ത് കൃഷി ചെയ്തും കൂലിവേല ചെയ്തും ഉപജീവനം നടത്തിയിരുന്ന ദരിദ്ര കർഷകരുടെ ജീവിതസാഹ ചര്യങ്ങൾ വളരെ ദുസ്സഹമായിരുന്ന കാലം. അടിക്കടി നേരിടേണ്ടി വന്ന കുടിയൊഴിപ്പിക്കൽ, അന്യായമായ നികുതി പിരിവ്, ഉയർന്ന പാട്ടം തുടങ്ങിയവ ക്ലേശങ്ങൾ പെരുപ്പിച്ചു. 1841 ൽ വള്ളുവനാട്ടെ പള്ളിപ്പറ ത്തും മണ്ണരിലുമുണ്ടായ കലാപങ്ങൾക്ക് കാരണമായത് കർഷകരും ജന്മിമാരും തമ്മിലുള്ള തർക്കമായിരുന്നു. 1849 ൽ മഞ്ചേരിയിലും 1851 ൽ കുളത്തൂരിലും 1852 ൽ മട്ടന്നൂരിലും അസംതൃപ്തരായ കൃഷിക്കാർ ഭൂവുടമകൾക്കും ബ്രിട്ടീഷുകാർക്കുമെതിരെ പൊരുതാനിറങ്ങി. ഫ്യൂഡൽ പ്രമാണിമാരുടേയും ബ്രിട്ടീഷ് മേധാവികളുടേയും കെണിയിൽ കുടുങ്ങി പലയിടത്തും കലാപങ്ങൾ വർഗീയ രൂപം പൂണ്ടു. 1852 ലെ ഏറനാടൻ ലഹള ഹൈന്ദവക്ഷേത്രങ്ങളും കോവിലകങ്ങളും കത്തിക്കുന്നതിലും കൊള്ളയടിക്കുന്നതിലുമെത്തുന്നസ്ഥിതിയുണ്ടായി. മലബാറിനെ വിറപ്പിച്ച ആ കലാപത്തിന്റെ തീപ്പൊരികൾ കല്യാട്ടുമെത്തിയിരുന്നു.

കല്യാട്ടെശ്ശമാന്റെ നേതൃത്വത്തിൽ അതിനെ ചെറുത്തു. അതേപ്പറ്റി കെ. മാധവൻ നായർ എഴുതുന്നു: "മാപ്പിള ലഹളയ്ക്കെതിരെ മലബാറിൽ ഹിന്ദു നടത്തിയ ഏക ചെറുത്തുനില്പും പ്രത്യാക്രമണവും കല്യാട്ടേല മാത്രമായിരുന്നു" (മലബാർ കലാപം)

കുണ്ടുവെട്ടിപ്പട (കൊണ്ടോട്ടിപ്പട?) യുമായി യുദ്ധം നടത്തി വിജയം വരിച്ചതിനാൽ കല്യാട്ട് നമ്പ്യാർക്ക് വീരശൃംഖല കിട്ടിയതായും ആ പോരിൽ പിടിച്ചുകെട്ടിയ 13 മാപ്പിളമാരെ പത്തായപ്പുരയിൽ കൊണ്ടു വന്ന് വെടിവെച്ച കൊന്നതായും കല്യാട്ട് താഴത്ത് വീട്ടിലെ മുതിർന്ന ഗൃഹനാഥ കെ. ടി. ജാനകിയമ്മ പറയുകയുണ്ടായി. അവരുടെ മുത്ത ശ്ശിയിൽ നിന്നും കിട്ടിയ അറിവായിരുന്നു ഞങ്ങളമായി പങ്കുവച്ചത്. (1989 ൽ ഒക്ടോ: 16ന് ജാനകിയമ്മ മരണമടഞ്ഞു)

മതയാഥാസ്ഥിതികതക്കെതിരെ നിലപാട് സ്വീകരിക്കുന്നതില്ലും മടി കാട്ടിയവരായിരുന്നില്ല ഈ ജന്മി കുടുംബം. മൈസൂർ പടയോട്ടകാലത്ത് മതപരിവർത്തനത്തിന് വിധേയമാകേണ്ടി വന്നവരിൽ ചിലർ പൂർവമത ത്തിലേക്ക് തിരികെ പ്രവേശിച്ചപ്പോൾ അതിനെ യാഥാസ്ഥിതികരായ ഹിന്ദുസമുദായപ്രമാണിമാർ വിലക്കുകയുണ്ടായി. ഈ വിലക്കിനെ ചോദ്യം ചെയ്ത കൊണ്ട് പയ്യന്നൂരിൽ ഒരു സാമൂഹിക പന്തിഭോജനം നടത്താൻ കല്യാട്ട് നമ്പ്യാരാണ് നേതൃത്വം നൽകിയത്.

കല്യാട് താഴത്ത് വീടാണ് ജന്മിയുടെ ആസ്ഥാനം. കൂടാതെ ബ്ലാത്തൂർ, പടിയൂർ, പെരുമണ്ണ്, കോട്ടൂർ എന്നിവിടങ്ങളില്ലുമുണ്ട് പത്തായപ്പുരകളും നാല്യകെട്ടുകളും.

എടക്കാട് വെള്ളവദേശത്തെ പ്രാമാണിക കുടുംബമായ വെള്ളവ എടത്തിന്റെ താവഴിയിൽ പെട്ടവരാണ് കല്യാട് താഴത്ത് വീട്ടുകാർ. പതിനെട്ടാം നൂറ്റാണ്ടിന്റെ ഇടക്കത്തിൽ വെള്ളവ വീട്ടിലെ കാരണവർ രൈരു നമ്പ്യാരായിരുന്നു. അക്കാലത്തെ ഏറ്റവും വലിയ ലുബ്ധനായും പേരുകേട്ടിരുന്ന വ്യക്തി. മുൻകോപിയും ധനത്തിനു വേണ്ടി ഏതു ഹീന വൃത്തിയും ചെയ്യാൻ മടിയില്ലാത്തൊരാളമായിരുന്നു. ആശ്രിതർ രൈരു യജമാനൻ എന്നു വിളിച്ചിരുന്ന ഇയാളുടെ രണ്ടു സഹോദരിമാരിൽ ഇളയവളെ കല്യാണം കഴിച്ചു കൊണ്ടുവന്നത് ബന്ധുഗൃഹം കൂടിയായ കല്യാട് താഴത്ത് വീട്ടിലേക്കാണ്. മൂത്തവളെ രണ്ടുതറ അച്ചന്മാരിൽ പ്രസിദ്ധനായ ചാലാട്ടെ പള്ളിയത്ത് കണ്ണൻ നമ്പ്യാരാണ് കല്യാണം കഴിച്ചത്. കണ്ണൻ നമ്പ്യാരുടേയും കല്യാണിയമ്മയുടേയും മകനാണ് 1713 ൽ ജനിച്ച വെള്ളവക്കമ്മരൻ. ഇദ്ദേഹമാണ് പിൽക്കാലത്ത് മൈസൂർ സുൽത്താൻ ഹൈദരാലിയുടെ സൈനികത്തലവനും ബദന്നൂർ ഗവർണറുമായി മാറിയ അയാസ് ഖാൻ. ചന്തു അധികാരിയുടെ മകൾ

മാധവിക്കുട്ടിയാണ് വെള്ളവക്കമ്മാരന്റെ ജീവിതസഖി. പ്രേമവിവാ ഹമായിരുന്നു. പതിനെട്ടാം നൂറ്റാണ്ടിന്റെ ഇടക്കത്തിൽ തലശ്ശേരി അധികാരിയായ കുങ്കൻ നമ്പ്യാരുടെ മരുമകനാണ് ചന്തു അധികാരി. ചന്തു അധികാരി കൊല്ലപ്പെട്ടപ്പോൾ മാധവിക്കുട്ടി അനാഥയായ് മാറി. വിവാഹം ചെയ്യാനിരിക്കെയായിരുന്ന സംഭവം. അതേ സമയത്ത് കോലത്തിരിയുടെ സൈനിക സേവനത്തിന് കമ്മാരന് നിർബന്ധ പൂർവം പോകേണ്ടിയും വന്നു. അനാഥയായ കാമുകിയെ അമ്മാവന്റെ വീടായ, കല്യാട് താഴത്തു വീട്ടിൽ പാർപ്പിച്ചാണ് കമ്മാരൻ സൈനി കവൃത്തിക്ക് പോയത്. പിന്നീട് ഹൈദരാലിയുടെ സാമ്രാജ്യത്തിലെ ചിത്രദുർഗ ഗവർണറായി സ്ഥാനാരോഹണം ചെയ്ത് 'അയാസ് ഖാൻ സർദാർ ഷെയ്ഖ് അയാസ് ഖാൻ ബഹദൂർ ' ആയി അറിയപ്പെട്ട ശേഷമാണ് കല്യാട്ട തിരികെയെത്തി മാധവിക്കുട്ടിയേയും കൂട്ടി പോയത്. മാധവിക്കുട്ടി ആമിനാ ബീഗമായി മാറി.

രൈര നമ്പ്യാർക്ക ശേഷം മരുമക്കത്തായപ്രകാരം ഗൃഹസ്ഥ സ്ഥാനം വലിയ കമ്മാരനിലേക്കും തുടർന്ന് ചാത്തുക്കുട്ടി നമ്പ്യാരിലേ ക്കുമെത്തി. സാംസ്കാരികമണ്ഡലത്തിൽ പേര പതിപ്പിച്ച വ്യക്തിയാ യിരുന്ന ചാത്തുക്കുട്ടി നമ്പ്യാർ. വാഗ്ഭടാനന്ദൻ സ്ഥാപിച്ച ആത്മവിദ്യാ സംഘത്തിന്റേയും അതിന്റെ മുഖമാസികയായ "കാഹള'ത്തിന്റേയും രക്ഷാധികാരിയുടെ പദവി ഇദ്ദേഹം വഹിച്ചിരുന്നു. ആത്മവിദ്യാസം ഘത്തിന്റെ മുഖപത്രത്തിന് 'യജമാനൻ' എന്ന പേര് വാഗ്ഭടാനന്ദൻ നൽകിയതും കല്യാട്ട് നമ്പ്യാരോടുള്ള ആദരസൂചകമായിരുന്നത്രെ. 1927 ജനുവരിയിൽ കല്യാട് നമ്പ്യാരുടെ ആതിഥ്യമേറ്റവാങ്ങിക്കൊണ്ട് ദിവസങ്ങളോളം വാഗ്ഭടാനന്ദൻ അവിടെ തങ്ങുകയുണ്ടായി. ആധ്യാത്മി കവും സാമൂഹികവുമായ വിഷയങ്ങളിൽ പ്രഭാഷണങ്ങളും സംവാദങ്ങളും മുഴങ്ങിയ സാംസ്കാരികാന്തരീക്ഷമായിരുന്നു ആ ദിനങ്ങളിൽ.

ചാത്തുക്കുട്ടി നമ്പ്യാർക്ക ശേഷം അധികാരസ്ഥാനം അനുജൻ കൃഷ്ണൻ നമ്പ്യാർക്ക ലഭിച്ച. തുടർന്ന് അദ്ദേഹത്തിന്റെ മരുമകൻ അനന്തൻ നമ്പ്യാരും, അതിനു ശേഷം കുഞ്ഞിക്കമ്മാരൻ നമ്പ്യാരും അവകാശികളായി.

* * *

ഇരിക്കൂർ ഫർക്കയിലെ ഭൂപ്രദേശങ്ങൾ ഏറെക്കാലം ഈ രണ്ടു ഭൂപ്രഭുക്കളാണ് അടക്കിവാണത്. വൈദേശിക ശക്തികളുടെ താങ്ങും തണലും യഥേഷ്ടം സ്വീകരിച്ച കൊണ്ട്, ബ്രിട്ടീഷ്ഭരണകൂടത്തിന്റെ സൈനികശേഷിയും ചൂഷണനിയമങ്ങളും അടിച്ചമർത്തൽ നയങ്ങളും പരമാവധി പ്രയോജനപ്പെടുത്തിക്കൊണ്ട് കുടിയാൻ ജനതയെ

ചവിട്ടടിയിൽ നിർത്തി. അതിന വേണ്ടി അവർ സ്വീകരിച്ച കിരാത നടപടികളായിരുന്ന ചരിത്രത്തെ ഏറെക്കാലം കലുഷിതമാക്കിയത്. ഭൂരിഭാഗം ഗ്രാമങ്ങളും കൃഷിയിടങ്ങളും കയ്യടക്കി വാണ ഇക്കൂട്ടർ കുടിയാൻ സമൂഹത്തിന മേൽ ഫ്യൂഡൽ നിയമങ്ങൾ അങ്ങേയറ്റം അക്രമാസക്തമായി പ്രയോഗിച്ചു.

നിരന്തരം കടുത്ത നികുതിഭാരം ജനങ്ങൾക്കു മേൽ കെട്ടിയേല്പിച്ചു. നികുതിയടവുകളിൽ വീഴ്ച വരുത്തിയാൽ കടുത്ത ശിക്ഷയും പിഴയും വിധിച്ചു. പലതരത്തിലാണ് ജനങ്ങൾ ദ്രോഹിക്കപ്പെട്ടത്.

ഒരു കുടിലിൽ നിന്നും മറ്റൊരു കുടിലിലേക്കുള്ള വഴി മുടക്കാൻ കല്ലും തോലും വയ്ക്കുക, ക്ഷൗരം വിലക്കുക, ചാണകം കലക്കിയ വെള്ളം തളിച്ച ശുദ്ധമാക്കുന്നതിനെ തടയുക, വണ്ണാത്തി മാറ്റ് വിലക്കുക തുടങ്ങി കഴമരം വരെ. കൊലക്കയറിലൊടുങ്ങുന്നവരെ വലിച്ചെറിയാൻ കല്യാട് ജന്മിക്ക് 'പയസ്സായിക്കുണ്ടം' കാട്ടുകൊല്ലി. കരക്കാട്ടിടത്തിന് ഓടത്തു പാലം കഴമരം.

കോട്ടൂർ പത്തായപ്പുരയിൽ താവളമടിച്ച് ഫ്യൂഡൽചട്ടമ്പിയും ചങ്ങാ തിക്കൂട്ടവും നടത്തിയ ഗുണ്ടായിസവും അതിക്രമങ്ങളും ചരിത്രത്തിന തീരാകളങ്കമായി ശേഷിക്കുന്നു. വധുവിന്റെ ആദ്യരാത്രി പ്രഭവിന്റെ അന്തഃപുരത്തിലാവണമെന്നായിരുന്ന മാമൂൽ. വഴങ്ങാത്തവർക്ക നേരെ ബലപ്രയോഗം, ശിക്ഷ. വരാന്തയുടെ ഉത്തരത്തിൽ വിരലിൽ കോർത്ത് ഉുക്കി നിർത്തി മത്തോടൻ അമ്പുനമ്പ്യാർക്ക് മർദനമേൽ ക്കേണ്ടി വന്നത് ഭാര്യയെ അരമനയിലേക്ക് അയക്കാത്തതു കൊണ്ട്. രക്ഷപ്പെടാനായി കോട്ടൂരിൽ നിന്നും വയത്തൂരിലേക്ക് നാട്ടുവിട്ട നവവധു ചെറിയയെ ജന്മിയും കൂട്ടരും പിന്തുടർന്ന ചെല്ലുകയായിരുന്ന. ചെങ്കണ്ണുപിടിച്ച കിടക്കുകയായിരുന്ന ചെറിയയെ അതു വകവയ്ക്കാതെ ബലാൽക്കാരം ചെയ്തു.

ബ്ലാത്തൂരിലെ ലക്ഷ്മിയുടെ കാര്യത്തിൽ ആങ്ങളയായ കോരൻ തന്നെയാണ് ചാത്തുക്കുട്ടി യശമാനനുവേണ്ടി കങ്കാണിയായത്. തെറ്റിദ്ധരിപ്പിച്ച് അന്തപ്പുരത്തിലെത്തിക്കുകയായിരുന്നു. അതിനുള്ള പ്രതിഫലവും കോരൻ പറ്റി - സ്വർണമോതിരം.

ജന്മിമാരുടെ കല്പനകളുടെ മറവിൽ കാര്യസ്ഥന്മാർ കാട്ടിക്കൂട്ടിയ താന്തോന്നിത്തങ്ങൾ അതിലേറെ. കരിമ്പിൽ നമ്പൂതിരി തന്റെ നിലം കാണത്തിന വച്ച കിട്ടിയ ഉക അവർ കവർന്നെടുത്തു. വല്ലം നാരായണൻ നമ്പൂതിരി മുറിച്ച് ഈർച്ച കഴിച്ച് അട്ടുക്കി വച്ച മരം അവർ ബലമായി എടുത്തു കൊണ്ടുപോയി വില്പന ചെയ്തു. അതിന്റെ പ്രതിഫലം ചോദിച്ച കാരണത്താൽ നാരായണൻ നമ്പൂതിരിയുടെ

അന്തർജനത്തെ പേറ്റനോവിനിടെ ശുശ്രൂഷിക്കാനെത്തിയ പേറ്റിച്ചിയെ തടഞ്ഞു. കേളോത്ത് ചന്തുവിന്റെ വിളവ് ബലമായി കൊയ്തെടുത്തു. കൊട്ടയാടൻ രാമൻ വൈദ്യരുടെ ആറേഴായിരം സേർ നെല്ല് അവർ കൊള്ളയടിച്ചു.

കർഷകന്റെ വീട് ഓട് പതിക്കാൻ പറ്റില്ല. മീശ വച്ച നടക്കാൻ പാടില്ല. മുളിപ്പാട്ടിനു വരെപിഴ. പത്തായപ്പുരക്കു നേരെ പോകുമ്പോൾ കുട ചൂടാനോ ചെരിപ്പിടാനോ പാടില്ല. മുറിയിലിട്ടടച്ച് ചേരിപ്പുകയിട്ട് ശ്വാസം മുട്ടിച്ച കൊല്ലും. മുക്കാലിയിൽ കെട്ടി അടിക്കുക, കത്തുന്ന പുൽക്കുനകൾക്കു മീതെ ശരീരം ഉരുക്കിയിട്ടുക തുടങ്ങി മർദനരീതികൾ പലതാണ്. ഇത്തരം അതിക്രമങ്ങൾക്കെതിരെ ഒറ്റപ്പെട്ട പ്രതിഷേധ ങ്ങൾ പൊട്ടി മുളയ്ക്കാതെയുമിരുന്നില്ല. പട്ടവം രാമൻ കരക്കാട്ടിടം ജന്മി ഉണ്ണമ്മൻ നായനാരോട് കയർത്തതും പാലക്കീൽ കോരൻ തന്റെ ഭാര്യക്ക് മാറ്റ് വിലക്കിയതിനെതിരെ നായനാർ കുളിക്കുന്നിടത്തു ചെന്ന് വെടി വയ്ക്കുമെന്ന് ഭീഷണിപ്പെടുത്തി മാറ്റവകാശം നേടിയെടുത്തതു മൊക്കെ ധീരതയാർന്ന ചെറുത്തുനില്പുകളാണെങ്കിലും അവ ഒറ്റപ്പെട്ട സംഭവങ്ങൾ മാത്രമായി.

കടുത്തച്ചൂഷണരീതികളും അമിതാധികാര പ്രയോഗങ്ങളും മർദന നടപടികളും തുടർച്ചയായി സ്വീകരിച്ചപ്പോൾ, ഗത്യന്തരമില്ലാതായ കർഷകജനസമൂഹം ഒട്ടുക്കം അതിജീവനത്തിന്റേയും ചെറുത്തു നില്പി ന്റേയും പോംവഴികൾ തേടുകയായിരുന്നു. ഈയൊരു അശരണാവ സ്ഥയിലാണ് കർഷകപ്രസ്ഥാനം രംഗപ്രവേശം ചെയ്തത്. കുടിയാൻ സമൂഹത്തെ സമര ബോധത്തിലേക്ക് വളർത്തിയെടുക്കുവാനും കൃഷി ഭൂമിക്കും നാടിന്റെ സ്വാതന്ത്ര്യത്തിനും വേണ്ടിയുള്ള പോരാട്ടത്തിൽ അണിനിരത്തുവാനും കമ്മ്യൂണിസ്റ്റ് - കർഷക പ്രസ്ഥാനങ്ങൾക്ക് അതിവേഗം സാധിച്ചു. കുടിയാൻജനത സംഘംചേരാൻ തുടങ്ങുന്നതു വരെ ഫ്യൂഡൽമേൽക്കോയ്മയും ചട്ടമ്പിത്തരവും ഈ ദേശങ്ങളെ ചവിട്ടടിയിലാക്കി. കർഷകസംഘം നാടിന്റെ സമരനായകത്വം ഏറ്റെ ടുത്തതോടെയാണ് ജന്മിത്തം തല താഴ്ത്തുടങ്ങിയത്. ഒന്നോ രണ്ടോ ഭൂപ്രഭുകുടുംബങ്ങളെ ശത്രുക്കളായി കണ്ടോ, അതിൽ തന്നെ ഒറ്റപ്പെട്ട ഭൂപ്രമാണികളേയും അവരുടെ അതിക്രമങ്ങളേയും ചൂഷണദാഹങ്ങളേ യും കേന്ദ്രവിഷയമാക്കിയോ ആയിരുന്നില്ല ഈ മുന്നേറ്റം. ഏതെങ്കിലും ഫ്യൂഡൽപ്രഭുവിനെയല്ല, ഫ്യൂഡലിസത്തെയാണ് അവർ ഉന്നമിട്ടത്. അത്തരമൊരു സാമൂഹ്യ ഘട്ടത്തിന്റെ വൈരുധ്യത്തെ വികസിപ്പിച്ച കൊണ്ടുള്ള ചരിത്രപരമായ സമരഘട്ടമായിരുന്നു അത്. ഫ്യൂഡൽസാ മൂഹിക വ്യവസ്ഥയുടെ അടിവേരറുക്കാനുള്ള അന്തിമസമരത്തിന്റെ കാഹളമായിരുന്നു അന്ന് മുഴങ്ങിയത്.

കാർഷിക കലാപത്തിന്റെ
ചരിത്ര സന്നാഹങ്ങൾ

ഏതു ചെറിയ സംഭവത്തിനുമുണ്ടാവും ചെറുതല്ലാത്ത പശ്ചാത്തലചരിത്രം. ചരിത്രസംഭവങ്ങളൊന്നും ഒറ്റപ്പെട്ടതല്ല. സാമൂഹിക വിക്ഷോഭങ്ങളുടെ വികാസവും സംഘർഷാത്മകമായ സംക്രമവുമാണ് ഓരോ സംഭവത്തെയും അടയാളപ്പെടുത്തുന്നത്.

കാവുമ്പായി എന്ന സമരഭൂമികയ്ക്കുമുണ്ട് അങ്ങനെയൊരു ഗാർഹിക പാരമ്പര്യം. കലാപം കുത്തിമറിഞ്ഞത് കാവുമ്പായിയിലാണെങ്കിലും കലാപത്തിന്റെ സന്നാഹപ്രവിശ്യകൾ മലബാറിലെ ഗ്രാമസമൂഹങ്ങളും പ്രാന്തവത്കൃതചേരികളും തരിശായും ഉർവരമായും പരന്ന കിടക്കുന്ന കാർഷികപംക്തികളുമാണ്. വർഷം1946 ആണെങ്കിലും, ഫ്യൂഡൽവിരുദ്ധ കുടിയാൻ മുന്നേറ്റത്തിന്റേയും അധിനിവേശവിരുദ്ധ സ്വാതന്ത്ര്യ സമരത്തിന്റേയും നീണ്ടദശകങ്ങളെ ആ കലണ്ടർ ആലേഖനം ചെയ്യുന്ന.

സ്വാതന്ത്ര്യം എന്ന ആശയത്തിന്റെ മാനവികമായ ഉള്ളടക്കം എല്ലാ സമരങ്ങൾക്കു പിന്നിലുമുണ്ടാകും. ജീവിതത്തോടു കടപ്പെട്ടിരിക്കുന്നു പോലെ, കാലത്തോട്ടും വിമോചനാത്മകമായ പ്രതിബദ്ധത പുലർത്തി ക്കൊണ്ടാണ് ഓരോ സമരവും മുന്നേറിയിട്ടുള്ളത്. ചൂഷണത്തിന്റെ വിവിധ രീതികൾ ഉപരോധിക്കുന്നതിനും പ്രാദേശികവും ദേശീയവും അന്തർ ദേശീയവുമായ അധികാര സമ്മർദങ്ങളെ ചെറുക്കുന്നതിനുമുള്ള സാമൂഹി കമായ ശാക്തീകരണമാണ് നാളിതുവരെ ചരിത്രത്തെ നയിച്ചിട്ടുള്ളത്. കാവുമ്പായി സമരത്തിന്റേയും അന്തഃസത്തയിൽ ഇതെല്ലാമുണ്ട്. സ്വതന്ത്ര ജീവിതത്തെ ലക്ഷ്യമിട്ടുള്ള മനുഷ്യന്റെ സാമൂഹ്യമുന്നണിയാണ് അതിന്റെ പൊതുശക്തി. അതിലൂടെ ശക്തിപ്പെട്ട സമരമുറകൾ ഫ്യൂഡൽ ഘടനയെ

പൊളിച്ചെഴുതുകയും ചരിത്രത്തിന്റെ വിപ്ലവപരമായ ഭാഗധേയം നിർണ
യിക്കുകയും ചെയ്തു. രാജാധിപ വ്യവസ്ഥകളുടെ അടിവേരറ്റു. നാട്ടുവാ
ഴികളും ദേശവാഴികളും സാമന്തന്മാരും അധികാര കേന്ദ്രങ്ങളല്ലാതായി.
ഭൂപ്രഭുക്കളും ഇടപ്രഭുക്കളുമടങ്ങുന്ന ഇത്തിക്കണ്ണികൾ കാർഷികപംക്തി
യിൽ നിന്ന് പറിച്ചെറിയപ്പെട്ടു. ചൂഷിത ജനതയുടെ ഉയിർത്തെഴുന്നേല്പിന്
തടയിടാൻ ഫ്യൂഡൽശക്തികളും മുതലാളിത്തവും പരസ്പരം സന്ധി ചെയ്ത
പ്പെട്ടു. അതുകൊണ്ടു തന്നെ ജന്മിത്തത്തിനും സാമ്രാജ്യത്തിനുമെതി
രായ ജനകീയ സമരങ്ങൾക്ക് പൊതുരൂപം കൈവന്നു. ജന്മി വിരുദ്ധ
സമരങ്ങളിലൂടെ കർഷക ജനസാമാന്യത്തെ ഏകോപിപ്പിക്കുവാനും
ബ്രിട്ടീഷ് വിരുദ്ധ സമരത്തിലൂടെ രാഷ്ട്രീയസ്വാതന്ത്ര്യം ലക്ഷ്യമിടാനും ഒരേ
സമരവേദിയിലൂടെ രാഷ്ട്രീയ നേതൃത്വത്തിന സാധിച്ചു.

കാവുമ്പായി സമരം ഒറ്റപ്പെട്ട ഒരു സംഭവമല്ല. ജന്മിത്തവിരുദ്ധകാർ
ഷിക സമരങ്ങളുടെ ചരിത്രശൃംഖലയിൽ സുപ്രധാനമായ ഒരേട് ആണത്.
തെലുങ്കാന മുതൽ പുന്നപ്ര വയലാർ വരെ, കയ്യൂരും കരിവെള്ളൂരും
പാടിക്കുന്നും മുനയൻകുന്നും തില്ലങ്കേരിയും തലശ്ശേരിയും മൊറാഴയും
ഒഞ്ചിയവും ഒരുമിക്കുന്ന കാലത്തിന്റെ സമരശൃംഖലയാണത്. ഈ
കാർഷിക സമരങ്ങളുടെ ദേശീയ പ്രാധാന്യം അവയുടെ സാമ്രാജ്യത്ത
വിരുദ്ധ സ്വഭാവമാണ്. സ്വാതന്ത്ര്യം ലക്ഷ്യമിട്ടുള്ള ദേശീയ വിമോചനരാ
ഷ്ട്രീയത്തിന്റെ ഊടും പാവും നെയ്തത് ഇന്ത്യയിലെമ്പാട്ടും പൊട്ടിപ്പുറപ്പെട്ട
കാർഷികസമരങ്ങളാണ്. ലോകത്തെമ്പാട്ടുമുള്ള വിമോചന സമരങ്ങ
ളുടെ സാർവദേശീയമായ ഐക്യഭാവമാണ് ഈ വിമോചന മുന്നേറ്റ
ങ്ങളുടേയെല്ലാം ചരിത്രപരമായ കാതൽ. മനുഷ്യരാശിയുടെ ചരിത്രവും
പുരോഗതിയും ഈയൊരു ചലന നിയമത്തിന്റെ ആധാരത്തിലാണ്
നിർണയിക്കപ്പെട്ടതും.

ഇന്ത്യയെ സ്വതന്ത്രമാക്കുകയെന്ന രാഷ്ട്രീയലക്ഷ്യത്തെ സമരോന്മുഖ
മായ ജനകീയ ധാരയാക്കി ശക്തിപ്പെടുത്താനാണ് കമ്മ്യൂണിസ്റ്റ് പാർടി
ഉന്നമിട്ടത്. കോൺഗ്രസിന്റെ സ്വാതന്ത്ര്യ സമരരീതിയുടെ ദൗർബല്യങ്ങ
ളിൽ നിന്നോ വർഗദിശകളിൽ നിന്നോ തെന്നി മാറുന്ന രാഷ്ട്രീയമാണത്.

ഇരുപതാം നൂറ്റാണ്ടിന്റെ ആരംഭദശകങ്ങളിൽ പരിണമിച്ച വന്ന
സാമൂഹിക-സാമ്പത്തിക-രാഷ്ട്രീയ പ്രക്രിയകളുടെ ഒരുൽപന്നമായാണ്
കേരളത്തിലെ കമ്മ്യൂണിസ്റ്റ് പാർടിയുടെ ആവിർഭാവവും. സാമൂഹിക
നവീകരണബോധത്തിന്റെ തനതായ ചട്ടക്കൂട്ടിൽ വിമോചനരാഷ്ട്രീയത്തി
ന്റെ ആഗോളകാഴ്ചപ്പാടുകൾ പകർന്നുണ്ടാക്കിയ ആശയപരമായ പശ്ചാ
ത്തലം കേരളീയസാമൂഹിക ബോധത്തെ ദൃഢമാക്കി. ഈ കരുത്താണ്
സാമ്രാജ്യവിരുദ്ധവും ജന്മിവിരുദ്ധവുമായ ജനകീയ സമരങ്ങളെ ഒറ്റ

അച്ചുതണ്ടിൽ കോർത്തിണക്കിയത്. ഇതേ ശക്തിനിര തന്നെയാണ് അനാചാരങ്ങൾക്കും അന്ധവിശ്വാസങ്ങൾക്കും അയിത്തം, ജാതീയത തുടങ്ങിയ ഉച്ചനീചത്വ സമ്പ്രദായങ്ങൾക്കുമെതിരെ പോരാട്ടകയും നവോത്ഥാന മുന്നേറ്റത്തെ ലക്ഷ്യമിട്ടുള്ള വിദ്യാഭ്യാസ-സാംസ്കാരിക പ്രവർത്തനങ്ങളെ നയിക്കുകയും ചെയ്തത്. രാഷ്ട്രീയമായി ദിശാബോധം കണ്ടെത്താനും തൊഴിലാളി - കർഷക പ്പോരാട്ടങ്ങളുടെ വർഗഭാവം തീർച്ചപ്പെടുത്താനും സ്വാതന്ത്ര്യസമര പ്രസ്ഥാനത്തിന്റെ ദേശീയ ധാര യിലേക്ക് കേരളീയസമൂഹത്തെ ചേർത്തു നിർത്താനും സാധിച്ചത് അതു കൊണ്ടാണ്. കേരളത്തിൽ രൂപപ്പെട്ട ഇടതുപക്ഷ-സോഷ്യലിസ്റ്റ് ചിന്താ ഗതികളെ കോർത്തിണക്കാനും വിപ്ലവവത്കരിക്കാനും സഹായിക്കും വിധംവിപ്ലവകാരികളായ ദേശീയ നേതാക്കളുടെ പ്രേരണയും അതേ കാലത്തുണ്ടായി.

കേവലമായ അധികാരലബ്ധിക്കപ്പുറം, ദേശീയവിമോചനബോധം ജനജീവിതത്തിന്റെ അടിത്തട്ടിലേക്ക് പകരാനും സാധാരണക്കാരുടേ യും ഇടത്തരം ജനവിഭാഗങ്ങളുടേയും ജീവിത പ്രശ്നങ്ങളെ അഭിസം ബോധന ചെയ്യാനുമുള്ള രാഷ്ട്രീയവേദി ഒരുക്കാനാണ് കോൺഗ്രസിൽ നിന്നും കോൺഗ്രസ് സോഷ്യലിസ്റ്റ് ഘടകം ഉരുത്തിരിഞ്ഞത്. ആ ശക്തി വിപ്ലവാത്മകപദ്ധതികളില്ലൂടെ കമ്മ്യൂണിസ്റ്റ് പാർടിയായി രൂപപ്പെട്ടുന്ന ഒരു രേഖാചിത്രമാണ് മലബാറിൽ ദർശിക്കാനായത്. വിപ്ലവ സംഘടനാ യത്നങ്ങളുടേയും വിമോചനരാഷ്ട്രീയബോധത്തിന്റേയും പ്രാഥമിക രൂപമാണ് മലബാറിൽ കർഷകസംഘമായി ബീജാവാപം ചെയ്യപ്പെട്ടത്. കർഷകജീവിതത്തിന്റെ പ്രതിസന്ധികളിൽ നിന്നുള്ള സ്വാഭാവികമായ ആവിർഭാവമാണ് കർഷക സംഘം. ചരിത്രനീതിയുടെ നിയതമായ കൊടിയേറ്റമാണല്ലൊ വിപ്ലവപ്രസ്ഥാനങ്ങൾ.

1934 ഫെബ്രവരിയിൽ നണിയൂരിലാണ് മലബാറിൽ കർഷക പ്ര സ്ഥാനത്തിന്റെ ഇടക്കം. അവിടെ പിറവിയെടുത്ത കർഷകഗ്രൂപ്പിന്റെ പിന്തുടർച്ചയായി 1935 ജൂലായ് 13 ന് നണിയൂരിൽ ചേർന്ന മറ്റൊരു യോഗം 'കർഷക സംഘം' എന്ന മൂവ്മെന്റ് പ്രഖ്യാപിക്കുന്നു. 'കൊളച്ചേരി കർഷക സംഘം' എന്ന പേരിലായിരുന്ന ഇടക്കം. അതിനു ശേഷമാണ് അഖിലേന്ത്യാകിസാൻ സഭ രൂപം കൊള്ളുന്നത്- 1936 ഏപ്രിൽ 11ന്, ലക്നൗവിൽ. 1929ൽ തന്നെ ബീഹാർ പ്രോവിൻഷ്യൽ കിസാൻ സഭ സ്ഥാപിക്കാൻ നേതൃത്വം കൊട്ടുത്ത സ്വാമി സഹജാനന്ദ സരസ്വതി യാണ് അഖിലേന്ത്യാ കിസാൻ സഭയുടെ പ്രസിഡണ്ടായത്. എൻ. ജി. രങ്ക സെക്രട്ടറിയും. ഇ. എം. എസ്, മുസഫർ അഹമ്മദ്, രാഹുൽ സാം കൃത്യായൻ, ആചാര്യ നരേന്ദ്രദേവ്, കാര്യാനന്ദ ശർമ, യമുനാ കർജി,

യദുനാഥൻ ശർമ, പി. സുന്ദരയ്യ, രാം മനോഹർ ലോഹ്യ, ജയപ്രകാശ് നാരായണൻ, ആചാര്യ നരേന്ദ്രദേവ്, ബങ്കിം മുഖർജി എന്നിവരാണ് നേതൃനിരയിൽ. അഖിലേന്ത്യാതലത്തിൽ സംഘടനാരൂപം കൈക്കൊണ്ടതോടെ ദേശവ്യാപകമായ ഉണർവ് കർഷക മൂവ്മെന്റിനുണ്ടായി.

പ്രാദേശിക ജന്മിയായ കരുമാരത്തില്ലത്ത് നമ്പൂതിരിപ്പാടിന്റെ കർഷ കവിരുദ്ധ സമീപനവുമായി ഏറ്റുമുട്ടിക്കൊണ്ടാണ് കൊളച്ചേരി കർഷക സംഘം പോരാട്ട ചരിത്രത്തിന് തുടക്കം കുറിച്ചത്. അക്രമപ്പിരിവുകൾ നിർത്തലാക്കണമെന്നാവശ്യപ്പെട്ട് കരുമാരത്തില്ലത്തേക്ക് കേരളീയൻ, വിഷ്ണുഭാരതീയൻ, കെ. പി. ആർ. ഗോപാലൻ, സി. ഒ. അനന്തൻ നായർ എന്നിവരുടെ നേതൃത്വത്തിൽ കർഷക ജാഥ സംഘടിപ്പിച്ച കൊണ്ടാണ് തുടക്കം.

ഒട്ടും വൈകാതെ സമീപദേശങ്ങളില്ലും കർഷക ഗ്രൂപ്പുകൾ രൂപം കൊള്ളുകയും അതാതിടത്തെ ജന്മിമാർക്കെതിരെ സമരസന്നാഹങ്ങ ളൊരുങ്ങുകയും ചെയ്തു. മുപ്പതുകളുടെ അവസാനമായപ്പോൾ പ്രാദേശിക കർഷക ഗ്രൂപ്പുകളിൽ കമ്മ്യൂണിസ്റ്റ് പാർടിയുടെ പ്രാഥമിക ഘട്ടങ്ങളായ പാർടി സെല്ലുകൾ രഹസ്യമായി പ്രവർത്തിക്കാൻ തുടങ്ങി. കാർഷികപ്ര ശ്നങ്ങളെ ആധാരമാക്കി സംഘടിച്ച കർഷക സമൂഹത്തെ ദേശീയ സ്വാ തന്ത്ര്യ സമരത്തിന്റെ മുഖ്യശക്തിയാക്കി മാറ്റാനുള്ള പരിശ്രമങ്ങളാണ് കമ്മ്യൂണിസ്റ്റുപാർടി നടത്തിയത്. മലബാറിലെ ഓരോ ഗ്രാമത്തേയും ദേശീയാടിത്തറയിലേക്ക് ഉയർത്തിയെടുക്കാൻ അതില്ലടെ സാധിച്ചു. തത്ഫലമായി മലബാറിൽ ആഴത്തിൽ വേരുറപ്പിക്കാൻ കമ്മ്യൂണിസ്റ്റ പ്രസ്ഥാനത്തിനും സാധിച്ചു. 'അസന്നിഹിത ജന്മിമാർക്കും കുടിയാ ന്മാർക്കുമിടയിൽ നീറിപ്പുകഞ്ഞു കിടക്കുന്ന സാമൂഹ്യ സാഹചര്യമാണ് മലബാറിൽ കമ്മ്യൂണിസ്റ്റ മുന്നേറ്റത്തെ മൗലികമായി പിന്തുണച്ചതെ'ന്ന് ചരിത്രകാരനായ സി. ജെ. ഫുള്ളർ ചൂണ്ടിക്കാട്ടിയിട്ടുണ്ട്. സാമൂഹ്യ പ്രശ്ന ങ്ങളെ അഭിമുഖീകരിക്കുന്നതിൽ അവർ പുലർത്തിയ സമർപ്പണബോധ വും വർഗവീക്ഷണവും നേതൃപാടവവും ജനങ്ങളെ ഉത്തേജിപ്പിച്ചതായും അദ്ദേഹം നിരീക്ഷിക്കുന്നു.

കലുഷിതമായ സാമൂഹിക സാഹചര്യത്തിനെതിരായ ഉയിർത്തെ ഴുന്നേല്പിന്റെ മർമമായിരുന്ന കാവുമ്പായി. അന്യായമായ നികുതി സമ്പ്രദായങ്ങളും ജന്മിമാരുടെ അക്രമപ്പിരിവുകളും മർദനങ്ങളും ആഗോ ളയുദ്ധപശ്ചാത്തലത്തിലെ സാമ്പത്തിക മാന്ദ്യങ്ങളും അസ്ഥിരമായ കുടിയായ്മകളും നാടിനെ സംഘർഷഭരിതമാക്കിയിരുന്ന.

കർഷക മുന്നേറ്റത്തിന്റെ അടിയുറച്ച തട്ടകമായി ചിറക്കൽ താലൂക്ക് മാറി. 1936 നവം. 1 ന് പറശ്ശിനിക്കടവിൽ താലൂക്ക് കർഷക സമ്മേളനം

ചേർന്നു. അയ്യായിരത്തിലധികം പേർ പങ്കെടുത്ത് ജന്മിത്തത്തിനെതിരെ ജനകീയസമരത്തിന് ആഹ്വാനം ചെയ്തു. കെ. പി. ആർ. ഗോപാലൻ പ്രസിഡണ്ടും കെ. എ. കേരളീയൻ സെക്രട്ടറിയുമായ കർഷകസംഘം ചിറക്കൽ താലൂക്ക് കമ്മിറ്റിയാണ് രൂപംകൊണ്ടത്. കെ. കേളപ്പൻ, പി. കൃഷ്ണപ്പിള്ള, ബാരിസ്റ്റർ എ. കെ. പിള്ള, ഇ. എം. എസ്, എ. കെ. ജി തുടങ്ങി പ്രമുഖരുടെ നിര വേദിയിലുണ്ടായിരുന്നു. കേരള കർഷക സംഘവുമായി ചേർന്ന് പ്രവർത്തിച്ചിരുന്നുവെങ്കിലും അതിന്റെ പ്രവർത്തനത്തോട് പി. കൃഷ്ണപിള്ളയെപ്പോലുള്ള നേതാക്കൾക്ക് താല്പര്യമുണ്ടായിരുന്നി ല്ല. കാരണം ഈ സംഘടന കർഷകരിൽതന്നെ മേലേക്കിടയിലെ ആളുകളുടെ താല്പര്യങ്ങൾ മാത്രമാണ് സംരക്ഷിച്ചിരുന്നത്.

യഥാർഥ കുടിയാന്മാരുടേയും കർഷകത്തൊഴിലാളിയുടേയും പ്രശ്ന ങ്ങളെ അഭിസംബോധന ചെയ്യുന്ന ഒരു സംഘടന വാർത്തെടുക്കാൻ പി. കൃഷ്ണപ്പിള്ള നേതൃത്വത്തോട് ആവശ്യപ്പെട്ടു. അത്തരമൊരു കാഴ്ചപ്പാ ടിനെ മുൻനിർത്തിയാണ് 1935 ജൂലൈ 13 ന്റെ നണിയൂർ യോഗം വിളിച്ചു ചേർത്തത്. വിഷ്ണഭാരതീയന്റെ വീടായ ഭാരതീയമന്ദിരത്തിൽ വടക്കേ മലബാറിലെ ആദ്യത്തെ സംഘടിത കർഷകസംഘം രൂപമെടുത്തു. 28പേർ പങ്കെടുത്ത ആ യോഗത്തിൽ പാട്ടത്തിൽ പത്മനാഭൻ അധ്യ ക്ഷത വഹിച്ചു. കേരളീയൻ, കെ. പി. ഗോപാലൻ, പി. എം. ഗോപാലൻ, പാമ്പൻ മാധവൻ, മാധവ വാര്യർ, ശേഖർ അഴീക്കോട്, കുഞ്ഞപ്പൻ മാസ്റ്റർ, മന്ദൻ മാസ്റ്റർ എന്നിവർ നേതൃനിരയായുള്ള വിഷ്ണ ഭാരതീയൻ പ്രസിഡന്റും, കെ. എ. കേരളീയൻ സെക്രട്ടറിയുമായ 17 അംഗ പ്രവർത്ത കസമിതി തെരഞ്ഞെടുക്കപ്പെട്ടു.

അതിന ശേഷമാണ് സാമ്പത്തികവും, രാഷ്ട്രീയവുമായ അധികാര ത്തിലേക്ക് കർഷകരേയും തൊഴിലാളികളേയും ഉയർത്തിക്കൊണ്ടുവ രികയെന്ന അടിസ്ഥാന കാഴ്ചപ്പാട് ദൃഢപ്പെട്ടത്. ജനങ്ങൾക്കിടയിൽ സാമൂഹികവും സംഘടനാപരവുമായ ബോധം ശക്തി പ്രാപിക്കാൻ തുടങ്ങി.

ഒഴിപ്പിക്കൽ നിരോധിക്കുക, പാട്ടമളക്കാനുപയോഗിക്കുന്ന കള്ളപ്പ റകൾ ഉപേക്ഷിക്കുക, ജന്മികളുടെ നികുതികുടിശ്ശികയ്ക്ക് കുടിയാന്റെ വിള ജപ്തിചെയ്യുന്നത് അവസാനിപ്പിക്കുക തുടങ്ങിയ ഭൂപരമായ അനേകം ആവശ്യങ്ങൾക്കൊപ്പം പൂർണ സ്വാതന്ത്ര്യമെന്ന ലക്ഷ്യവും ഉന്നയിക്ക പ്പെട്ടു.

അതിനതക്ക വീക്ഷണതീവ്രത പാകപ്പെടുത്താൻ ദേശീയതല ത്തിൽ പടർന്നുകൊണ്ടിരുന്ന വിപ്ലവബോധം പ്രചോദനമായി. നിയമ ലംഘന സമരങ്ങളിൽ പങ്കെടുത്ത് ജയിലിലായ വിപ്ലവകാരികളുമായി

കേരളത്തിലെ നേതാക്കൾക്ക് ജയിൽവാസത്തിനിടയിലുണ്ടായ സമ്പർ ക്കം അത്തരമൊരു വഴിത്തിരിവ് പാകപ്പെടുത്തി. കമൽനാഥ് തിവാരി, കിരൺ ചന്ദ്രദാസ്, സെൻ ഗുപ്ത, ടി. എൻ. ചന്ദ്രവർത്തി, ശരത്ചന്ദ്ര ആചാര്യ, ജയ് ദേവ് കപൂർ എന്നിവരൊക്കെ സോഷ്യലിസ്റ്റ് - കമ്മ്യൂണിസ്റ്റ് ചിന്താശൃംഖലയിലേക്ക് കേരളീയ ഇടതുപക്ഷ നേതൃത്വത്തെ വഴിതിരിച്ചു വിടാൻ പരിശ്രമിച്ചു.

ഇ. എം. എസ്. അക്കാര്യം ഇങ്ങനെ വ്യക്തമാക്കുന്നു:

"പിന്നീട് രൂപം കൊണ്ട കേരളത്തിലെ ഇടതുപക്ഷ കോൺഗ്രസി ന്റേയും കോൺഗ്രസ് സോഷ്യലിസ്റ്റ് പ്രസ്ഥാനത്തിന്റേയും ബീജാവാപം നടന്നത് കണ്ണൂർ ജയിലിൽ വച്ചാണെന്നും അതു നടത്തിയത് തിവാരി ആയിരുന്നുവെന്നും പറഞ്ഞാൽ വലിയ അതിശയോക്തി ഉണ്ടായിരി ക്കുകയില്ല "

അഖിലേന്ത്യാ കിസാൻ സഭയുടെ കീഴിൽ സംസ്ഥാനഘടകമായി 1937 മെയ് മാസത്തിൽ കോഴിക്കോട്ട സമ്മേളനത്തിൽ അഖില മലബാർ കർഷകസംഘം രൂപപ്പെട്ടു. 'മലബാർ കിസാൻ സംഘ'മെന്ന പേരിലും പിന്നീട് പ്രവർത്തിക്കുകയുണ്ടായി. ചിറക്കൽ താലൂക്ക് കർഷക സംഘം സെക്രട്ടറിയായി പ്രവർത്തിച്ചുവന്ന കേരളീയനാണ് സംസ്ഥാന ഘടകത്തിന്റെ സെക്രട്ടറിയായത്. സംഘടനയുടെ പ്രസിഡണ്ട് പി. നാരായണൻ നായരും. രണ്ടാം അഖില മലബാർ കർഷക സമ്മേളനം 1938 ഡിസം 18 ന് കോഴിക്കോട് ചേവായൂർ ചേരുമ്പോഴേക്കും സുശക്ത മായ സംഘടനയായി മലബാറിലാകെ വ്യാപിച്ചിരുന്നു. കരിവെള്ളൂരിൽ നിന്നും കഞ്ചിക്കോട്ട നിന്നും ഡിസം 10ന് ആരംഭിച്ച രണ്ട ജാഥകൾ ഡിസം 18 ന് രാവിലെ ചേവായൂരിൽ എത്തിയ ശേഷമാണ് സമ്മേളനം ചേർന്നത്. കർഷകസംഘത്തിന്റെ 70 ഘടകങ്ങളെ പ്രതിനിധീകരിച്ച് 150 ലേറെ പ്രതിനിധികൾ ചിറക്കൽ താലൂക്കിൽ നിന്ന മാത്രമായി സമ്മേ ളനത്തിൽ പങ്കുകൊണ്ട. എ. കെ. ജിയുടെ അധ്യക്ഷതയിൽ കോഴിപ്പറ ത്തമാധവമേനോനാണ് ഉദ്ഘാടനം ചെയ്തത്. പി. കൃഷ്ണപ്പിള്ളയായിരുന്ന സമ്മേളനത്തിന്റെ മുഖ്യ ആസൂത്രകൻ. കർഷക പ്രസ്ഥാനത്തിന്റെ സമര മുന്നേറ്റത്തിലെ സുപ്രധാനമായ നാഴികക്കല്ലാണ് ഈ സമ്മേളനം.

കർഷകർ സംഘടിതരായതോടെ ഇരിക്കൂർഫർക്കയുടെ രാഷ്ട്രീയഭ്ര മികയിൽ എണ്ണമറ്റ ചെറുത്തുനില്പുകൾ ഉയർന്നു വന്നു. വിമോചനപ്പോ രാട്ടത്തിന്റെ രക്തതിലകമായി ഇരിക്കൂർ ഫർക്ക മാറ്റപ്പെട്ടു. 1940 ൽ മലപ്പട്ടത്തുചേർന്ന കർഷക മഹാസമ്മേളനത്തെ അഭിവാദ്യം ചെയ്യവെ ഇന്ത്യൻ കമ്മ്യൂണിസ്റ്റ് പാർടി ജനറൽസെക്രട്ടറി പി. സി. ജോഷി പ്രഖ്യാ പിച്ചു: 'ഇരിക്കൂർ ഫർക്ക ചുവന്ന ഫർക്ക '. മലപ്പട്ടം മുനമ്പിൽ ബോട്ടിറങ്ങി

പി. സുന്ദരയ്യ, ഇ. എം. എസ്, എ. കെ. ജി എന്നിവർക്കൊപ്പം നടന്നേ വന്ന ജോഷിയെ സ്വാഗതം ചെയ്തത് ചുവന്ന പ്രക്ഷുബ്ധമായിക്കഴിഞ്ഞ കാർഷിക സമരഭൂമിയാണ്.

ജന്മിത്തത്തിന്റെ അടിത്തറ സമൂലമായി പൊളിച്ചെഴുതുന്നതിലേക്ക് കാവുമ്പായി കാർഷിക കലാപവും മറ്റനവധി ഭ്രസമരങ്ങളും മാറുകയും ചരിത്രത്തിലിടംപിടിക്കുകയും ചെയ്തു. ആ സമര ചരിത്രത്തിലെ സുപ്ര ധാനവും പ്രക്ഷുബ്ധവുമായ ഒരു ഇടക്കമായിരുന്ന 1940 സെപ്തംബർ 15 ന്റെ സാമ്രാജ്യ വിരുദ്ധ പ്രക്ഷോഭം.

തലശ്ശേരി ജവാഹർഘട്ട്, മട്ടന്നൂർ, മൊറാഴ എന്നിവിടങ്ങളിലായിരു ന്ന പ്രക്ഷോഭകാരികൾ അന്ന് ഒത്തുകൂടിയത്. ഒരു രാഷ്ട്രീയപാർട്ടിയുടെ ബാനറിൽ പോലീസ് സായുധസംവിധാനത്തോട് ഏറ്റുമുട്ടുകയെന്ന കേരള ചരിത്രത്തിലെ ആദ്യത്തെ പ്രതിരോധ സമരമായിരുന്ന അത്.

ദുർബലവും നാമമാത്രവും പ്രകടനപരവുമായ ചില പ്രതിഷേധങ്ങളുടെ പരിധിക്കുള്ളിൽ നിൽക്കണമെന്ന സഹജമായ സ്വഭാവത്തോടെയാ യിരുന്ന അഖിലേന്ത്യാ കോൺഗ്രസ് കമ്മിറ്റി അങ്ങനെയൊരു ദിനം ആഹ്വാനം ചെയ്തത്. കെ. പി. സി. സി ഔപചാരികമായി പ്രചരിപ്പിച്ചതും മർദനപ്രതിഷേധദിനമെന്ന നിലയിൽ മാത്രമാണ്. എന്നാൽ ഇടതുപക്ഷ മേൽക്കൈയുള്ള കോൺഗ്രസിന്റെ കേരളാഘടകം സമരത്തെ സാമ്രാജ്യ വിരുദ്ധപ്രക്ഷോഭമെന്നു പ്രഖ്യാപിച്ച് തനതുതീവ്രതയിലേക്കുയർത്താൻ ലക്ഷ്യമിട്ടു. അന്നത്തെ കേരളഘടകത്തിന് കോൺഗ്രസ് എന്ന ലേബൽ മാത്രമേയുള്ളൂ. ലക്ഷണമൊത്ത ഒരു വിപ്ലവഗ്രൂപ്പായിരുന്ന അത്. അവർ ആ ദിനത്തെ സാമ്രാജ്യവിരുദ്ധദിനമാക്കി വികസിപ്പിച്ച. മലബാറിലെ ങ്ങും വൻവേരോട്ടമുള്ള കർഷകസംഘം ആ സമരത്തെ ധീരോജ്ജലമായി ചുവപ്പിക്കുകയും ചെയ്തു. മൊറാഴയിലെ സമ്മേളനാരംഭത്തിൽ അന്നയർ ത്തിയത് ത്രിവർണപതാകയായിരുന്നില്ല, ചെമ്പതാകയായിരുന്നു.

ജനങ്ങൾ കൂട്ടം ചേരുന്നതു വിലക്കിക്കൊണ്ട്, മുന്നോടിയായി മലബാർ കലക്ടർ നിരോധനം പുറപ്പെടുവിച്ചിരുന്നതാണ്. പോലീസ് പട അതിരു കടന്നപ്പോൾ ആ നിരോധനവും ലംഘിക്കപ്പെട്ടു. തലശ്ശേരി ജവാഹർഘട്ടിൽ എത്തിച്ചേർന്ന ജനക്കൂട്ടത്തിനു നേരെ സായുധരായ പോലീസ്പട ചീറിയടുക്കുകയായിരുന്നു. തൊട്ടുപിന്നാലെ അവരുടെ ആയു ധങ്ങളും തീതുപ്പി. അനേകമാളകളെ അക്രമികളായ സേന വേട്ടയാടി. രണ്ടു സഖാക്കൾ വെടിയുണ്ടേറ്റിരയായി നിലം പതിച്ച -കേരളത്തിലെ ആദ്യത്തെ കമ്മ്യൂണിസ്റ്റ് രക്തസാക്ഷികൾ. മമ്പറത്തെ അധ്യാപക നം കർഷക സംഘം പ്രവർത്തകനുമായ അബ്ദുവും (28) ധർമടത്തെ ബീഡിത്തൊഴിലാളിയായ മുളിയിൽ ചാത്തുക്കുട്ടിയും (22). ടി. വി. രാമുണ്ണി,

കല്ലിൽ സി. വി. കരുണാകരൻ നായർ, അക്കര വീട്ടിൽ പത്മനാഭൻ നായർ, പി. സി. ഉമ്മർ, ഇടങ്ങി അറസ്റ്റിലായവരും ജയിലിലടക്കപ്പെ ട്ടവരും ഒട്ടേറെപ്പേർ. കെ. പി. സി. സി. ആഹ്വാനപ്രകാരമായിരുന്ന പ്രതിഷേധപരിപാടിയെങ്കിലും തലശ്ശേരിക്കാരനും അന്നത്തെ പ്രമുഖകെ. പി. സി. സി. അംഗവുമായ സി. കെ. ഗോവിന്ദൻ നായരൂൾപ്പെടെ ഈ ചരിത്ര സംഭവത്തോടു മുഖം തിരിച്ചനിന്നു. ഈ പ്രതിഷേധപ്രക്ഷോഭവും തുടർന്നുള്ള സംഭവവികാസങ്ങളും മുൻനിർത്തി പിന്നീട് കെ. പി. സി. സി. യെ അഖിലേന്ത്യാനേതൃത്വം പിരിച്ചുവിട്ട് അഡ്ഹോക് കമ്മിറ്റി രൂപീകരി ച്ചപ്പോൾ അതിന്റെ സെക്രട്ടറിയായതും സി. കെ. ഗോവിന്ദൻ നായരാണ്. പ്രസിഡണ്ട് ചുമതലയിൽ ഒറീസ്സയിലെ കോൺഗ്രസ് നേതാവായ ആർ. കെ. എൽ. നന്ദ് കോളിയറും.

1939 സെപ്റ്റംബറിൽ രണ്ടാം ലോകമഹായുദ്ധം ആരംഭിച്ചപ്പോൾ, ബ്രിട്ടൻ ഇന്ത്യയെക്കൂടി യുദ്ധത്തിലേക്ക് വലിച്ചിഴച്ചത് ഏകപക്ഷീയമായ തീരുമാനമാണെന്നായിരുന്ന കോൺഗ്രസ് അഖിലേന്ത്യാ നേതൃത്വ ത്തിന്റെ ആക്ഷേപം. ഒരംഗീകാരത്തിന് അവസരം നൽകാത്തതിന്റെ നയപ്പിണക്കം മാത്രമാണത്. ബ്രിട്ടന്റെ നടപടിയോട്ട പ്രതിഷേധമായി സംസ്ഥാനങ്ങളിലെ കോൺഗ്രസ് മന്ത്രിസഭകളെക്കൊണ്ട് രാജീവ യ്പിച്ചത് ദേശീയതലത്തിൽ തന്നെ കോൺഗ്രസ്സിനുള്ളിൽ ശക്തിപ്പെട്ട തീവ്രവാദികളെ തണ്ണപ്പിക്കാനായിരുന്ന. മാത്രമല്ല, യുദ്ധക്കെടുതികൾ വിലക്കയറ്റമായും കാർഷികവിളയുടെ വിലയിടിച്ചിലായും ജനജീവിത ത്തെ ദുസ്സഹമാക്കിയിരുന്നതിനാലും ഗവൺമെന്റ് പൗരസ്വാതന്ത്ര്യം നിഷേധിക്കുന്ന ഓർഡിനൻസ് കൊണ്ടുവന്നതിനാലും ഇതിൽ പ്രതിഷേ ധിക്കാതിരിക്കാനാവില്ലെന്നതായിരുന്ന സാഹചര്യം. പ്രകടനത്തിലും പൊതുയോഗത്തിലും പ്രതിഷേധം പരിമിതപ്പെടുത്താനാണ് അഖിലേ ന്ത്യാ കോൺഗ്രസ് കമ്മിറ്റിയുടെ വിളംബരം. കെ. പി. സി. സിയുടെ ആഹ്വാനത്തിനനുബന്ധമായി, മലബാറിൽ കർഷകസംഘം വിവിധ കാർഷികആവശ്യങ്ങൾ കൂടി ചേർത്ത് പ്രതിഷേധ പരിപാടിയെ ആളി ക്കത്തിച്ച. ജന്മിത്തവിരുദ്ധ സമരങ്ങളും സാമ്രാജ്യത്തവിരുദ്ധ സമരങ്ങളും ഒരേ ദിശയിൽ പ്രയോഗിച്ചു കൊണ്ടിരിക്കുന്ന ഒരു പ്രശ്നഭൂമികയായിരു ന്ന അന്ന കർഷകസംഘത്തിന്റെ കർമപഥം. ചിറക്കൽ താലൂക്കിലെ അനേകം ഗ്രാമങ്ങളുടെ ആത്മചൈതന്യമായി കർഷകസംഘം അതിനോടകം മാറിക്കഴിഞ്ഞിട്ടുണ്ട്. താലൂക്കിലെ സംഘടനയുടെ മുഴുവൻ ശക്തിയുമാണ് കീച്ചേരിയിൽ കേന്ദ്രീകരിച്ചത്. ഇരിക്കൂർ ഫർക്കയിലെ മിക്ക പ്രദേശങ്ങളിൽ നിന്നും സമരകേന്ദ്രത്തിലേക്ക് പ്രകടനങ്ങൾ നീങ്ങി.

സെപ്റ്റംബർ 14 ന് രാത്രിയിൽ സ്ഥലത്തിന്റെ രണ്ട ഫർലോംഗ് അരികെ സാന്ദർഭികമായി കൃഷ്ണപ്പിള്ളയും ഇ. എം. എസും എത്തിപ്പെട്ടി രുന്ന. അവരുടെ ഒളിവുജീവിതത്തിനിടയിൽ വന്നെത്തിപ്പെട്ടതാണ്. സി. കെ. പണിക്കരുടെ ബന്ധുവിന്റെയോ പരിചയക്കാരന്റെയോ വീടായിരുന്ന അന്നത്തെ ഒളിസങ്കേതം. രാഷ്ട്രീയ സാഹചര്യങ്ങളെ മുൻനിർത്തി ദീർഘിച്ച ചർച്ചകളും ആസൂത്രണങ്ങളും ആ രാത്രി അവിടെ നടന്ന. സമരദിവസം രാവിലെ, നിശ്ചയിക്കപ്പെട്ട പ്രതിഷേധ കേന്ദ്ര മായ കീച്ചേരി നിരോധിതപരിധിയാണെന്നറിഞ്ഞപ്പോൾ തൊട്ടടുത്ത് മൊറാഴയിലെ അഞ്ചാംപീടികയിലേക്ക് പരിപാടി മാറ്റുകയായിരുന്ന. അവിടേയും കുപ്രസിദ്ധ മനുഷ്യവേട്ടക്കാരനായ സബ്ബ് ഇൻസ്പെക്ടർ കുട്ടി കൃഷ്ണമേനോന്റെ നേതൃത്വത്തിലുള്ള പോലീസ് സംഘം അധികാരപരിധി കടന്ന് എത്തുകയും തളിപ്പറമ്പ് സബ്ബ് മജിസ്ട്രേറ്റിനെ സമ്മേളന സ്ഥല ത്തെത്തിച്ച് നിരോധനാജ്ഞ വിളംബരപ്പെടുത്തുകയും ചെയ്തു. ആജ്ഞ പ്രകാരം സമ്മേളനം പിരിച്ചുവിടില്ലെന്നായപ്പോൾ പോലീസ് സംഘം വേദിയിൽ പാഞ്ഞുകയറി സംഘർഷത്തിനു തീ കൊളുത്തി.

ഒടുവിൽ സംഘർഷമവസാനിക്കുമ്പോൾ എസ്. ഐയും ഒരു പോലീസ് കോൺസ്റ്റബിളും അവിടത്തന്നെ ജഡമായിമാറിയിരുന്ന - എസ്. ഐ. കുട്ടിക്കൃഷ്ണമേനോനും ഹെഡ് കോൺസ്റ്റബിൾ ഗോപാലൻ നായരും.

മട്ടന്നൂരിലും ജനക്കൂട്ടത്തെ പോലീസ് പിരിച്ചുവിടാൻ ശ്രമിച്ചതാണ് സംഘർഷമുണ്ടാക്കിയത്. സംഘർഷത്തിനിടെ പരിക്കേറ്റ ഒരു പോലീസ് കോൺസ്റ്റബിൾ ആശുപത്രിയിൽ വച്ച് മരിക്കാനുമിടയായി.

കലാപത്തെത്തുടർന്ന് ഗവൺമെന്റ് കർഷകർക്കും തൊഴിലാളികൾ ക്കുമെതിരെ വ്യാപകമായി കടുത്ത മർദനനടപടികൾ സ്വീകരിച്ച. അഖില മലബാർ കർഷകസംഘത്തേയും അതിന്റെ പ്രാദേശികഘടകങ്ങളെയും നിരോധിച്ച.

സംഭവഗതികളിലെ സങ്കുചിതവും വിശാലവുമായ വീക്ഷണങ്ങൾ തമ്മിലുള്ള വൈരുദ്ധ്യം ഈ സംഭവം വെളിച്ചത്തു കൊണ്ട വരുന്നുണ്ട്. മനുഷ്യരാശിയാകെ ഫാസിസമെന്ന വിപത്തിനെ നേരിട്ടമ്പോൾ, നമ്മുടെ സമീപ പരിധികളിലെ സംഘർഷങ്ങളെ എങ്ങനെ അഭിസം ബോധന ചെയ്യണമെന്ന പ്രശ്നമാണത്. കോൺഗ്രസിലെ സ്വാത ന്ത്ര്യാഭിനിവേശത്തിലെ ഏറ്റക്കുറച്ചിലുകളുംപിന്നീട്ണ്ടായ ക്വിറ്റ് ഇന്ത്യാ മൂവ്മെന്റിനോടുള്ള കമ്മ്യൂണിസ്റ്റ് നിലപാടും വിചാരണ നേരിടേണ്ടിവന്നത് ആ പരിമിതിയിലായിരുന്നല്ലൊ. കമ്മ്യൂണിസ്റ്റുകാർ ഇന്ത്യൻ സ്വാതന്ത്ര്യ സമരത്തെ വഞ്ചിച്ചുവെന്ന സ്ഥാപിക്കാനുള്ള പ്രചാരണങ്ങൾ പലവട്ടം

വിവാദമുയർത്തുകയുണ്ടായി. ആർക്കെതിരെയാണോ സ്വാതന്ത്ര്യപ്പോരാ ട്ടം, ആ ശക്തികൾ - ബ്രിട്ടീഷ് ഭരണകൂടം -പക്ഷെ അത്തരമൊക്ഷേപം ഒരിക്കലും ഉന്നയിച്ചില്ല. കാരണം അവർ കോൺഗ്രസിന്റെ ദേശീയ പ്രസ്ഥാനത്തെയായിരുന്നില്ല ശരിക്കും ഭയപ്പെട്ടത്. ബ്രിട്ടീഷ് ഭരണകൂ ടത്തിന്റെ 1943 സെപ്റ്റംബറിലെ ഒരു രഹസ്യ സർക്കലർ അതിന്റെ രേഖയാണ്. " അന്തർദേശീയതയെന്ന അധര വ്യായാമം നടത്തിയാലും അത് (കമ്മ്യൂണിസ്റ്റ് പാർട്ടി) ഇന്ത്യൻ സ്വാതന്ത്ര്യത്തിനു വേണ്ടി പ്രവർ ത്തിക്കുന്ന ഒരു ദേശീയ പാർടിയാണ്. അതിന്റെ അംഗസംഖ്യയിൽ വലിയൊരു ഭാഗം അതിലേക്കാകർഷിക്കപ്പെട്ടതു തന്നെ ബ്രിട്ടീഷ് ഭരണം അവസാനിപ്പിക്കാൻ നിലകൊള്ളുന്നുവെന്നതിനാലാണ് '

കോൺഗ്രസിനേക്കാൾ എത്രയോ മുമ്പേ പൂർണസ്വതന്ത്രയായ ഒരിന്ത്യക്കു വേണ്ടിയുള്ള അഭിനിവേശം വെളിപ്പെടുത്തിയവരാണ് കമ്മ്യൂണിസ്റ്റുകാർ. ദേശീയപ്രസ്ഥാനമായ കോൺഗ്രസിനെ അത്തരമൊ രാശയഗതിയിലേക്ക് നയിക്കുവാൻ വേണ്ടി മാത്രമാണ് 1920 കളിലെ കമ്മ്യൂണിസ്റ്റ് ഗ്രൂപ്പുകൾ കോൺഗ്രസിനോടൊപ്പം പ്രവർത്തിച്ചതു തന്നെ. ഡൊമിനിയൻ പദവിയല്ല പൂർണ സ്വരാജാണ് ഇന്ത്യക്ക് വേണ്ടതെന്ന് അവർ കോൺഗ്രസിനുള്ളിൽ വാദിച്ചു. കമ്മ്യൂണിസ്റ്റായിരുന്ന ഹസ്രത്ത് മൊഹാനി അധ്യക്ഷ സ്ഥാനത്തിരുന്നു കൊണ്ട് 1921 ലെ അഹമ്മദാ ബാദ് സമ്മേളനത്തിൽ സമ്പൂർണ സ്വാതന്ത്യ പ്രമേയം കൊണ്ടുവന്നി രുന്നതാണ്. എട്ടുവർഷങ്ങൾ കഴിയേണ്ടിവന്നു കോൺഗ്രസ്സിന് അത് ബോധ്യപ്പെടാൻ. 1929 ഡിസംബർ 31 ന് നെഹ്റുവിന്റെ അധ്യക്ഷതയിൽ ലാഹോറിൽ നടന്ന കോൺഗ്രസ് അഖിലേന്ത്യാ സമ്മേളനത്തിലാണ് പൂർണസ്വാതന്ത്യ പ്രഖ്യാപന പ്രമേയം ഗാന്ധിജി അവതരിപ്പിക്കുന്ന തും അംഗീകരിക്കുന്നതും. 1930 ജനവരി 26 പൂർണസ്വാതന്ത്ര്യ ദിനമായി ആചരിച്ചു. അതിനും ഏഴരദശകങ്ങൾക്കു മുമ്പേ ഇന്ത്യയുടെ പൂർണസ്വാ തന്ത്ര്യം വിഭാവനം ചെയ്ത മഹാനാണ് കാൾ മാർക്സ്. 1853 ജൂലൈ 22 ന് എഴുതിയ 'ഇന്ത്യയിലെ ബ്രിട്ടീഷ് വാഴ്ചയുടെ ഭവിഷ്യത്തുകൾ' (1853 ആഗസ്റ്റ് 8 - ന്യൂയോർക്ക് ഡെയിലി ട്രിബ്യൂൺ) എന്ന ലേഖനത്തിൽ ഇന്ത്യക്കാർ തന്നെ ഇംഗ്ലീഷ് നുകം പാടേ തട്ടിത്തെറിപ്പിക്കാൻ കരുത്താർജിക്ക മെന്നും ഇന്നല്ലെങ്കിൽ നാളെ മഹത്തും കൗതുककരവുമായ ആ രാജ്യം ഉയിർത്തെഴുന്നേൽക്കുന്നതു കാണാനാകുമെന്നും ഉറച്ചവിശ്വാസത്തോടെ സ്വാതന്ത്ര്യവിളംബരം നടത്തുകയായിരുന്നു മാർക്സ്.

1939-ൽ രണ്ടാം ലോകമഹായുദ്ധത്തിന്റെ ആരംഭദശയിൽ ജർമനിയും ബ്രിട്ടനും തമ്മിൽ ഏറ്റുമുട്ടുന്ന സമയത്ത്, ഇന്ത്യയിലെ കമ്മ്യൂണിസ്റ്റുപാർടിയെ സംബന്ധിച്ച് ബ്രിട്ടൻ മുഖ്യശത്രു തന്നെയാണ്.

ഹിറ്റ്ലർ റഷ്യയെ ആക്രമിച്ചതോടെ നയത്തിന് വ്യതിയാനം വരുന്നു. 1941 ജൂൺ 22ന് റഷ്യ അച്ചുതണ്ട ശക്തികൾക്കെതിരായി യുദ്ധത്തിൽ ചേർന്നപ്പോൾ അതോടെ യുദ്ധം ജനകീയയുദ്ധമായി വിലയിരുത്തപ്പെട്ടു. ഫാസിസത്തിന്നെതിരെ സമഗ്രശക്തികളേയും അണിനിരത്തണമെന്ന സാർവദേശീയ താല്പര്യത്തിനാണ് അപ്പോൾ മുൻഗണന വന്നത്. ബ്രിട്ടീഷ് ഗവൺമെന്റുമായി സഹകരിക്കേണ്ടി വരുന്ന സാഹചര്യം ആഗോളതലത്തിൽ നിർണായകമാണ്. ഇന്ത്യൻസ്വാതന്ത്ര്യത്തിന്റെ വിഷയത്തിൽ കോൺഗ്രസ്സും മറ്റൊരു തലത്തിൽ, നിരപരാധികളായിരുന്നില്ല. കോൺഗ്രസിന്റെ ദേശീയനേതൃത്വം ദുർബലവും അസ്ഥിരവ്വമായ നയപരിപാടികളില്ലൂടെയും നാമമാത്രമായ പ്രതിഷേധങ്ങളിലൂടെയും ബ്രിട്ടീഷ് രാജിനെതിരായ ജനകീയ പ്രക്ഷോഭത്തെ നിരാശപ്പെടുത്തിക്കൊണ്ടിരിക്കുന്ന സാഹചര്യമാണ് ആഭ്യന്തരമായി ഉണ്ടായിരുന്നത്. കേന്ദ്രനേതൃത്വത്തെ ധിക്കരിച്ച കൊണ്ടാണ് കേരളത്തിൽ പലപ്പോഴും സ്വാതന്ത്ര്യസമരം ശക്തി പ്രാപിച്ചിരുന്നത്, പ്രത്യേകിച്ചും മലബാറിൽ. ഇന്ത്യൻ രാഷ്ട്രീയത്തിൽ കനത്ത തിരിച്ചടി കമ്മ്യൂണിസ്റ്റപാർടിക്ക് യുദ്ധ സമീപനത്തെ തുടർന്ന് അഭിമുഖീകരിക്കേണ്ടി വന്നു. ജനകീയയുദ്ധമെന്ന നയം സ്വീകരിച്ചതില്ലൂടെ വിമോചനം ലക്ഷ്യമിട്ടുള്ള പല സമരങ്ങൾക്കും അവധി നൽകേണ്ടി വന്നു. ഫ്യൂഡൽ- സാമ്രാജ്യത്തവിരുദ്ധ സമരങ്ങൾ ച്ചുട്ടി വച്ചു. തൊഴിലാളിവർഗ സാർവദേശീയതയുടെ അന്തസ്സയർത്തുന്നതിന്റെ പേരിൽ ബ്രിട്ടൻ ശത്രുവല്ലെന്ന നയം പരക്കാനിടയായി. ഈ തക്കത്തിൽ ദരിദ്രകർഷകരുടെമേൽ ഭൂവുടമകൾ പിടിമുറുക്കി. ദേശവ്യാപകമായി കമ്മ്യൂണിസ്റ്റ് പാർടിയോട്ടുള്ള കർഷകമമതക്കും വ്യതിയാനം സംഭവിച്ചു.

കോൺഗ്രസിനുള്ളിൽ വർഷങ്ങളായി ഉരുണ്ടുകൂടിയ സംഘർഷങ്ങളുടെ അധ്യായം കൂടിയാണ് ആ സംഭവത്തിലൂടെ മറനീക്കി പുറത്തു വന്നത്. ആ ചരിത്ര സന്ധിയിൽ നിന്നും കേരളത്തെ പിൽക്കാലത്ത് രാഷ്ട്രീയദിശാബോധത്തോടെ നയിക്കാൻ കഴിഞ്ഞ ഒരു കമ്മ്യൂണിസ്റ്റ് പാർടി ജനങ്ങളുടെ മുന്നിൽ പ്രത്യക്ഷപ്പെട്ടുവെന്നതാണ് പ്രധാനനേട്ടം. ഒരു പുതുചരിത്രത്തിന്റെ വഴിത്തിരിവാണത്. മർദന പ്രതിഷേധ ദിനമായി ആചരിക്കാനുള്ള കെ. പി. സി. സി. തീരുമാനം പുറത്തു വന്നപ്പോൾ ആ സന്ദർഭത്തെ, ഇടതുപക്ഷ സ്വഭാവമുള്ള കെ. പി. സി. സി. യെ തകർക്കാനുള്ള സുവർണാവസരമായി കാണുകയായിരുന്ന കോൺഗ്രസിലെ വലതുപക്ഷം. വലിയൊരു ഗ്രൂഢാലോചന അതിനു വേണ്ടി അരങ്ങേറി. സെപ്റ്റംബർ 15നുണ്ടായ സംഭവവികാസങ്ങൾ വലതുപക്ഷചേരിക്ക് മികച്ച വളക്കൂറാവുകയും ചെയ്തു. അന്ന് കോൺഗ്രസിന്റെ ദേശീയ

നേതൃത്വത്തിലുണ്ടായിരുന്ന പട്ടാഭി സീതാരാമയ്യയാണ് ശ്രദ്ധാലോച നക്ക് ച്ചക്കാൻ പിടിച്ചത്. വലതു യാഥാസ്ഥിതിക ചിന്തയ്ക്കപ്പുറം വ്യക്തി യെന്ന നിലയില്ലും കേരളഘടകത്തോടുള്ള ഒരു പ്രതികാരം കാത്തു കഴിയുകയായിരുന്ന അദ്ദേഹം. കോൺഗ്രസ് പ്രസിഡണ്ടു പദവിക്കുവേ ണ്ടി സുഭാഷ് ചന്ദ്രബോസുമായി മത്സരിച്ചപ്പോൾ കേരളത്തിൽ നിന്ന് മഹാഭൂരിപക്ഷം വോട്ടും പട്ടാഭി സീതാരാമയ്യക്ക് എതിരായിരുന്ന. അതിന്റെ പകരം വീട്ടലെന്നോണം കോൺഗ്രസ് പ്രവർത്തക സമിതി യെക്കൊണ്ട് കെ. പി. സി. സിക്കെതിരെ അന്വേഷണം നടത്തിക്കുവാൻ പട്ടാഭി സീതാരാമയ്യക്കു കഴിഞ്ഞു. ഇടതുവിരുദ്ധരായ ആർ. കെ. എൽ നന്ദ്കോളിയരും ഡോ: സുബ്ബരായരുമടങ്ങുന്ന സമിതിയെക്കൊണ്ട് അന്വേഷണപ്രഹസനവും നടത്തിച്ച. സെപ്തം. 23 മുതൽ 29 വരെ സംഭ വസ്ഥലങ്ങളായ തലശ്ശേരിയും മട്ടന്നൂരും മൊറാഴയും, കോഴിക്കോട്ടും സന്ദർശിച്ചായിരുന്ന തെളിവെടുപ്പുണ്ടായത്. സമിതിക്ക മുമ്പാകെ സെക്രട്ടറി കെ. ദാമോദരൻ കെ. പി. സി. സി. യുടെ സകല രേഖകളും ഹാജരാക്കി. മർദന പ്രതിഷേധ ദിനം സംഘടിപ്പിക്കാൻ കെ. പി. സി. സി. ഏക കണ്ഠമായാണ് തീരുമാനിച്ചതെന്നം ഹൈക്കമാന്റ് അത് വില ക്കിയിട്ടില്ലെന്നും ഒളിവിൽ നിന്നും ഇ. എം. എസും വാദിച്ച. 66 സാക്ഷികളെ വിസ്തരിച്ചതിന ശേഷം സുബ്ബരായർ റിപ്പോർട്ട തയ്യാറാക്കി. പ്രവിശ്യയുടെ ഭാഗധേയം ഈ നിർണായക ഘട്ടത്തിൽ ഇടതുപക്ഷത്തിന്റെ കയ്യിൽ വിട്ടന്നത് തീക്കളിയാണെന്നും ഇപ്പോഴത്തെ കമ്മിറ്റിയെ സൂപ്പർസീഡ് ചെയ്യണമെന്നുമായിരുന്ന റിപ്പോർട്ടിലെ ശുപാർശ. 1940 ഒക്ടോബർ12 ന വാർധയിൽ ചേർന്ന പ്രവർത്തക സമിതിക്ക ശേഷം കെ. പി. സി. സി. പിരിച്ചുവിടപ്പെട്ടു. കേരളത്തിലെ കമ്മ്യൂണിസ്റ്റുപാർടിക്ക് നന്ദി പ്രകടി പ്പിക്കാവുന്ന ഒരു ചരിത്രമുഹൂർത്തമാണത്. കമ്മ്യൂണിസ്റ്റ് ചിന്തയുടെ ഏദ യത്തിലൊട്ടിയുള്ള രാഷ്ട്രീയ കേരളത്തിന്റെ യാത്ര അവിടെ ഇടങ്ങുന്ന.

1934- സോഷ്യലിസ്റ്റ് ആശയഗതിയുള്ള കോൺഗ്രസ്സുകാർ കെ. കേളപ്പന്റെ അധ്യക്ഷതയിൽ കോഴിക്കോട്ട് യോഗം ചേർന്ന് സി. കെ. ഗോവിന്ദൻ നായർ പ്രസിഡണ്ടും പി. കൃഷ്ണപിള്ള സെക്രട്ടറിയുമായി ശ്രുപീകരിച്ച കേരളാ കോൺഗ്രസ് സോഷ്യലിസ്റ്റ് പാർട്ടി, അതിന്റെ വളർച്ചയെത്തിയ ശ്രുപമായ കമ്മ്യൂണിസ്റ്റു പാർടി, രണ്ടിന്റേയും സാമൂഹ്യ ദിശയിൽ ചലിച്ച കർഷകസംഘം എന്നിവയുടെ ഏതാനും വർഷത്തെ ക്രിയാത്മകത പ്രത്യയശാസ്ത്രപരമായ അടിത്തറയിൽ കലാശിച്ചതിന്റെ പരിണതി. ജനജീവിതത്തിന്റെ രാഷ്ട്രീയവൽക്കരണം പ്രബലമാകുന്ന തിന്റേയും സാമൂഹ്യപ്രതിബദ്ധതയുള്ള സംഘങ്ങൾ പ്രായപൂർത്തിയാ കുന്നതിന്റേയും പ്രബലമായ ഒരു ഘട്ടം. നെഹ്റുവിന്റെ മുൻകയ്യോടെ

1936-38ൽ കോൺഗ്രസിൽ ബോധവൽക്കരിക്കപ്പെട്ട ഐക്യമുന്നണി പരിപാടി, 1937-40 ൽ കോൺഗ്രസ് മന്ത്രിസഭാ രൂപീകരണം, 1937 ലെ പൊതുതെരഞ്ഞെടുപ്പുണ്ടാക്കിയ രാഷ്ട്രീയഅവബോധം, 1938 - 39 ൽ രാജ്യമാകെ വളർന്ന നാട്ടുരാജ്യസമരങ്ങൾ, 1939 ൽ ആരംഭിച്ച രണ്ടാം ലോകമഹായുദ്ധം, യുദ്ധാനന്തരമുണ്ടായ പുതിയവിപ്ലവ മുന്നേറ്റം, 1942 ലെ ദേശീയസമരം, ദേശീയ - സാർവദേശീയ രാഷ്ട്രീയ പുരോഗതി... എല്ലാം ഒരു കലണ്ടറിൽ അടയാളപ്പെടുത്തുന്ന രാഷ്ട്രീയം ഈ സംഭവ ത്തിനുണ്ട്.

ഈ മുന്നേറ്റം ഒരു രാഷ്ട്രീയജനതയെ മലബാറിലാകെ രൂപപ്പെടുത്തി. കോൺഗ്രസിനെ 'ഞായറാഴ്ച സംഘ'ത്തിൽ നിന്നും ഒരു ബഹുജന പാർടിയുടെ അടിസ്ഥാനധാരയിലേക്ക നയിച്ച. നാട്ടുരാജ്യങ്ങളിൽ ജനാധിപത്യ പ്രസ്ഥാനം വ്യാപിച്ച. രാഷ്ട്രീയ ജീവിതത്തിലേക്ക് തൊഴി ലാളികൾ, കർഷകർ, അധ്യാപകർ, വിദ്യാർഥികൾ പ്രവേശിക്കുകയും സംഘടനാപരമായി ഊർജസ്വലരാക്കുകയും ചെയ്ത. കർഷകരും കർഷക ത്തൊഴിലാളികളും രാഷ്ട്രീയശക്തിയോടെ ദേശീയ ധാരയിലേക്കുയർന്ന വന്നു.

ഇരിക്കൂർ ഫർക്കയിലെ പയ്യാവൂർ, ഏരുവേശ്ശി, എള്ളരിഞ്ഞി, കാവുമ്പായി, നിടിയേങ്ങ, ചേപ്പറമ്പ്, മലപ്പട്ടം, ചെങ്ങളായി, ചുഴലി, ബ്ലാത്തൂർ, പടിയൂർ എന്നിവിടങ്ങളിൽ 1937ൽ അഖില മലബാർ കർഷ കസംഘം രൂപപ്പെട്ടതിന്റെ തുടർച്ചയായി തന്നെ പ്രാദേശികസംഘങ്ങൾ രൂപം കൊണ്ടിരുന്നു.

'മലബാർ കുടിയാൻ സംഘ'മെന്ന പേരിൽ മലബാറിൽ കൃഷിക്കാ രുടെ ഒരേകോപനം 1930 വരെ പ്രവർത്തിച്ചിരുന്നുവെങ്കിലും കാണക്കുടി യാന്മാർക്ക സ്ഥിരാവകാശം കിട്ടാനും കാണഭൂമി പൊളിച്ചെഴുതുമ്പോൾ ജന്മി വാങ്ങുന്ന പൊളിച്ചെഴുത്തവകാശത്തിൽ ന്യായമായ തോത് നിജപ്പെടുത്തണമെന്നുമുള്ള ആവശ്യങ്ങളയർത്തി വെറുംകാണക്കുടി യാന്മാർക്ക വേണ്ടി മാത്രം വാദിക്കുന്ന ഒരു സംഘമായിരുന്ന അവർ. വെറുംപാട്ടക്കാരുടെ പ്രശ്നങ്ങളോട് കണ്ണടച്ചു.

കർഷക സമരങ്ങളെ ദേശീയ വിമോചന സമരത്തിന്റെ തീപ്പന്ത ങ്ങളാക്കി മാറ്റാൻ കോൺഗ്രസ് സോഷ്യലിസ്റ്റുവിഭാഗവും കമ്മ്യൂണിസ്റ്റ പാർടിയും ഇവിടെ യത്നിച്ച. കോൺഗ്രസ് സോഷ്യലിസ്റ്റ പാർടി കമ്മ്യൂ ണിസ്റ്റ പാർടി ഘടകമായി മാറ്റപ്പെട്ടതോടെ 1940 ൽ തന്നെ ഇവിടങ്ങ ളിലെ പ്രാദേശിക കർഷക യൂണിറ്റുകൾ കമ്മ്യൂണിസ്റ്റ പാർടിയുടെ ആശയവേദികളായി മാറി. ആ വർഷം തന്നെ മിക്ക കേന്ദ്രങ്ങളിലും പാർടി സെല്ലുകൾ പ്രവർത്തിച്ചു തുടങ്ങി. കാവുമ്പായി, പയ്യാവൂർ,

ബ്ലാത്തൂർ, കാഞ്ഞിലേരി, എള്ളരിഞ്ഞി എന്നിവിടങ്ങളെല്ലാം ഏറ്റവുമാദ്യം പാർടി സെല്ലുകൾ രൂപം കൊണ്ട പ്രദേശങ്ങളാണ്.

ഐച്ചേരി കേന്ദ്രമായി പ്രവർത്തിക്കാൻ തുടങ്ങിയ കാവുമ്പായി പാർടി സെല്ലിന്റെ സെക്രട്ടറി കോട്ടക്കൃഷ്ണനായിരുന്നു. എം. സി. ആർ, തളിയൻ രാമൻ നമ്പ്യാർ, ഒ. പി. അനന്തൻ മാസ്റ്റർ, എം. സി. രാമർകുട്ടി നമ്പ്യാർ, കുന്നമ്മൽ കണ്ണൻ നായർ എന്നിവർ സെല്ലിൽ അംഗങ്ങളായിരുന്നു (ലിസ്റ്റ് അപൂർണം). രണ്ടാം ലോകമഹായുദ്ധം സാമ്രാജ്യത്ത ശക്തികൾ തമ്മിലാണെന്ന് പ്രചരിപ്പിച്ച പാർടി, റഷ്യക്കെതിരെ ഫാസിസ്റ്റുജർമനി തിരിഞ്ഞതോടെ സമീപനം മാറ്റി ജനകീയയുദ്ധമെന്ന വിശേഷിപ്പിച്ച സാഹചര്യം കാവുമ്പായി പാർടി സെല്ലിൽ വിശദീകരിക്കാനെത്തിയത് സുബ്രഹ്മണ്യ ഷേണായി ആയിരുന്നു. നയം മാറ്റത്തിൽ സംശയം തോന്നി ഷേണായിയെ പിടിച്ച കെട്ടണമെന്നാവശ്യപ്പെട്ടയാളാണ് കുന്നമ്മൽ കണ്ണൻ നായർ.

ഇരിക്കൂർ ഫർക്കാ കമ്മിറ്റിയുടെ നിർദേശത്തിനു കീഴിലായിരുന്ന പ്രാദേശിക പാർടി സെല്ലുകൾ പ്രവർത്തിച്ചിരുന്നത്. പതിനഞ്ചംഗ ഫർക്കാകമ്മിറ്റിയുടെ സെക്രട്ടറി എ. കുഞ്ഞിക്കണ്ണൻ ആയിരുന്നു. എം. സി. ആർ, ഇ. പി. കൃഷ്ണൻ നമ്പ്യാർ, മൂസാൻകുട്ടി, ഇ. കുഞ്ഞിരാമൻ നായർ തുടങ്ങി പ്രമുഖരുടെ ഒരു നിര ആ കമ്മിറ്റിയില്ുണ്ടായിരുന്നതായി അതി ലൊരംഗമായ എം. സി. രാമർകുട്ടി നമ്പ്യാർ പിൽക്കാലത്ത് ഓർത്തെ ടുത്തു പറയുകയുണ്ടായി. വർഷത്തിൽ, മൂന്നോ നാലോ തവണയോഗം ചേർന്നതായിട്ടാണ് അദ്ദേഹത്തിന്റെ ഓർമ. വേളം കമ്പിൽ എന്നിവിട ങ്ങളിലാണ് യോഗം ചേർന്നിരുന്നത്.

സ്വാതന്ത്ര്യ സമരത്തിന്റെ മുൻ നിരയിൽ ഇവിടെ പ്രവൃത്തി പഥത്തില്ുണ്ടായിരുന്ന കോൺഗ്രസ് കമ്മിറ്റികൾ ദേശീയനേതൃത്വം സ്വീകരിച്ച വിമോചനകാഴ്ചപ്പാടിന്റെ പരിമിതികളാൽ ഉദാസീനമായി ക്കൊണ്ടിരുന്നതിനാൽ കർഷകസംഘത്തിന്റെ ആഹ്വാനങ്ങളെ ഈ പ്രദേശത്തെ ജനങ്ങൾ ആവേശത്തോടെ സ്വീകരിച്ചു. ജന്മി-കുടിയാൻ സംവിധാനത്തിനുള്ളിൽ സംഘർഷഭരിതമായിക്കൊണ്ടിരുന്ന ജീവിത ബന്ധങ്ങളിൽ പ്രശ്നങ്ങളുടെ മർമം കണ്ടെത്താനും വഴിതെളിക്കാനും കർഷക സംഘത്തിന് കഴിഞ്ഞുവെന്നത് വിപ്ലവആശയങ്ങളെ ഹൃദയ ത്തിലേറ്റാൻ ജനങ്ങളെ പ്രേരിപ്പിച്ചു. കർഷകസംഘത്തിന്റെ സംഘട നാപരമായ അടിത്തറ ഫർക്ക യിലാകെ ശക്തി പ്രാപിച്ചു. കമ്മ്യൂണിസ്റ്റ് പാർടിയുടെ പ്രാഥമിക സെല്ലുകൾ പ്രവർത്തനനിരതമായി. വളണ്ടിയർ സേനകൾ രൂപം കൊണ്ടു. സ്ക്കൂളകളും വായനശാലകളുമുയർന്നു. എള്ള രിഞ്ഞി സ്കൂൾ, ബ്ലാത്തൂർ സ്കൂൾ, കാവുമ്പായി സ്വാമിമഠം എന്നിവ

കേന്ദ്രകളാക്കി നടന്ന വിദ്യാഭ്യാസ പ്രവർത്തനങ്ങൾ സമൂഹത്തെ സാംസ്കാരികമായി സജ്ജമാക്കാൻ പോന്നതായിരുന്നു.

എള്ളരിഞ്ഞിയിൽ സ്കൂളിന് ആരംഭം കുറിച്ചത് ജന്മിയാണ്. അവിട്ടത്തെ വിദ്യാർഥികൾ നേരിന്റേയും പോരിന്റേയും പാഠം പിന്തുടരുകയാണെന്ന കണ്ടപ്പോൾ ജന്മി തന്നെ പിന്നീടത് അടച്ച പൂട്ടി. കർഷക സംഘത്തിന്റെ നേതൃത്വത്തിലാണ് സ്കൂൾ അതിന ശേഷം തുറന്നത്. അതോടെ വിദ്യാലയത്തിന നേരെ ആക്രമണങ്ങൾ ജന്മിപക്ഷത്തുനിന്ന മാരംഭിച്ചു. പലവട്ടം സ്കൂൾ കത്തിക്കുകയും പുനർനിർമിക്കുകയും ചെയ്തു. ഇരുപക്ഷവും തമ്മിൽ അതൊരേറ്റമുട്ടലായി തുടർന്നു. കാലത്തിന്റെ വെല്ലുവിളികളെ അതിജീവിച്ചു കൊണ്ട് അമൂല്യ സ്മാരകമായി സമരചരിത്രത്തിൽ എള്ളരിഞ്ഞി സ്കൂൾ നിലകൊണ്ടു.

ചെറുത്തുനില്പിന്റെ ജനശക്തി പ്രബലമായതോടെ ജന്മിപക്ഷം ഓരോ നീക്കത്തേയും ഭയപ്പെട്ടു തുടങ്ങി. അധികാരിവർഗം കൂടുതൽ അക്രമാസക്തരായി. എള്ളരിഞ്ഞി സ്കൂളിന പിന്നാലെ ബ്ലാത്തൂർ സ്കൂളും തീയിട്ട നശിപ്പിച്ചു. ഐച്ചേരി, ബ്ലാത്തൂർ വായനശാലകളും അഗ്നിക്കിരയാക്കി. സാംസ്കാരിക പരിപാടികളുമായി പ്രചാരണത്തിനിറങ്ങിയ കർഷക നാടക ട്രൂപ്പിനെ ഊരുത്തെരിൽ ആക്രമിച്ചു. കർഷക സംഘം ആവിഷ്കരിച്ച വിവിധ സാംസ്കാരിക പദ്ധതികൾ ജനങ്ങൾക്കിടയിൽ രാഷ്ട്രീയ ഉണർവ്വുകൾ സൃഷ്ടിക്കുന്നുണ്ടായിരുന്നു.

പോരാളികൾക്കെതിരെ ഒട്ടേറെ കള്ളക്കേസ്സുകൾ ചമച്ചു. ജന്മിയുടെ വേലക്കാരിയെ ബലാത്സംഗം ചെയ്തതായ കേസ്, ജന്മിഗ്രണ്ഡ ചീക്കൽ കണ്ണന്റെ തലക്ക കൊത്തിയ കേസ്, പയ്യാവൂർ വനം കയ്യേറ്റക്കേസ്, മലപ്പട്ടം നെല്ല കേസ്, നച്യാട് തപ്പമുട്ടിക്കേസ്, കോട്ടൂർ പന്നിക്കൊറക് കേസ്, കുറുമാത്തൂർ പ്രതിമാദഹനക്കേസ്, കുയിൽക്കൂർ വണ്ണാത്തി മാറ്റ് കേസ്. കമ്മ്യൂണിസ്റ്റ് പാർടിയും കർഷകസംഘവും നിരോധിക്കപ്പെട്ട കാലയളവിൽ, ജാപ്പ് വിരോധ മേളകളില്ലൂടെയും ജനകീയ ഭക്ഷ്യക്കമ്മിറ്റികളില്ലൂടെയും സമാന്തരമായി പോരാട്ടം മുന്നോട്ട കൊണ്ടുപോയി. രണ്ടാം ലോകമഹായുദ്ധത്തെത്തുടർന്ന് മഹാദരിതത്തിലേക്കും കൊടും ദാരിദ്ര്യത്തിലേക്കും ഭക്ഷ്യക്ഷാമത്തിലേക്കും ലോകജനത തള്ളപ്പെട്ടപ്പോൾ, പട്ടിണിയും ദാരിദ്ര്യവും മലബാറിലെ ജനങ്ങളേയും പൊറുതിയില്ലാതാക്കി. ഉരിയരി പോലും കിട്ടാനില്ലാത്ത അവസ്ഥ. പൂച്ചട്ടിയിൽ വരെ വിത്തുപാകി വിളവുണ്ടാക്കണമെന്ന നെഹ്റുവിന്റെ ആഹ്വാനമുയർന്നു. മറുഭാഗത്ത് ഭക്ഷ്യ വസ്തുക്കൾ പൂഴ്ത്തിവച്ച് വിലക്കയറ്റം പെരുപ്പിക്കുന്ന നീക്കങ്ങളും. അത്തരം കരിഞ്ചന്തക്കാരെ വിളക്ക കാലിൽ പിടിച്ചുകെട്ടിയടിക്കണമെന്നാണ് നെഹ്റു രോഷം പൂണ്ടത്. ഇത്തരമൊരു ക്ഷാമകാലത്തെ

മറികടക്കാനാണ് തരിശുനിലങ്ങളാകെ കൃഷിയിറക്കാൻ കർഷക സംഘം ആഹ്വാനം ചെയ്തത്.

പ്രാദേശിക സഹകരണ സംഘം രൂപീകരിച്ച് അവയുടെ സ്റ്റോറുകൾ മുഖേന ഭക്ഷ്യസാധനങ്ങളെത്തിച്ച് ക്ഷാമത്തെ നേരിടുന്നതിനും ജന്മിയും കാര്യസ്ഥന്മാരും പൂഴ്ത്തിവച്ച നെല്ല് പിടിച്ചെടുക്കാൻ നേതൃത്വം നൽകിയ തിനുമാണ് കർഷക സംഘം നേതാവ് പി. നാരായണൻ നമ്പ്യാർക്ക് രക്തസാക്ഷിത്വം വരിക്കേണ്ടി വന്നത്.

സ്വാതന്ത്ര്യ സമരത്തിന്റെ രൂപഭാവങ്ങൾ ജനകീയമാക്കുന്നതിൽ, വിശേഷിച്ചും മലബാറിൽ നേതൃത്വം നൽകിയത് കമ്മ്യൂണിസ്റ്റ് പാർടിയാ യിരുന്നു. ഇന്ത്യയുടെ സ്വാതന്ത്ര്യത്തിനു വേണ്ടി കുറേക്കൂടി മുന്നോറണമെന്ന കർഷക ജനതതിയോട്ടുള്ള ആഹ്വാനത്തെത്തുടർന്ന് മലബാറിലെ ഓരോ ഗ്രാമത്തേയും ഉണർത്തിയെടുക്കുന്നതിൽ മികച്ച പങ്ക് കർഷക സംഘവും കമ്മ്യൂണിസ്റ്റ് പാർടിയും വഹിച്ചു. ഇന്ത്യയുടെ സ്വാതന്ത്ര്യത്തിനു വേണ്ടി രാജ്യമാസകലം സമരക്കൊടുങ്കാറ്റ് അഴിച്ചവിടേണ്ടുന്ന രാഷ്ട്രീയ മുഷൂർത്തത്തിൽ നിന്നു കൊണ്ടാണ്, 1946 ആഗസ്റ്റ് 5 ന്റെ കൽക്കത്താ പ്രമേയത്തിലൂടെ, കമ്മ്യൂണിസ്റ്റ് പാർടി ദേശീയ സ്വാതന്ത്ര്യത്തിനുവേ ണ്ടി കൃഷിക്കാർ ആത്യന്തിക സമരത്തിന് ഇനിയും മുന്നോറണമെന്ന ആഹ്വാനം മുഴക്കിയത്. ഈ ആഹ്വാനം മലബാറിലെ ഗ്രാമസഞ്ചയങ്ങ ളിൽ മുഴുവൻ മാറ്റൊലിച്ചു.

' തരിശുഭൂമി കൃഷി ചെയ്യുക, ഭക്ഷ്യസാധനങ്ങളുടെ ഉൽപാദനം വർധി പ്പിക്കുക, കരിഞ്ചന്തയും പൂഴ്ത്തിവയ്പും തടയുക, ന്യായവിലക്ക് നെല്ല് സ്റ്റോറി ലളക്കുക, എട്ട് ഔൺസ് റേഷനെങ്കിലും മുടങ്ങാതെ നൽകുക, തുടങ്ങിയ ആഹ്വാനങ്ങൾ 1946 നവമ്പർ 16 ന് കോഴിക്കോട് ടൗൺ ഹാളിൽ ചേർന്ന കമ്മ്യൂണിസ്റ്റ് പാർട്ടി - കർഷക സംഘം - ട്രേഡ് യൂണിയൻ സമ്മേളനത്തിലുണ്ടായി. ഈ ആഹ്വാന പ്രകാരം കർഷകജനത പലയിടങ്ങളിലും പോരാട്ടത്തിനിറങ്ങി. മുഴുവൻ തരിശുഭൂമിയും കയ്യേറി കൃഷി നടത്താനാണ് ഇരിക്കൂർ ഫർക്കയിലെ കർഷകർ നിശ്ചയിച്ചത്. പണിയായുധങ്ങളും സമരക്കൊടികളുമായി അവർ സംഘടിതപഥത്തി ലൂടെ മുന്നേറി. പുനം കൃഷി ചെയ്യാനുള്ള അനുവാദത്തിനു വേണ്ടി അവരാദ്യം ജന്മിമാരെ സമീപിച്ചിരുന്നു. ജന്മിമാർ നിഷേധാത്മകമായ പഴയ നിലപാടിൽ ഉറച്ച നിന്നു. കർഷക സംഘം പ്രതിനിധികളായ കേരളീയൻ, പി. നാരായണൻ നായർ, എ. കുഞ്ഞിക്കണ്ണൻ എന്നിവർ മന്ത്രിമാരെ കണ്ട് ജന്മിമാരുടെ നിഷേധനയം തിരുത്തിക്കാൻ മദിരാശി യിലെത്തി. 1946 ഒക്ടോബറിൽ മന്ത്രി ടി. പ്രകാശത്തിനെ കണ്ട് നിവേദനം നൽകി. ആവശ്യങ്ങൾ അംഗീകരിക്കാമെന്നും അപ്രകാരം പ്രവർത്തന

നടപടികളെടുക്കാൻ ജന്മിമാരോട് ആവശ്യപ്പെട്ടുമെന്നും മന്ത്രി അറിയിച്ചു. തൊട്ടുപിന്നാലെ ജന്മിമാരുടെ സംഘവും മദിരാശിയിലെത്തി മന്ത്രിയെ കാണുകയുണ്ടായി. ജന്മിമാരോടു അനുഭാവം പുലർത്തുന്ന മദിരാശി ഗവൺമെന്റ് കർഷകരുടെ ആവശ്യങ്ങളോട് പുറംതിരിഞ്ഞെന്ന മാത്ര മല്ല, ദിവസങ്ങൾ കഴിഞ്ഞപ്പോൾ നാട്ടിലെമ്പാടും പോലീസ് ക്യാമ്പുകൾ തുറക്കപ്പെട്ടു.

കർഷകരുടെ ആവശ്യങ്ങളംഗീകരിക്കാൻ ജന്മിമാർ വിസമ്മതിച്ച തോടെ കാർഷിക മേഖല സംഘർഷത്തിലേക്കു ചുവട വച്ചു. ജന്മിമാരെ പ്രതിരോധിക്കാൻ സേനകൾ നിരന്നു. ഇരിക്കൂർ ഫർക്കയിൽ തമ്പടിച്ച പ്യൂണിറ്റീവ് പോലീസും എം. എസ്. പി. പടയും ജന്മി ഗുണ്ടകളും ജനങ്ങൾ ക്കുനേരെ അക്രമം അഴിച്ചുവിട്ടു. അതേ തുടർന്ന് ജനങ്ങളും ഏറ്റുമുട്ടലിലേക്കു കടന്നു. ഇരിക്കൂർ പോലീസ് സ്റ്റേഷൻ ആക്രമണമെന്ന പോർചരിത്രത്തി ലിടം നേടിയ സംഭവം അത്തരത്തിലൊന്നാണ്. കുയിലൂരിലെ വളണ്ടിയർ സങ്കേതത്തിൽ പരിശീലനം നടത്തുകയായിരുന്ന കർഷക സഖാക്കളെ പോലീസ് കസ്റ്റഡിയിലെടുത്ത് ഇരിക്കൂർ പോലീസ് സ്റ്റേഷൻ വരെ വഴിയില്ലൂടെ വലിച്ചിഴച്ചും മർദിച്ചും സ്റ്റേഷനിലിട്ടു തല്ലിച്ചതച്ചും മൂതപ്രായ രാക്കി. സംഭവം പ്രതിഷേധത്തിന്റെ വൻകൊടുങ്കാറ്റയർത്തി. ജനക്കൂട്ടമി ളകി, സ്റ്റേഷനിലേക്ക് മാർച്ച് ചെയ്തു. സ്റ്റേഷനടുത്ത വച്ച് പോലീസ് പട മാർച്ചിനെ നേരിട്ടു. ലാത്തിച്ചാർജ്ജും ആകാശത്തേക്ക് വെടിവയ്ക്കുമുണ്ടായി.

തൊട്ടുപിന്നാലെ ഫർക്കയിലാകെ 144 നിയമം പ്രഖ്യാപിക്കപ്പെട്ടു. എം. എസ്. പി. സൈന്യത്തെയിറക്കി. ഫർക്കയൊന്നാകെ തടവറയാ ക്കും വിധം പോലീസിന്റെ നരനായാട്ടാണ് തുടർന്നരങ്ങേറിയത്.

ഇരിക്കൂർഫർക്കയുടെ രാഷ്ട്രീയഭൂമികയിൽ എണ്ണമറ്റ ചെറുത്തു നില്പുകൾ ചരിത്രത്തിൽ സ്ഥാനം പിടിച്ചിട്ടുണ്ട്. കാവുമ്പായി കാർഷിക കലാപവും മറ്റനവധി ഭൂസമരങ്ങളും ജന്മിത്തത്തിന്റെ അടിത്തറ സമൂലമായി പൊളി ച്ചെഴുതി. അതോടൊപ്പം ഇന്ത്യയിലെ കൊളോണിയൽ വാഴ്ചക്കെതിരായ പോരാട്ടത്തിന്റെ ഇതിഹാസ ഭൂമികയാക്കി മലബാറിനെ പരിവർത്തന പ്പെടുത്തി.

ഫാസിസ്റ്റ് വിരുദ്ധ സോഷ്യലിസ്റ്റ് മുന്നേറ്റത്തിന്റെ അജയ്യമായ ചുവ ട്ടുവയ്പിൽ സാർവദേശീയ വിമോചന ശക്തികൾക്കൊപ്പം ഇവിട്ടത്തെ ജനതയേയും ചേർത്തു നിർത്തി. സാമൂഹിക ചരിത്രത്തിന്റെ ഗതി നിർണയിച്ച ഈ മൂന്നു കടമകളുടെ മൗലികമായ രാഷ്ട്രീയം കാവുമ്പായി കാർഷിക കലാപത്തിന്റെ പശ്ചാത്തലത്തിൽ നിന്ന് വേർതിരിച്ചറിയാം.

ചുവപ്പ് പടരുമ്പോൾ

ചരിത്രത്തിന്റെ ചുവപ്പുരാശിയിലൂടെയായിരുന്ന ഈ ദേശത്തിന്റെ തുടർന്നുള്ള സഞ്ചാരം. ചരിത്രം ചുമരിൽ കൊത്തിയിട്ട ചെറുത്തു നില്പിന്റെ മായാത്ത വഴിമുദ്രകൾ അത് വെളിപ്പെടുത്തുന്നു. ജനങ്ങൾക്ക് അങ്കബോധത്തിന്റെ ചെമ്പതാകകളേല്പിച്ചു കൊട്ടക്കാൻ കർഷകസം ഘത്തിനും കമ്മ്യൂണിസ്റ്റ് പാർടിക്കും കഴിഞ്ഞതിന്റെ മുന്നേറ്റമാണ് ആ വഴിത്താരകൾ വിവരിക്കുന്നത്. സ്വജീവിതത്തോടുള്ള തങ്ങളുടെ ഇച്ഛാ ബന്ധങ്ങളുമായി ഇഴചേരാൻ കഴിയുന്ന പ്രത്യയശാസ്ത്രത്തെ ജനങ്ങൾ തിരിച്ചറിഞ്ഞു. ജന്മി കുടിയാൻ സംവിധാനത്തിനുള്ളിൽ നീറിപ്പുകഞ്ഞ നിരവധി പ്രശ്നങ്ങൾ നാടൻ ജീവിത ബന്ധങ്ങളുടെ താളം തെറ്റിച്ചു കൊണ്ടിരിക്കെ, അത്തരം പ്രശ്നങ്ങളുടെ മർമച്ചഴിയിലേക്ക് കുതിച്ചെ ത്തുകയും കുടിയാൻ സമൂഹത്തിന് പ്രാണൻ പകർന്ന കൊട്ടക്കുകയും ചെയ്തു കൊണ്ടാണ് കർഷക സംഘത്തിനും കമ്മ്യൂണിസ്റ്റ് പാർടിക്കും ജനഹൃദയങ്ങളിൽ അന്ന് ഇരിപ്പിടം കിട്ടിയത്.

വിമോചനത്തിന്റെ ചുവപ്പ് കൊടികളുയർത്തിപ്പിടിച്ച്, സ്വാതന്ത്ര്യത്തി ന്റെ മുഴക്കത്തെ മുദ്രാവാക്യങ്ങളാക്കി, മുഷ്ടി ചുരട്ടി ചരിത്രത്തിന്റെ ചക്ര വാളങ്ങളെ കോരിത്തരിപ്പിക്കും വിധം ആയിരങ്ങൾ ഇളകി മറിയുന്ന ജനസാഗരത്തെ മുന്നിർത്തിയാണ് "ഇരിക്കൽ ഫർക്ക ചുവന്ന ഫർക്ക "യെന്ന് പി. സി. ജോഷി പ്രഖ്യാപിച്ചത്: 1940 ൽ മലപ്പട്ടത്ത് ചേർന്ന കർഷക മഹാസമ്മേളനത്തെ അഭിസംബോധന ചെയ്യുകയായിരുന്ന ഇന്ത്യൻ കമ്മ്യൂണിസ്റ്റ് പാർടിയുടെ പ്രഥമജനറൽ സെക്രട്ടറിയായ ജോഷി.

ഇരിക്കൂർ ഫർക്കയുടെ പോർമുഖം ചുവന്ന തുടുത്തിരുന്നു. കർഷക സംഘം നണിശ്ശേരിയിൽ പിറവിയെടുത്തതിന ശേഷം ഫർക്കയുടെ നാനാദിക്കുകളിൽ ചെങ്കൊടികൾ പടരാൻ അധികം കാത്തിരിക്കേണ്ടി വന്നില്ല. അഖില മലബാർ കർഷക സംഘത്തിന്റെ പ്രവർത്തനകേന്ദ്രം കോഴിക്കോട്ട നിന്ന് കല്യാശ്ശേരിയിലേക്ക് മാറ്റപ്പെട്ടതോടെ വടക്കൻ മലബാർഗ്രാമങ്ങളിൽ കർഷകരുടെ സംഘടിത പ്രവർത്തനം സജീവമായി മുന്നേറി. ചിറക്കൽ താലൂക്കിന്റെ കിഴക്കൻ ദേശങ്ങ ളിൽ ആദ്യത്തെ സംഘവേദി മലപ്പട്ടമായിരുന്നു. ഒ. വി. ചന്തുക്കുട്ടി മാസ്റ്ററും സി. കെ. ചക്രപാണി വാര്യരും വിഷ്ണുഭാരതീയനെ സന്ദർശിച്ച് ആസൂത്രണം ചെയ്തു പ്രകാരം മലപ്പട്ടം പൂക്കണ്ടംവയലിലെ 'കാഞ്ഞി രത്തിൻ' കീഴിൽ സമ്മേളനം വിളിച്ചു കൂട്ടി. ശ്രീകണ്ഠപുരം, കോട്ടൂർ, കാഞ്ഞിലേരി, ചുള്ളിയാട് ദേശങ്ങളിലെ കൃഷിക്കാർ ആ സമ്മേളനത്തിൽ പങ്കെടുത്തു. കേരളീയനും വിഷ്ണു ഭാരതീയനും കെ. പി. ആർ. ഗോപാലനും സംഘടിക്കേണ്ടതിന്റെ സാഹചര്യങ്ങളും രാഷ്ട്രീയപ്രാധാന്യവും വിശദീക രിച്ചു. അളോറ ഗോവിന്ദൻ നമ്പ്യാർ, തേലക്കാടൻ ചാത്തുക്കുട്ടി നമ്പ്യാർ, അളോറ കുഞ്ഞിക്കൃഷ്ണൻ, എൻ. കെ. കുമാരൻ മാസ്റ്റർ, കല്യാടൻ കുഞ്ഞി ക്കൃഷ്ണൻ നമ്പ്യാർ, പുളക്കൽ കൃഷ്ണൻ എന്നിവരൊക്കെ പ്രവർത്തന ങ്ങൾക്ക് നേതൃത്വം നൽകാനിറങ്ങി.

മലപ്പട്ടം സമ്മേളനം ഒരു സംഘടനാകമ്മിറ്റിക്ക് രൂപം നൽകുകയും മറ്റ ഗ്രാമങ്ങളിൽ പ്രാദേശിക കർഷക സംഘങ്ങൾ ഉണ്ടാക്കുവാൻ ഉള്ള തീരുമാനങ്ങളെടുക്കുകയും ചെയ്തു. അതേടർന്നാണ് ചുഴലി, നിടിയേങ്ങ, ചേപ്പറമ്പ്, എള്ളരിഞ്ഞി, ഏരുവേശി, പയ്യാവൂർ എന്നിവി ടങ്ങളിൽ സംഘം രൂപീകരിച്ചത്. അഖില മലബാർ കർഷക സംഘം ഉടലെടുത്ത അതേ വർഷം തന്നെയാണ് ഇത്രയും സംഘടനാ സംരംഭ ങ്ങൾ വ്യാപിച്ചത്. കോൺഗ്രസ് ഘടകങ്ങളായി പ്രവർത്തിച്ചതിന്റെ ഒരു പൂർവ പശ്ചാത്തലം അതിന് അടിത്തറയായുണ്ടായിരുന്നു. ചിറക്കൽ താലൂക്കിലെ മിക്ക പ്രദേശങ്ങളിലും കോൺഗ്രസ് കമ്മിറ്റികളുണ്ടായി രുന്നെങ്കിലും കോൺഗ്രസ് നേതൃത്വത്തിന്റെ രാഷ്ട്രീയഉദാസീനതകൾ അവയെ പൊതുവെ നിർജീവമാക്കിയിരുന്നു. സജീവതയിലേക്ക് അവരെ ഉണർത്തിയെടുക്കാൻ കർഷക സംഘത്തിനു സാധിച്ചു.

മിക്ക കേന്ദ്രങ്ങളിലും കർഷകസംഘം സ്ഥാപിച്ചത് കോൺഗ്രസ് ഘടകങ്ങളെ പരിവർത്തിപ്പിച്ചാണ്. തളിപ്പറമ്പ് ആസ്ഥാനമാക്കിയാ യിരുന്ന ചിറക്കൽ താലൂക്ക് കോൺഗ്രസ് കമ്മിറ്റി പ്രവർത്തിച്ചത്. കല്യാട് ജന്മിക്കെതിരെ ബ്ലാത്തൂരിൽ നടന്ന ആദ്യത്തെ പൊതുയോഗം നണിയൂരിൽ കോൺഗ്രസ് - കർഷക സംഘം സംയുക്ത യോഗത്തിന്റെ

തീരുമാനപ്രകാരമായിരുന്നു. കിഴക്കൻ ഗ്രാമങ്ങളിലെ കർഷകരെ കൂട്ടി യോജിപ്പിക്കാനുള്ള ആദ്യത്തെ ദൗത്യമായിരുന്നു അത്.

പലജന്മിമാരുടേയും ദ്രോഹങ്ങളെപ്പറ്റിയുള്ള ധാരാളം പരാതികൾ കോൺഗ്രസ് താലൂക്ക് കമ്മിറ്റിക്ക് അക്കാലത്ത് കിട്ടിക്കൊണ്ടിരുന്നു. അവയിൽ കരക്കാട്ടിടം ജന്മിയുമായി ബന്ധപ്പെട്ട ഒരു പ്രശ്നമാണ് താലൂക്ക് നേതൃത്വം ഇടപെട്ട ആദ്യത്തെ സുപ്രധാന സംഭവം. ഈ പ്രദേശത്ത് ജന്മിവിരുദ്ധ സമരചരിത്രത്തെ നിർണയിച്ച ഒരു തുടക്കമാ യിരുന്നു അത്. കരക്കാട്ടിടം നായനാരുടെ അധികാരവരുതിയിൽ പെട്ട പയ്യാവൂരിലെ കർഷകനായ കൊളങ്ങരേത്ത് കമ്മാരൻനായരാണ് പരാതിക്കാരൻ.

കടപുഴകി പുഴയിൽ വീണ ഒരു കാട്ടമരത്തിന്റെ തടി മുറിച്ച് ജന്മിക്ക് എത്തിച്ച കൊടുത്ത് അതിന്റെ ശാഖാവശിഷ്ടങ്ങൾ അനുവാദത്തോടെ കമ്മാരനെടുത്തു. അതിനിടെ പ്രവൃത്തികാര്യസ്ഥനായ കുറ്റിയാട്ടൂർ കമ്മാരൻ നമ്പ്യാരെ ഇക്കാര്യത്തിന് നേരിൽ കണ്ട പ്രീതിപ്പെടുത്തി യില്ലെന്ന കാരണത്താൽ അയാൾ പ്രകോപിതനായി. കാട്ടിൽ നിന്ന് ഉരുപ്പടികൾ മോഷ്ടിച്ചതായി കർഷകനായ കമ്മാരനെതിരെ കേസ്സു ണ്ടാക്കി. 10 രൂപ പിഴയും അടപ്പിച്ചു.

കർഷകസംഘത്തിനു വേണ്ടി സ്ഥലം സന്ദർശിച്ച് പരാതിയന്വേ ഷിക്കാൻ ചെന്ന വി. എം. വിഷ്ണു നമ്പീശന്റേയും അളോറ ഗോവിന്ദൻ നമ്പ്യാരുടേയും മുന്നിൽ ജന്മി- കാര്യസ്ഥന്മാരുടെ ക്രൂരതയുടെ ഒട്ടേറെ കഥകൾ കെട്ടഴിഞ്ഞു വീണു. ഫ്യൂഡൽ അനീതികൾക്കെതിരെ പ്രതി ഷേധത്തിനു തിരി കൊളത്തിക്കൊണ്ട് എള്ളരിഞ്ഞിയിൽ നിന്ന് പയ്യാ വൂരിലേക്ക് വിഷ്ണുഭാരതീയൻ, പാട്ടത്തിൽ പത്മനാഭൻ എന്നിവരുടെ നേതൃത്വത്തിൽ ഒരു കർഷക മാർച്ച് നടത്തി. തുടർന്ന് എള്ളരിഞ്ഞി യിൽ ഒരു കുടിയാൻ മഹായോഗം സംഘടിപ്പിച്ചു. രണ്ടായിരത്തിലധികം കർഷകർ ജാഥയായി ആ മഹായോഗത്തിൽ എത്തിച്ചേർന്നു. ആശ്ശേർ, ബക്കളം, കടമ്പേരി, കാന്തൽ എന്നിവിടങ്ങളിലെ കർഷകർ ബക്കളത്തു കേന്ദ്രീകരിച്ച് കേരളീയൻ, സി. കോരൻ, പി. എം. ഗോപാലൻ, പി. ഐ. വി. ചന്തുക്കുട്ടി നമ്പ്യാർ എന്നിവരുടെ നേതൃത്വത്തിലായിരുന്നു എള്ളരി ഞ്ഞിയിലേക്ക മാർച്ച ചെയ്തത്.

'കമ്മാരന്റെ പിഴ മടക്കിക്കൊടുക്കുക, വാശി - നരി - മൂക്കാൽ അക്രു മപ്പിരിവുകളവസാനിപ്പിക്കുക, കാട്ടിൽ നിന്ന് ഉണക്ക വിറകു ശേഖരി ക്കാനും പച്ചിലത്തോൽ അരിയാനും കുടിയാന് അവകാശം നൽകുക, എന്നീ മുദ്രാവാക്യങ്ങൾ പ്രകടനങ്ങളിൽ ഉയർന്നു. കാട്ടുമൃഗങ്ങളെ വെടി വച്ചാൽ അതിന്റെ കൊറക് ജന്മിക്ക് കാഴ്ചവയ്ക്കണമെന്നായിരുന്ന

അന്നത്തെ ജന്മിമര്യാദ. ഇതിനെ പരിഹസിച്ചു കൊണ്ട് പൊതുയോ ഗത്തില്‍ അധ്യക്ഷനായ നാരായണന്‍ നമ്പ്യാര്‍ ചോദിച്ചു: 'കുറുക്കനെ വെടിവച്ചാലും ഇത് ബാധകമാണോ?' ഈ സംഭവത്തിന ശേഷംജന്മി പ്രകോപിതനായി. പൊതുയോഗത്തെത്തുടര്‍ന്ന് കെ. പി. ആര്‍. ഗോപാലന്‍, ടി. സി. നാരായണന്‍ നമ്പ്യാര്‍, കേളീയന്‍, വിഷ്ണുഭാര തീയന്‍ എന്നിവര്‍ ജന്മിയെ കണ്ടു നല്‍കിയ നിവേദനം വകവയ്ക്കാതെ ജനങ്ങളെ വനം കയ്യേറ്റത്തിന പ്രേരിപ്പിച്ചുവെന്ന കുറ്റം ചുമത്തുകയാ ണുണ്ടായത്. പ്രകോപനപരമായ പ്രസംഗത്തിന് വിഷ്ണു ഭാരതീയന്റെ പേരിലും വനത്തില്‍ കടന്ന് അനധികൃതമായി മരം മുറിച്ചെന്ന കുറ്റമാ രോപിച്ച് 41 കര്‍ഷക പ്രവര്‍ത്തകരുടെ പേരിലും കേസ് ചാര്‍ജ് ചെയ്ത. കേസിന്റെ വിചാരണക്ക ശേഷം പ്രതികളെ 6, 4, 2, 1 മാസം വീതം തടവിന ശിക്ഷിക്കുകയും കണ്ണൂര്‍ സെന്‍ട്രല്‍ ജയിലിലടക്കുകയുമുണ്ടായി. 1936ലായിരുന്ന സംഭവം.

കല്യാട് ജന്മിയുടെ അക്രമങ്ങളും ചൂഷണങ്ങളും അവസാനിപ്പിക്കാ നായിരുന്ന ബ്ലാത്തൂരില്‍ കര്‍ഷകര്‍ സംഘടിച്ചത്. വാശി -നരി - മുക്കാല്‍ വിട്ടുകൊട്ടക്കാനും കള്ളപ്പറ തച്ചടക്കാനും അവര്‍ ആവശ്യപ്പെട്ടു. രശീതി തരാത്തവര്‍ക്ക് വാരം തരില്ലെന്നും തിരുമുല്‍ക്കാഴ്ച വയ്ക്കില്ലെന്നും അവരൊന്നിച്ച പ്രഖ്യാപിച്ചു.

പൊതുയോഗത്തെ പരാജയപ്പെടുത്താനുള്ള ജന്മിപക്ഷത്തിന്റെ നീക്കങ്ങള്‍ മനസ്സിലാക്കി തലേന്ന തന്നെ വിഷ്ണു ഭാരതീയന്റെ നേതൃ ത്വത്തില്‍ വിവിധ ദേശങ്ങളിലെ കര്‍ഷകര്‍ നച്ച്യാട് ചാത്തുക്കുട്ടി നമ്പ്യാ രുടെ വീടിന സമീപം കേന്ദ്രീകരിച്ചിരുന്ന.

കോണ്‍ഗ്രസിന്റെ സജീവമായ പ്രവര്‍ത്തനമേഖലയായിരുന്ന നച്ച്യാട്. ഈ ഘടകം പിന്നീട് കര്‍ഷകസംഘമായി മാറി. കോയാടന്‍ നാരായണന്‍ നമ്പ്യാരുടെ നേതൃത്വത്തിലാണ് അവിടെ പ്രവര്‍ത്തന ങ്ങള്‍ മുന്നോട്ട പോയിരുന്നത്.

ബ്ലാത്തൂരിലേക്ക് കടന്നാല്‍ വെടിവയ്ക്കുമെന്നും അമ്പും വില്ലും കത്തി യുമേന്തിയ ഗിരിവര്‍ഗസേന ആക്രമിക്കാനായി ഒരുക്കി നിര്‍ത്തിയുണ്ടെ ന്നും പ്രചരിപ്പിച്ചിരുന്ന. നേതാക്കളായ കേരളീയനും ഭാരതീയനും അസുഖമായതിനാല്‍ എത്തിച്ചേരില്ലെന്നും അതിനാല്‍ യോഗം മാറ്റി വച്ചുവെന്ന വ്യാജനോട്ടീസുകളും പ്രചരിപ്പിച്ച നോക്കി.

'നിങ്ങളെ വെടിവയ്ക്കും, റഷ്യയിലേക്ക് തിരിച്ച പോകൂ '

'കള്ളന്മാരെ കൊള്ളക്കാരെ റഷ്യയിലേക്ക് തിരിച്ച പോകൂ '

പ്രകടനം കടന്ന പോകേണ്ട വഴിയരികില്‍ പോസ്റ്ററുകള്‍ നിറഞ്ഞു.

ഭീഷണികളൊക്കെ മറികടന്ന് എണ്ണറിലേറെ കർഷകർ നച്യാട് നിന്നും ബ്ലാത്തൂരിലേക്ക് മാർച്ച ചെയ്ത. മുളകൾ വെട്ടി ചെറിയ പാത്തികൾ നിർമിച്ചാണ് നച്യാട്പുഴ കടന്നത്. വൈകീട്ട് ബ്ലാത്തൂരിലെത്തിയ കർഷക വളണ്ടിയർമാർ മലപ്പട്ടം ഗോവിന്ദൻ നമ്പ്യാരുടെ അധ്യക്ഷ തയിൽ സമ്മേളിച്ചു. വിഷ്ണുഭാരതീയൻ പ്രസംഗിച്ച ശേഷം യോഗം പിരിയുമ്പോൾ കൂടുതൽ വിപ്ലവമായ സമ്മേളനം ചേരാൻ നിശ്ചയിച്ചു. അതനുസരിച്ചാണ് ഏഴായിരത്തോളം പേർ ഒത്തുകൂടിയ സമ്മേളനം 1938 ആഗസ്റ്റ് 30 ന് ബ്ലാത്തൂരിൽ തന്നെ സംഘടിപ്പിച്ചത്.

പരിപാടിയിലേക്ക വരികയായിരുന്ന കർഷക നേതാവ് വിഷ്ണു ഭാരതീയനെ വഴിയിൽ തടഞ്ഞ് ഗുണ്ടകൾ ആക്രമിക്കുകയുണ്ടായി. അതിൽ പ്രതിഷേധിച്ച് അടുത്ത ദിവസം കല്യാട് താഴത്തുവീടിനടുത്ത് പൊതുയോഗം ചേർന്നു. കല്യാട്ടെശ്ശമനനെന്ന് ഇനി വിളിക്കില്ലെന്ന് അവർ പ്രഖ്യാപിച്ചു: 'ഇനി മേലിൽ ജന്മി ഞങ്ങളുടെ യജമാനനല്ല, കൃഷ്ണൻ നമ്പ്യാർ, അനന്തൻ മൂപ്പൻ, അനന്തൻ നമ്പ്യാർ, എന്നേ ഇനി ഞങ്ങൾ വിളിക്കൂ' കുടിയാൻ സമൂഹം ദൃഢമായി പറഞ്ഞു. ഈ സമ്മേ ളനങ്ങളുടെ സംഘടനാപരമായ ഉത്തരവാദിത്തങ്ങൾ നിർവഹിച്ചത് മലപ്പട്ടം കർഷകസംഘമാണ്.

പ്രാദേശിക കർഷകസംഘങ്ങളുടെ രൂപീകരണമായിരുന്ന തുടർന്ന ള്ള നാളുകളിൽ. കാവുമ്പായിയിൽ നിലവില്ലുണ്ടായിരുന്ന കോൺഗ്രസ് കമ്മിറ്റിയുടെ സംഘടനാ അടിത്തറയിലാണ് കർഷകസംഘം സ്ഥാ പിക്കപ്പെട്ടത്. ഈ പ്രദേശത്ത് കോൺഗ്രസ് നേതൃത്വത്തിൽ ദേശീയ ബോധത്തിലധിഷ്ഠിതമായ രാഷ്ട്രീയ ഉണർവ് അതിന മുമ്പുതന്നെ ആർ ജിച്ചിരുന്നു. പാട്ടത്തിൽ പത്മനാഭനും പി. പി. അച്യുത വാരിയറും വിഷ്ണു ഭാരതീയനും കൂടിയാണ് കോൺഗ്രസ് ഘടകം കാവുമ്പായിലുണ്ടാക്കി യത്. പ്രമുഖ പണ്ഡിതനായ കോമർ കുട്ടിയെഴുത്തച്ഛന്റെ പാഠശാലയായ 'സ്വാമിമഠ'ത്തിൽ താമസിച്ചാണ് ഈ നേതാക്കൾ കോൺഗ്രസ് മെമ്പർഷിപ്പ് ചേർത്തത്. എഴുത്തച്ഛന്റെ മാനസികമായ പിന്തുണയോ ടെയാണ് പ്രവർത്തനം നീക്കിയത്. കുമഴികൃഷ്ണൻ നമ്പ്യാർ പ്രസി ഡണ്ടും തളിയൻ രാമൻ നമ്പ്യാർ സെക്രട്ടറിയുമായ സംഘടനയാണ് കോൺഗ്രസ് പ്രവർത്തനങ്ങൾ നിയന്ത്രിച്ചിരുന്നത്. ഈ ഘടകമപ്പാടെ കർഷകസംഘത്തിന്റെ വേദിയായി മാറ്റപ്പെട്ടു. കാവുമ്പായി, നിടുങ്ങോം, കൂട്ടംമുഖം, കൈതപ്രം, എള്ളരിഞ്ഞി എന്നിവിടങ്ങളിലെ പ്രാദേശിക കർഷകസംഘങ്ങൾ കേരളീയന്റെ നിർദേശത്തിലും സാന്നിധ്യത്തിലും ആദ്യം കോണോംപട്ടത്തും പിന്നീട് ഐച്ചേരിയിലും ഒത്തുകൂടി ഐച്ചേരി കേന്ദ്രമായി, പുതിയ മഠത്തിൽ കുഞ്ഞിരാമൻ നമ്പ്യാർ പ്രസിഡണ്ടും

കൊട്ടയാടൻ രാഘവൻ മാസ്റ്റർ

ഒ. പി. അനന്തൻ മാസ്റ്റർ സെക്രട്ടറി യുമായി പതിനൊന്നംഗങ്ങളടങ്ങിയ കർഷകസംഘം എള്ളരിഞ്ഞി വില്ലേജ് കമ്മിറ്റിക്ക് രൂപം കൊടുത്തു. കോറോത്ത് രാമൻ, സ്വാമി കണ്ണൻ, താഴെ വീട്ടിൽ കൃഷ്ണൻ, മഞ്ഞേരി രാമൻകുട്ടി എന്നിവ രൊക്കെ നേതൃനിരയിൽ പ്രവർത്തിച്ചു.

എള്ളരിഞ്ഞിയിലാണ് ജന്മിയുടെ ആസ്ഥാനം സ്ഥിതി ചെയ്യുന്നത്. വില്ലേജ് കമ്മിറ്റിയുടെ ആദ്യ നീക്കം അക്രമപ്പിരിവു കൾക്കെതിരായ സമരത്തിനായിരുന്നു. യോഗത്തിന്റെ നിർദേശപ്രകാരം പ്ര

സിഡണ്ടും സെക്രട്ടറിയും ജന്മിയെ സന്ദർശിച്ച് വാശി, നരി, മുക്കാൽ, വച്ചകാണൽ എന്നീ പിരിവുകൾ വിട്ടുകിട്ടണമെന്ന ആവശ്യമുന്നയിച്ചു. ജന്മി മറുപടി നൽകിയില്ല.

പയ്യാവൂരിൽ പ്രാദേശിക കർഷക സംഘം ഉടലെടുക്കുന്നത് ഭാരതീയനും കേരളീയനും നയിച്ച പ്രവർത്തന ജാഥക്ക് അവിടെ നൽകിയ സ്വീകരണത്തോടെയാണ്. പുത്തൻവീട്ടിൽ നാരായണൻ നമ്പ്യാർ പ്രസിഡണ്ടും കൊട്ടയാടൻ രാഘവൻ മാസ്റ്റർ സെക്രട്ടറിയു മായ പ്രവർത്തക സമിതിയാണ് അവിടെ ഉടലെടുത്തത്. പാപ്പിനിശ്ശേരി ചാത്തുക്കുട്ടി നമ്പ്യാർ, ചാനപ്പ ഗോവിന്ദൻ, അമ്പിലോത്ത് കുഞ്ഞമ്പു, മുല്ലപ്പള്ളി കുഞ്ഞിരാമൻ, കപ്പവ രാമൻ, കോയാടൻ കൃഷ്ണൻ, പുള്ളുക്കൽ കുഞ്ഞപ്പ ഉടങ്ങിയവർ നേതൃത്വത്തിൽ സജീവമായി.

കാഞ്ഞിലേരിയില്ലും 1937ൽ തന്നെ കർഷക സംഘത്തിന്റെ ചലനങ്ങളുണ്ടായി. ഒ. പി. അനന്തൻ മാസ്റ്ററും കെ. പി കുഞ്ഞിക്കണ്ണൻ മാസ്റ്ററും മുൻകയ്യെടുത്ത് കർഷക സംഘം രൂപീകരിച്ചു.

കർഷക സംഘത്തിന് പ്രബലമായ അടിത്തറയുണ്ടാക്കാനായ സ്ഥലമാണ് ഏരുവേശി. എം. സി. ആർ (എം. സി. രയരപ്പൻ മാസ്റ്റർ) നേതൃത്വം കൊടുത്താണ് സംഘം ആരംഭിച്ചത്. ബ്ലാത്തൂരിൽ 1938 സെപ്തംബരോടെ പ്രാദേശിക കർഷകസംഘം രൂപമെടുത്തു. കുന്നമ്മൽ കൃഷ്ണൻ പ്രസിഡണ്ടും പി. ഗോവിന്ദപ്പണിക്കർ സെക്രട്ടറിയുമായ കമ്മി റ്റിക്ക് പി. നാരായണൻ നമ്പ്യാർ, പി. കുമാരൻ, പുതിയ വീട്ടിൽ രാമൻ, നിടിൽ നാരായണൻ, കുഞ്ഞമ്പു, ബാപ്പുട്ടി എന്നിവരും നേതൃത്വം വഹിച്ചു.

കുയിലൂരിൽ കോളിയാടൻ നാരായണൻ നമ്പ്യാരും കുഞ്ഞമ്പി ട്ടുക്ക ഗോവിന്ദൻ നമ്പ്യാരും താല്പര്യമെടുത്താണ് കർഷകസംഘം

 രൂപപ്പെടുത്തിയത്. പ്രവർത്തനങ്ങൾ ആദ്യഘട്ടത്തിൽ ഊർജസ്വല മായി മുന്നോട്ട പോയെങ്കിലും കള്ളക്കേസുകൾ കെട്ടിച്ചമയ്ക്കപ്പെട്ടപ്പോൾ പ്രവർത്തകരിൽ പലരും പിന്നോട്ട മാറി.

ഊരള്ളരിൽ 1939 ആഗസ്റ്റ് 29നാണ് കർഷക സംഘത്തിന്റെ തുടക്കം. ഭാരതീയൻ നേതൃത്വം നൽകിയ കർഷക ജാഥക്ക് സമാ പനമായി സംഘടിപ്പിച്ച പൊതുയോഗത്തോടെയായിരുന്ന ആ നീക്കം. പാപ്പിനിശ്ശേരി കുഞ്ഞപ്പ നമ്പ്യാർ, കടാങ്കോടൻ രാമൻ എന്നീ കർഷകരായിരുന്ന അമരക്കാർ. അതേ കാലത്ത തന്നെ ച്ചളിയാട്, കൊടോളിപ്രം, കോട്ടൂർ, ചേടിച്ചേരി തുടങ്ങി നിരവധി ഗ്രാമങ്ങൾ സജീ വമാകുകയും സംഘം ഘടകങ്ങൾ രൂപപ്പെടുകയുമുണ്ടായി.

ബാലസംഘത്തിന്റെ സജീവമായ പ്രവർത്തനത്തില്ലടെ കർഷക സംഘം ഉയിരെടുത്ത സ്ഥലങ്ങളാണ് പയ്യാവൂരും കുയിലൂരും.

1939 ജനവരി 18 ന് ബ്ലാത്തൂർ വയലിൽ ചേർന്ന കർഷക മഹാസ മ്മേളനം സംഘത്തിന്റെ ചരിത്രത്തിലെ സുപ്രധാന നാഴികകല്ലായി മാറി. അഖിലേന്ത്യാ കിസാൻസഭ ജനറൽ സെക്രട്ടറി എൻ. ജി. രങ്ക പങ്കെടുത്ത സമ്മേളനത്തിൽ ആന്തൂർ, തളിപ്പറമ്പ്, കൂറ്റിയാട്ടൂർ, കൊളച്ചേരി, കയരളം, കൂടാളി, കണ്ണാടിപ്പറമ്പ്, ചഴലി, ചേപ്പറമ്പ്, നിടിയേങ്ങ, പയ്യാവൂർ, എള്ളരിഞ്ഞി, കാവുമ്പായി, കാഞ്ഞിലേരി, മലപ്പട്ടം, കൊയ്യം, ശ്രീകണ്ഠപുരം, ഇരിക്കൂർ, കല്യാട്, ഊരള്ളൂർ എന്നീ പ്രദേശങ്ങളിൽ നിന്നെല്ലാം ജാഥകളായി കർഷകരെത്തി. പി. എം. ഗോപാലൻ, ഇ. കുഞ്ഞിരാമൻ നായർ എന്നിവരുടെ നേതൃത്വത്തിൽ വളണ്ടിയർ സേന അണിനിരന്ന. കേരളീയൻ, സർദാർ ചന്ത്രോത്ത്, മൊയാരത്ത് ശങ്കരൻ, ടി. സി. നാരായണൻ നമ്പ്യാർ എന്നിവർ അഭിവാദ്യം ചെയ്ത പ്രസംഗിച്ച.

കെ. ദാമോദരൻ രചിച്ച 'പാട്ടബാക്കി ' എന്ന പ്രഖ്യാതനാടകവും വേദിയിൽ അരങ്ങേറി. കാസർക്കോട്ട താലൂക്കിലേയും ചിറക്കൽ താലൂക്കിലെ വടക്കൻ വില്ലേജുകളിലേയും കർഷകർ കേന്ദ്രീകരിച്ച് ജനവരി 15ന് കൊടക്കാട് നടന്ന കർഷക മഹാസമ്മേളനത്തിൽ പങ്കെടുത്ത ശേഷമാണ് രങ്ക ബ്ലാത്തൂരിലെത്തിയത്.

കർഷകജനതയെ രാഷ്ട്രീയവൽക്കരിക്കാനുദ്ദേശിച്ച് പൊത യോഗങ്ങൾ പലയിടങ്ങളിൽ സംഘടിപ്പിച്ച. കർഷകരുടെ സംഘം ചേരലുകളെ തടയാൻ ജന്മിപക്ഷവും കരുക്കൾ നീക്കി. പടിയൂർ എസ്റ്റേറ്റിനടുത്ത് പെരുമ്പറമ്പിൽ സംഘടിപ്പിക്കാനുദ്ദേശിച്ച സമ്മേള നത്തെ പരാജയപ്പെടുത്തുന്നതിന വേണ്ടി നിശ്ചയിച്ച സ്ഥലത്തിന്റെ കൈവശക്കാരനോട് ജന്മിബസ്തു സ്ഥലം തീറെഴുതി വാങ്ങി. അതേ

മനസ്സിലാക്കി കൈവശക്കാരായ രണ്ട പേരിൽ ഒരാളടെ അവകാശം കർഷക പ്രവർത്തകരും എഴുതി വാങ്ങിയിരുന്നതിനാൽ പൊതുയോഗം ചേരാനായി. പരിപാടി അലങ്കോലപ്പെടുത്താൻ പോലീസ് സംഘവും സ്ഥലത്തെത്തിയെങ്കിലും കർഷകരുടെ ഐക്യദാർഢ്യത്തിനു മുമ്പിൽ പിന്മാറേണ്ടി വന്നു. പൊതുയോഗത്തിൽ വാശി - നരി - മുക്കാൽ കള്ളപ്പറ ഇവയ്ക്കെല്ലാമെതിരെ മുദ്രാവാക്യം മുഴങ്ങി. അതേക്കാൾ ഈ കർഷക സമ്മേളനത്തിന്റെ സുപ്രധാനമായ രാഷ്ട്രീയപ്രാധാന്യം, ദേശീയ വിമോചന മുദ്രാവാക്യങ്ങൾ കാവുമ്പായി കാർഷിക കലാ പത്തിന്റെ സമരഭൂമിയിൽ ആദ്യമായി ഉയർത്തപ്പെട്ടുവെന്നതാണ്. 'ജന്മിത്വം നശിക്കട്ടെ, സാമ്രാജ്യത്വം നശിക്കട്ടെ' എന്നീ മുദ്രാവാക്യങ്ങൾ കർഷകർ ഒറ്റ സ്വരത്തിൽ മുഴക്കി. ഈ സമ്മേളനത്തിൽ എ. കെ. ജി. യാണ് മുഖ്യ പ്രാസംഗികനായി പങ്കെടുത്തത്.

കല്യാട്ട് ജന്മി കൃഷ്ണൻ നമ്പ്യാരുടെ അനുജനും കോട്ടൂർ വില്ലേജ് അധികാരിയുമായ അനന്തൻ നമ്പ്യാരുടെ അക്രമങ്ങൾക്കെതിരെ പ്രതി ഷേധിക്കാനുദ്ദേശിച്ച് കോട്ടൂരിലെ നാല്കെട്ടിന്നരികിൽ ശ്രീകണ്ഠപുരം, ചെങ്ങളായി, വയക്കര, ഇരിക്കൂർ തുടങ്ങിയ സ്ഥലങ്ങളിൽ നിന്നെത്തിയ കർഷകർ സമ്മേളിച്ചു. ഈ പൊതുയോഗം തകർക്കാൻ ജന്മി ഗുണ്ട ചീനായി അലിയും സംഘവും ശ്രമിച്ചെങ്കിലും അത് വിജയിച്ചില്ല.

രാഷ്ട്രീയബോധ്യത്തിന്റേയും സംഘടിതശക്തിയുടേയും ഉറച്ച കളരി കളായി ഫർക്കയിലെ മിക്ക ഗ്രാമങ്ങളും ഉണർന്നു. ജനകീയ അടിത്തറ കരുത്തുറ്റതായതോടെ സമരങ്ങളെ ഏകീകരിക്കാനും നയസമീപനം കടുപ്പിക്കാനും സംഘം മുതിർന്നു. ജന്മിമാർക്കെതിരെ നിഷേധനയങ്ങൾ മുന്നോട്ടവച്ചു. വാരമായോ പാട്ടമായോ ഒരു തരി പോലും തരില്ലെന്ന് അവർ ഒറ്റക്കെട്ടായി പ്രഖ്യാപിച്ചു. ഈ സമര പ്രഖ്യാപനം അപക്വമാ ണെന്ന് സ: കൃഷ്ണപ്പിള്ള ആ സമയത്ത് ചിന്തിച്ചു. സംഘം കാർഷിക സമൂഹത്തിലാകമാനം വേരോഴ്ം മുമ്പ് സംഘടനാപരമായ ശേഷിയുടെ സാഹചര്യം വിലയിരുത്താതെ, പാട്ടനിഷേധമുദ്രാവാക്യം ഉയർത്തുന്ന തിലെ അവിവേകം അദ്ദേഹം ചൂണ്ടിക്കാട്ടി. ഈ നയസമീപനം അടിയ ന്തിരമായി തിരുത്താൻ ഇരിക്കൂർ ഫർക്കയിലെ കുടിയാൻകർഷകരോട് ആവശ്യപ്പെട്ടു. പക്ഷെ അവരത് സ്വീകരിച്ചില്ല. അതേ മുദ്രാവാക്യത്തിൽ തന്നെ ഉറച്ച നിന്നു. ഈ നയസമീപനത്തിനൊപ്പം കർഷകരുടെ കൂടെ കാവുമ്പായിയിൽ തമ്പടിച്ച് ചുക്കാൻ പിടിക്കുകയായിരുന്ന കേരളീയൻ. കൃഷ്ണപ്പിള്ള കമ്പി സന്ദേശം നൽകി കേരളീയനെ കോഴി ക്കോടേക്ക് വിളിപ്പിച്ചു. അതിസാഹസികമായ നയമാണ് പാട്ടനിഷേധ മെന്നും തിരുത്തണമെന്നും ബോധ്യപ്പെടുത്തി. ഇരിക്കൂർ ഫർക്കയിലെ

കർഷകരെ അത് ബോധ്യപ്പെടുത്താൻ കൃഷ്ണപ്പിള്ള നേരിട്ടെത്തി. ബ്ലാത്തൂരിൽ വിളിച്ച ചേർത്ത കർഷക യോഗത്തിൽ വിശദീകരിച്ചു. പാട്ടനിഷേധത്തെ നേരിടാൻ ഭരണവർഗം സർവശേഷിയുമെടുത്ത് ആക്രമിക്കുമെന്നും അത് പ്രതിരോധിക്കാനുള്ള കരുത്ത് സംഘം ആർജി ച്ചിട്ടില്ലെന്നും കൃഷ്ണപ്പിള്ള കർഷകരെ ബോധ്യപ്പെടുത്തിയ ശേഷമാണ് ഈ നയസമീപനത്തിൽ നിന്നും കൃഷിക്കാർ പിന്മാറിയത്.

'പ്രതിവിപ്ലവ'പരമായ നീക്കങ്ങൾ ജന്മിപക്ഷത്തും തകൃതിയായി നടന്നു. കരക്കാട്ടിടം, കല്യാട്, ചിറക്കൽ, കൂടാളി, അറാക്കൽ പ്രഭുക്ക ന്മാർ ഒത്തുചേർന്ന് 'ജന്മി സഭ' രൂപീകരിച്ചു. കർഷക സമരങ്ങളെ തകർക്കാനുള്ള ഗൂഢാലോചനകൾ മൂറുകി. ഭീഷണി, മർദനം, കള്ള ക്കേസുകൾ ഇടരെ വന്നു. അവയെല്ലാം അതിജീവിച്ച കൊണ്ട് കർഷക സംഘവും മുന്നേറി. ഭൂവ്യടമകളുടെ ക്രൂരതകൾക്കും അക്രമപ്പിരിവുകൾക്ക മെതിരെ സംഘടിത ശക്തി പ്രദർശിപ്പിക്കുന്ന പ്രകടനങ്ങളും പൊതു യോഗങ്ങളും മെഗഫോൺ കാമ്പയിനുകളും നോട്ടീസ് - ലഘുലേഖ വിതരണങ്ങളും ഇടർച്ചയായി സംഘടിപ്പിക്കപ്പെട്ടു. പരസ്യമായി പ്രവർത്തിക്കാൻ പറ്റാത്ത സാഹചര്യങ്ങളിൽ മറ്റ മാർഗങ്ങൾ തേടി. പ്രവർത്തകരുടെ ഒളിവ് യോഗങ്ങൾ, അനുഭാവികളെ പങ്കെടുപ്പിച്ചുള്ള രഹസ്യ ഗ്രൂപ്പയോഗങ്ങൾ,... ഒളിവിലും തെളിവിലുമായി നേതാക്കളുടെ സാന്നിധ്യവും ക്ലാസുകളും. കൃഷ്ണപ്പിള്ളയും എ. കെ. ജി. യും പല സന്ദർ ഭങ്ങളിലായി പര്യടനം നടത്തി. കെ. പി. ആർ. ഗോപാലൻ, കെ. പി. ഗോപാലൻ, സുബ്രഹ്മണ്യ ക്ഷേണായി, അറാക്കൽ കുഞ്ഞിരാമൻ, സർദാർ ചന്ത്രോത്ത് തുടങ്ങിയവർ പ്രത്യയശാസ്ത്ര പഠന പദ്ധതികൾക്ക് നേതൃത്വം നൽകി. രാഷ്ട്രീയ ഇച്ഛാശക്തിയും നീതിബോധവും സാമൂ ഹികൈക്യവും വളർത്തിയെടുത്തു. മുദ്രാവാക്യങ്ങളും പടപ്പാട്ടുകളും ജനഹൃദയങ്ങളെ ഉത്തേജിപ്പിച്ചു. ദേശീയ വിമോചന പോരാട്ടവും ജന്മി വിരുദ്ധസമരവും നിത്യജീവിതത്തെ നിർണയിക്കുംവിധം സുപ്രധാന സാമൂഹിക ദൗത്യമായി മാറി. നിരന്തരമായ ജനകീയ പ്രക്ഷോഭങ്ങളുടെ ഫലമായി കാർഷിക-രാഷ്ട്രീയ പ്രശ്നങ്ങളിൽ നിന്ന് മുഖം തിരിച്ചനിൽ ക്കാൻ കഴിയാത്ത സമ്മർദം അധികാരികൾക്കുണ്ടായി. മദിരാശിമന്ത്രി സഭയിലെ റവന്യൂ മന്ത്രി ടി. പ്രകാശത്തിന് കുടിയാൻ ജീവിത പ്രശ്നങ്ങ ളെപ്പറ്റി അന്വേഷിക്കാൻ ചിറക്കൽ താലൂക്ക് സന്ദർശിക്കേണ്ടി വന്നത് അതിനാലാണ്. 1939 ഡിസംബർ 24 ന്റെ ആ സന്ദർശനത്തിനു മുമ്പ് കല്യാട് പുൽപ്പാറയ്ക്ക് തീ കൊടുത്ത് കുറ്റം കർഷകരുടെ തലയിലിടാനും മന്ത്രിയെ തെറ്റിദ്ധരിപ്പിക്കാനും കല്യാട് ജന്മി ഒരു പാഴ്ശ്രമം നടത്തി യിരുന്നു. കർഷകരാവട്ടെ, മന്ത്രിയുടെ മുന്നിൽ എല്ലാ പ്രശ്നങ്ങളും തെളിവുകൾ സഹിതം ഇറന്നു കാട്ടി.

1939 ലെ മലബാർ കുടിയായ്മാ അന്വേഷണ കമ്മിറ്റി (അഡ്വക്കറ്റ് ജനറൽ കുട്ടിക്കൃഷ്ണമേനോൻ കമ്മിറ്റി)ക്ക്, ഫ്യൂഡൽ വിധേയത്വമുള്ളവരാ യിട്ടും, ജന്മിമാരുടെ കൊടിയ ചൂഷണത്തെ അധിക്ഷേപിക്കേണ്ടി വന്നു. 1940 ഫെബ്രുവരിയിലാണ് റിപ്പോർട് സമർപ്പിച്ചത്. കമ്മീഷനിലെ ഇ. എം. എസ്, ഇ. കണ്ണൻ, മുഹമ്മദ് അബ്ദുറഹ് മാൻ സാഹിബ് എന്നീ ഇടതുപക്ഷക്കാരായ അംഗങ്ങളുടെ പിന്തുണയില്ലാതെയാണ് ആ റിപ്പോർട്ടിലെ ശുപാർശകൾ തയ്യാറാക്കപ്പെട്ടത്.

അക്രമപ്പിരിവുകൾക്കെതിരെ പൊട്ടി മുളച്ച ഒറ്റപ്പെട്ട പ്രതിഷേധങ്ങൾ കർഷകസംഘത്തിന്റെ വരവോടെ സമരപരമ്പരകളായി ശക്തി പ്രാപിച്ചു. പാട്ടനിഷേധമായും പുനം കയ്യേറ്റമായും പലയിടത്തും സമരം തീവ്രത കൈവരിച്ചു. ശീലക്കാശ് അടക്കാതെ പുനംകൃഷി നടത്താനും സംരക്ഷിക്കാനും വിളവ് കൊയ്തെടുക്കാനും സംഘടിതകർഷകർ മടിച്ചില്ല. പുനം കയ്യേറി കൊത്തുന്നിടത്തോളം പ്രക്ഷോഭം കൊടുമ്പിരി കൊണ്ടപ്പോൾ അധികാരികൾ ഫർക്കയിലാകെ വൻതോതിൽ സേനയെ വിന്യസിപ്പിച്ചു. പോലീസ് പടയുടെ സാന്നിധ്യമൊന്നും പക്ഷേ, സമരക്കാരെ പിന്നോട്ടടിപ്പിച്ചില്ല. മാത്രമല്ല, പുനംകൊത്തു സമരകേന്ദ്രങ്ങളിലേക്ക് കർഷക വളണ്ടിയർമാർക്കൊപ്പം ജനങ്ങളും ഒഴുകിയെത്തുന്ന കാഴ്ചകളാണ് ഇടർന്നരങ്ങേറിയത്.

കാവുമ്പായി, എള്ളരിഞ്ഞി, കൈതപ്രം, നിട്ടങ്ങോം, ഏരുവേശ്ശി, പയ്യാവൂർ, കാഞ്ഞിലേരി പ്രാദേശിക കർഷക സംഘങ്ങൾ ഒത്തു ചേർന്ന ഒരു സമരകേന്ദ്രത്തിൽ നൂറുകണക്കിനാളുകൾ സന്നിഹി തരായി. സമരയോദ്ധാക്കളിൽ സ്ത്രീകളും കുട്ടികളുമടക്കം വലിയൊരു ശക്തിയുണ്ടായിരുന്നു. അവിടേക്കാണ് പോലീസ് വ്യൂഹം ഇരച്ചെത്തി യത്. പക്ഷേ, ജനശക്തി കണ്ടപ്പോൾ പോലീസ് യാതൊരു പ്രകോ പനത്തിനും നിൽക്കാതെ അടവു മാറ്റി. പോലീസ് മേധാവി തികഞ്ഞ സൗഹൃദഭാവം നടിക്കുകയായി പിന്നെ. ഒരു വളണ്ടിയറിൽ നിന്നും കൊട്ടുവാൾ വാങ്ങി മൂർച്ച നോക്കി തിരിച്ച കൊടുത്തു. അവരിൽ നിന്ന് കഞ്ഞി വെള്ളം ചോദിച്ച വാങ്ങി രസം നോക്കി. ജന്മിയുമായുള്ള തർക്കം അനുരഞ്ജനത്തിൽ തീർക്കാൻ മുൻകയ്യെട്ടുക്കാമെന്ന കൂറും വാക്കുകളിൽ ധ്വനിപ്പിച്ചു. കുടിയാലോചനയിലൂടെ പരിഹരിക്കാമെന്ന വാഗ്ദാനത്തെ ആത്മാർഥതയോടെയാണ് കർഷക നേതാക്കൾ കണ്ടത്. പോലീസ് മേധാവിയുടെ നിർദേശം മാനിച്ച് സമരം നിർത്തിവച്ച് അവർ പിരിഞ്ഞു. അതൊരു ചതിയായിരുന്നുവെന്ന് തൊട്ടപിന്നാലെ മനസ്സിലായി. അന്നു തന്നെ കർഷക നേതാക്കൾ അറസ്റ്റ് ചെയ്യപ്പെട്ടു. സമരത്തിൽ പങ്കെടുത്ത കർഷകരുടെ വീട്ടുകളിലെത്തി ഭീഷണിപ്പെടുത്തുകയും കുടുംബാംഗങ്ങളെയടക്കം മർദിക്കുകയും ചെയ്തു.

കുടിയാൻ സമൂഹത്തെ ചൂഷണവിരുദ്ധ മനോഭാവത്തിലേക്ക് ഉയർത്തി, സംഘടിത ശക്തിയാക്കിത്തീർത്ത കർഷക സംഘത്തെ പിന്നോട്ടടിപ്പിക്കാൻ ജന്മിമാർ പോലീസ് സഹായത്തോടെ പല അടവുകളും പയറ്റി. പദവികളും പാരിതോഷികങ്ങളും നൽകി പ്രധാന നേതാക്കളെ വശീകരിക്കാനുള്ള അടവുകൾ ഒരു ഭാഗത്ത്. കുമഴികൃഷ്ണൻ നമ്പ്യാർ, നാരായണ മാരാർ തുടങ്ങി ചിലർ കാര്യസ്ഥ പദവി സമ്പാ ദിച്ച് ജന്മിപക്ഷത്തേക്ക് കൂറുമാറി. പ്രീണനത്തിൽ കൂടങ്ങാത്തവരെ കള്ളക്കേസുകളിൽ കൂട്ടിക്കിയിട്ടു. അത്തരം കേസുകളാണ് - കോട്ടൂർ പന്നിക്കൊറക് കേസ്, മലപ്പട്ടം കട്ട മുറിക്കേസ്, കുറുമാത്തൂർ പ്രതി മാദഹനകേസ്, നച്ച്യാട് തപ്പുമുട്ടിക്കേസ്, കുയില്ലൂർ വണ്ണാത്തി മാറ്റ്, എള്ളരിഞ്ഞി കട്ടമുറിക്കേസ്...

ഒട്ടേറെ ക്രിമിനൽ കേസുകളും കെട്ടിച്ചമച്ചു. ചീക്കൽ കണ്ണന്റെ തലക്ക കൊത്തിയ കേസ് വ്യാജക്കേസുകളുടെ ഒരു മോഡലാണ്. കരക്കാട്ടിടം ജന്മിയുടെ ആശ്രിതരാണ് ജന്മിയുടെ ആനക്കാരനും ഗുണ്ടാത്തലവനുമായ ചീക്കൽ കൃഷ്ണനും ചീക്കൽ കണ്ണനും. ചട്ടമ്പിത്ത രങ്ങൾക്ക് പേരുകേട്ട സഹോദരന്മാർ. ജ്യേഷ്ഠനായ ചീക്കൽ കൃഷ്ണൻ കൊല്ലപ്പെട്ടതിനെ തുടർന്ന് കർഷകനേതാക്കൾക്കെതിരെ വധശിക്ഷ വിധിച്ച സംഭവം വരെ പിൽക്കാലത്തുണ്ടായി.

'ചാ ചാ പീ ചീ ചീക്കക്കണ്ണൻ
തലക്ക കൊത്ത്യല്ലൊ.
പ്രിയ സഖാവ് കോട്ടകിട്ടൻ
കാട്ടിലൊളിച്ച്ല്ലൊ. '

തലക്ക് കൊത്തിയ കേസുമായി ബന്ധപ്പെട്ടുത്തി നാട്ടിൽ പാടി നടക്കാറുള്ള വരികളാണിത്. 1940 ലെ കേസ്സിന്നാധാരമായ പുള്ളി ചീക്കൽ കണ്ണനാണ്. കത്തിവാൾ കൊണ്ട് സ്വന്തം തലയിൽ കൊത്തി ചോരയെഴുക്കുകയായിരുന്ന കക്ഷി. തന്നെ കമ്മ്യൂണിസ്റ്റുകാർ കൊത്തിയെന്നലറി വിളിച്ചു കൊണ്ട് വീണു തെരഞ്ഞു. സംഭവത്തിൽ കമ്മ്യൂണിസ്റ്റ് നേതാക്കളുടെ പേരിൽ പോലീസ് കേസ് ചാർജ് ചെയ്തു. കോട്ട കൃഷ്ണൻ, തളിയൻ രാമൻ നമ്പ്യാർ, എം. സി. രാമർകുട്ടി നമ്പ്യാർ എന്നീ നേതാക്കളെ പ്രതികളാക്കി. ഈ കേസ്സിൽ കോട്ട കൃഷ്ണനെ ഒന്നാം പ്രതിയാക്കിയതിനു പിന്നിൽ ജന്മിക്ക് പ്രത്യേകമായ താല്പര്യ മുണ്ടായിരുന്നു. കരക്കാട്ടിടം നായനാരുടെ കാലിക്കാരൻ പയ്യനായി ജീവിച്ചു വന്ന കോട്ട കൃഷ്ണൻ ജന്മി സങ്കേതത്തിലെ കുടിലതകൾ കണ്ട റിഞ്ഞ് അവിടം ഉപേക്ഷിച്ചയാളാണ്. പിന്നീട് കർഷക സംഘത്തിൽ ചേരുകയും പഠിക്കുകയും പ്രവർത്തിക്കുകയും നേതൃനിരയിലെത്തുകയും

ചെയ്തു. സഖാവിന്റെ ഉയർച്ച ജന്മിയെ അസ്വസ്ഥപ്പെടുത്തിയിരുന്നു. ആ പ്രതികാര ബോധമാണ് ഇതിനു പിന്നിൽ. അറസ്റ്റിനു വഴങ്ങാതെ കോട്ടക്കൃഷ്ണൻ ഒളിവിൽ മറഞ്ഞു.

കർഷക നേതാക്കളെ അപകീർത്തിപ്പെടുത്താനായി ഏറെ വിവാദം സൃഷ്ടിച്ച ഒരു ബലാത്സംഗക്കേസ്സും ജന്മി പക്ഷക്കാർ കെട്ടി ച്ചമച്ചു. നായനാരുടെ വേലപ്പണിക്കാരി ചെറിയയെയാണ് അതിന് കരുവാക്കിയത്. പാൽവില്പനക്കാരിയുമാണ് ചെറിയ. ഒരു ദിവസം രാവിലെ കരക്കാട്ടിടത്തിലേക്ക് ജന്മിക്ക വേണ്ടി തൈര കൊണ്ട പോകുകയായിരുന്ന ചെറിയ. ജന്മിയോട്ടുള്ള രോഷം പ്രകടിപ്പിക്കാൻ സംഘം പ്രവർത്തകർ അവരുടെ തലയിൽ നിന്നും തൈര കുടം തട്ടിത്താഴെയിട്ടു. ഈ സംഭവത്തെ പെരുപ്പിച്ചാണ് സ്ത്രീയെ തടഞ്ഞുവ ച്ചതായും ബലാത്സംഗം ചെയ്തതായും ആരോപിച്ച് കേസ് ചുമത്തിയത്. സംഘത്തിന്റെ നേതാക്കളെത്തന്നെയാണ് പ്രതിപ്പട്ടികയിൽ പെടുത്തി യത്. കേസ് വിചാരണയിൽ സംഭവത്തിന്റെ നിജസ്ഥിതി വാദിയായ ചെറിയ തുറന്ന പറഞ്ഞതോടെ കേസ് തള്ളിപ്പോയി. ഈ സ്ത്രീയാണ് പിൽക്കാലത്ത് കർഷക സമൂഹത്തിന്റെ പോരാളിയും തേരാളിയുമായി വളർന്ന് മലബാറിലെങ്ങും അറിയപ്പെട്ട സ: ചെറിയമ്മ. കേരളീയന്റെ ക്കൂടെ മലബാറിന്റെ തെക്കൻ താലൂക്കുകളിലടക്കം ഉശിരൻ പ്രാസംഗി കയായി ഇവർ സഞ്ചരിച്ചിരുന്നു.

ജന്മിയുടെ കണ്ണിൽ കരടായി മാറിയിരുന്ന ഐച്ചേരിയിലെ വായനശാല. തന്റെ കിങ്കരനായ മഞ്ഞേരി കുണ്ടൻ നമ്പ്യാരെ അയച്ച് വായനശാലക്ക് തീകൊളുത്തിച്ചു. ശേഷം ആ കുറ്റം കർഷക പ്രവർത്ത കരുടെ തലയിലിട്ടു. അവരുടെ പേരിൽ കള്ളക്കേസ്സും ചുമത്തി.

കമ്മ്യൂണിസ്റ്റ് പാർടിയും കർഷകസംഘവും നിരോധിക്കപ്പെട്ട കാലയളവിൽ, ജാപ്പ് വിരോധ മേളകളിലൂടെയും ജനകീയ ഭക്ഷ്യക്ക മ്മിറ്റികളിലൂടെയുമാണ് പ്രവർത്തകർ സാമൂഹികബന്ധം തുടർന്നത്. സാർവദേശീയമാനദണ്ഡങ്ങളിൽ ഇന്ത്യൻ സ്വാതന്ത്ര്യ സമരചരിത്രത്തി ന്റെ രാഷ്ട്രീയപ്രതിസന്ധികളെ എടുത്തുകാട്ടിയ രണ്ട സന്ദർഭങ്ങളാണ് രണ്ടാം ലോകമഹായുദ്ധവും ജാപ്പ് ഫാസിസത്തിന്റെ ഭീഷണിയും. രണ്ട സന്ദർഭങ്ങളിലും കൈക്കൊണ്ട കമ്മ്യൂണിസ്റ്റ് നിലപാടുകൾ കടുത്ത പരീക്ഷണത്തെ നേരിടുകയുണ്ടായി. ദേശീയ വിമോചന സമരങ്ങളുടെ സാർവദേശീയ മൂല്യം സൂക്ഷ്മമായി തിരിച്ചറിയാൻ കഴിഞ്ഞ കമ്മ്യൂ ണിസ്റ്റ് കാഴ്ചപ്പാട് ദേശീയവീക്ഷണത്തിന്റെ അതിരുകൾക്കുള്ളിൽ ആവശ്യമായ അംഗീകാരം നേടാതെ പോയെന്നതാണ് ദൗർഭാഗ്യ കരമായ സംഗതി. രണ്ട ചരിത്ര സന്ദർഭങ്ങളിലും ഉചിതമായ നയം

ഉയർത്തിപ്പിടിച്ചുവെങ്കിലും ജനങ്ങളുടെ ദേശാഭിമാനബോധവുമായി ഇണക്കിച്ചേർക്കാൻ കഴിയാത്തതിന്റെ ആപത്ത് ഇന്ത്യൻ കമ്മ്യൂണിസ്റ്റ് പാർടിയെ ദീർഘകാലം സമ്മർദത്തിലാഴ്ത്തി.

ജാപ്പ് ഫാസിസത്തിന് ഇന്ത്യയിലേക്ക് വാതിൽ തുറന്നുകൊട്ടക്കുന്ന നയസമീപനം ദേശീയ പ്രസ്ഥാനത്തിലെ ഒരു വിഭാഗത്തെ സ്വാധീനി ച്ചിരുന്നു. ആ സന്ദർഭത്തിൽ ജാപ്പ് ഫാസിസത്തിനെതിരായ ജനകീയ പ്രതിരോധം വളർത്തിയെടുക്കുന്നതിൽ അങ്ങേയറ്റം ദേശാഭിമാനപരമായ കടമ ഏറ്റെടുത്തു കൊണ്ട് ത്യാഗപൂർവം പ്രവർത്തിക്കാൻ കമ്മ്യൂണിസ്റ്റ് പാർടിക്ക് സ്വാധീനമുള്ള പ്രദേശങ്ങളിലെല്ലാം ശ്രമിച്ചു. കമ്മ്യൂണിസ്റ്റ് പാർടിയും കർഷകസംഘവും നിരോധിക്കപ്പെട്ട കാലയളവിൽ, ജാപ്പ് വിരോധ മേളകളില്ലൂടെയാണ് ജനകീയ ബന്ധം മുന്നോട്ടു കൊണ്ടുപോയത്.

ഇരിക്കൂർ ഫർക്കയിലും പരക്കെ പാർടി കമ്മിറ്റികളുടേയും കർഷക സംഘം പ്രാദേശിക ഘടകങ്ങളുടേയും മുൻകയ്യോടെ ജാപ്പ് വിരോധ കമ്മിറ്റികൾ രൂപപ്പെട്ടു. സ്വാതന്ത്ര്യപ്പോരാട്ടത്തിന്റെ ഈയൊരു വേദിയിലും പോലീസ് സേന അവരുടെ വിളയാട്ടം പ്രദർശിപ്പിച്ചു. ഐച്ചേരിയിൽ സംഘടിപ്പിച്ച ജാപ്പ് വിരോധമേളക്ക നേരെ പോലീസ് ചീറിയടുത്തു. എം. സി. രാമർകുട്ടി, കേളോത്ത് കൃഷ്ണൻ, വി. കെ. കുഞ്ഞി രാമൻ എന്നിവരെ അറസ്റ്റ് ചെയ്തു ലോക്കപ്പിലിട്ടു. കസ്റ്റഡിയിലായവരെ കൂടാതെ ഞണ്ടൻ ഉസ്സൻ, നിടിഞ്ചാര പോക്കർ, പുതിയ മഠത്തിൽ കുഞ്ഞിരാമൻ എന്നീ പ്രവർത്തകർക്കും പോലീസ് മർദനത്തിൽ പരിക്കേറ്റിരുന്നു. ഈ സംഭവത്തിൽ പ്രതിഷേധിച്ച് നാടൊട്ടുക്കും പ്രകടനങ്ങൾ മുന്നേറി. തളിയൻ രാമൻ നമ്പ്യാരുടെ നേതൃത്വത്തിൽ ആറുകണക്കിനാളുകളുടെ ഒരു ഉശിരൻ പ്രകടനം വാരിക്കുന്തങ്ങളും വടിയായുധങ്ങളുമേന്തി പത്തായപ്പുരയിലേക്ക് കുതിച്ചു. രോഷാകുലരുടെ പ്രകടനനിരയിൽ ജന്മിയുടെ വെപ്പുകാരൻ വരെ വിറകിൻകൊള്ളിയുമേ ന്തി നിരന്നു. പോലീസ് ഉപരോധങ്ങൾ വകവയ്ക്കാതെ മുന്നേറി. ജന്മിയെ മുന്നിൽ നിർത്തി കർഷക നേതാവ് തളിയൻ പ്രഖ്യാപിച്ച: "ഈ നിൽ ക്കുന്ന ആയിരങ്ങളെ വെടിവച്ച കൊന്നാലേ ഞങ്ങൾ പിരിഞ്ഞു പോകൂ" ലോക്കപ്പിലിട്ടവരെ കേസ് ചാർജ് ചെയ്യാതെ വിട്ടയക്കേണ്ടി വന്നു.

രണ്ടാം ലോകമഹായുദ്ധം വിതറിയ കൊടുംക്ഷാമത്തിന്റെ നാളുകളിൽ ഗുരുതരമായ ഭക്ഷ്യ പ്രതിസന്ധി മറികടക്കാൻ കമ്മ്യൂണിസ്റ്റു പാർടിയും കർഷക സംഘവും ജനകീയഭക്ഷ്യക്കമ്മിറ്റികൾ രൂപീകരിച്ച് സമാന്തരമായി അതിജീവനപോരാട്ടം മുന്നോട്ട് കൊണ്ടുപോയി. തെരു വുകളിൽ മുദ്രാവാക്യങ്ങളും പടപ്പാട്ടുകളും മുഴങ്ങി.

'ഉരിയരി പോല്യം കിട്ടാനില്ല പൊന്ന - കൊടുത്താല്യം ഉദയാസ്തമയം
പീടികമുന്നിൽനിന്ന - കരഞ്ഞാല്യം. ലാഭക്കൊതിയന്മാരവർ ധാന്യ -
മതൊക്കെയൊളിപ്പിച്ചു. അധികാരസ്ഥന്മാരോ കണ്ണമടച്ച വസിക്കുന്നു.
ചതിയും കള്ളത്തരവും കണ്ട് ജനങ്ങൾ പൊറുക്കാതായ് '

മിക്ക വില്ലേജുകളില്യം പ്രാദേശിക സഹകരണ സംഘം (പ്രൊഡ്യൂ
സേഴ്സ് & കൺസ്യൂമേഴ്സ് കോ-ഓപ്പറേറ്റീവ് സൊസൈറ്റി) സ്റ്റോ
റുകൾ ഇറക്കുന്നതിന് കർഷക സംഘം മുൻകയ്യെടുത്തു. ഈ പദ്ധതി
കെ. പി. സി. സി പ്രസിഡണ്ടായിരുന്ന കെ. കേളപ്പനാണ് അന്നത്തെ
മദിരാശി മന്ത്രിസഭക്കു മുമ്പിൽ അവതരിപ്പിച്ചതും അംഗീകരിപ്പിച്ചതും.

പി. സി. സി സ്റ്റോറുകൾവഴി നെല്ലും മറ്റ ഭക്ഷ്യവസ്തുക്കളും സംഭരി
ക്കുകയും ന്യായവിലയീടാക്കി വില്പന നടത്തുകയും ചെയ്തു. പൂഴ്ത്തിവയ്യും
കരിഞ്ചന്തയും തടയാനും ഭക്ഷ്യക്ഷാമവും വിലക്കയറ്റവും നേരിടാനും
പൊതുവിതരണ സമ്പ്രദായം ശക്തിപ്പെടുത്താനും പി. സി. സി. സ്റ്റോ
റുകൾ ഏറെ ഫലപ്രദമായെങ്കിലും പ്രായോഗികതലത്തിൽ അന്യായ
മായ അനുഭവങ്ങളും പിൽക്കാലത്ത് സൃഷ്ടിക്കപ്പെട്ടു. 1947 ഫെബ്രു 8ന്റെ
ദേശാഭിമാനിയിൽ കെ. എ. കേരളീയൻ ഈയൊര പ്രശ്നത്തെപ്പറ്റി
പരാമർശിക്കുന്നുണ്ട്: "1 ക 5ണ വിലക്ക് കയ്യിലുള്ള നെല്ലെല്ലാം സ്റ്റോറി
ലേയ്യുന്നു. അതേ നെല്ലു കുടുംബറേഷന വേണ്ടി അതേദിവസം മുതൽ
1 ക 11 ണ (1 പറയ്യ) വിലക്ക വാങ്ങാൻ കർഷകർ മുതിർന്നില്ല"

1944ൽ ലോകയുദ്ധം അവസാനിച്ചിട്ടും ഭക്ഷ്യക്ഷാമവും പകർച്ചവ്യാ
ധിയും രൂക്ഷമായി തുടരുന്ന സാഹചര്യത്തിൽ അതിനെ അതിജീവി
ക്കാനുള്ള പരിഹാരമാർഗങ്ങളിലായിരുന്ന കമ്മ്യൂണിസ്റ്റ് പാർടിയുടേയും
കർഷക സംഘത്തിന്റേയും കോൺഗ്രസിന്റേയും ശ്രദ്ധ. മറുഭാഗത്ത് ഈ
പ്രതിരോധ പദ്ധതികളെ തകർക്കുന്നതിന വേണ്ടി ബ്രിട്ടീഷ് അധികാരി
കളടെ നീക്കങ്ങളും അരങ്ങേറി. മൊത്തക്കച്ചവടക്കാരുമായി മലബാർ
കലക്ടറായ മൂർ ശ്രദ്ധാലോചന നടത്തി. കർഷകസംഘം വളണ്ടിയർ
സ്ക്വാഡുകൾ പൂഴ്ത്തിവച്ച നെല്ല് പിടിച്ചെടുത്ത് സ്റ്റോറിലേക്കളന്നു. കരി
ഞ്ചന്തയില്ലടെ അവ വില്പന നടത്താനുള്ള നീക്കങ്ങളെ വളണ്ടിയർമാർ
തടഞ്ഞു. അത്തരം സംഭവങ്ങളോടനുബന്ധിച്ചും കർഷക സഖാക്കളുടെ
പേരിൽ കേസുകളുണ്ടായി. അതിലൊന്നാണ് മലപ്പട്ടുണ്ടായത്.
മലപ്പട്ടം അംശംമേനോൻ ഗോവിന്ദൻ നമ്പ്യാരുടെ സഹായത്തോടെ
കരിഞ്ചന്തയിലേക്ക് കടത്തിക്കൊണ്ട പോകുകയായിരുന്ന ഇല്ലിക്കൽ
അബ്ബക്കറിനെ മാപ്പുര താഴെ ആളോട്ടം വയലിൽ മലപ്പട്ടത്തെ
സഖാക്കൾ തടഞ്ഞു. നെല്ല് പിടിച്ചെടുത്ത് പി. സി. സി. യെ ഏല്പിക്ക
കയും ചെയ്തു.

ഇത്തരം പ്രതിരോധ പ്രവർത്തനങ്ങൾക്ക് നേതൃത്വം കൊടുത്തതി
നാണ് ബ്ലാത്തൂരിലെ കർഷക നേതാവ് പി. നാരായണൻ നമ്പ്യാരുടെ
പ്രാണനെടുത്തത്. ഇരിക്കൂർ പി. സി. സി. ഡയറക്ടർ ബോർഡ് അംഗ
മായിരുന്നു. കല്യാട്ജന്മിയുടേയും കാര്യസ്ഥൻ വട്ടയ്ക്കൽ രയരപ്പന്റേയും
പൂഴ്ത്തിവച്ച നെല്ല് പിടിച്ചെടുക്കണമെന്നും സ്റ്റോറിൽ അളന്ന് മിതമായ
വിലക്ക് വിതരണം ചെയ്യണമെന്നും അദ്ദേഹം ബോർഡ് യോഗത്തിൽ
ആവശ്യപ്പെട്ടു. ഇതിന്റെ പക ജന്മിപക്ഷക്കാർക്കുണ്ടായിരുന്നു.

കാര്യസ്ഥന്മാർ അത് പറഞ്ഞു നടന്നു: 'നെല്ലല്ല എട്ടക്കുക, നാരായണൻ നമ്പ്യാരുടെ തലയാണ്'. പിന്നെ നാരായണൻ നമ്പ്യാരുടെ ജഡമാണ് കണ്ടു കിട്ടിയത്. 1946 സെപ്ടംബർ മൂന്നാം വാരത്തിലൊരു ദിവസം ബ്ലാത്തൂരിലെ കിണറ്റിൽ. രണ്ടു ദിവസം മുമ്പേ ബോർഡ് യോഗത്തിൽ പങ്കെടുക്കാനായി വീട്ടിൽ നിന്നിറങ്ങിയതായിരുന്നു. ഈ കൊലപാതകത്തെത്തുടർന്ന് വൻപ്രതിഷേധങ്ങൾ ഉണ്ടായി. പ്രതിഷേധങ്ങളെ നേരിടാൻ പോലീസ് പടയുമെത്തി. കർഷക പ്രവർത്തകരെ വ്യാപക മായി വേട്ടയാടി. പലരേയും കസ്റ്റഡിയിലെട്ടത്തു. കർഷകർ സംഘം ചേരാറുള്ള ബ്ലാത്തൂർ വയലിലെ വായനശാല പോലീസുകാർ തകർത്ത് തീക്കിരയാക്കി. ബ്ലാത്തൂർ പടിഞ്ഞാറേക്കരയിലെ പൊതുയോഗസ്ഥല ത്തെ ആപ്പീസ് കെട്ടിടവും കത്തിച്ചു.

പി. നാരായണൻ നമ്പ്യാരുടെ രക്തസാക്ഷിത്വത്തോടെയാണ് ഈ പ്രദേശത്ത് രാഷ്ട്രീയസംഘർഷങ്ങൾ മൂർഛിച്ചതെന്ന് വി. ടി. ഇന്ദുച്ചുഡൻ അന്നെഴുതുകയുണ്ടായി. 1947 ഫെബ്രു 9 ന് ദേശാഭിമാനി ദിനപത്രത്തി ലെഴുതിയ 'വടക്കേ മലബാറിലെ ഇന്നത്തെ കുഴപ്പങ്ങൾക്ക് ആരാണ ത്തരവാദി'യെന്ന ലേഖനത്തിൽ പ്രതിപാദിക്കുന്നതിങ്ങനെയാണ്: "1946 സെപ്ടംബറിൽ പി. നാരായണൻ നമ്പ്യാരെ കൊല ചെയ്തു. ജന്മി ഗുണ്ടകളാണ് വധിച്ചത്. ഇതിനു ശേഷമാണ് മുഴുവൻ കുഴപ്പങ്ങളും ആരംഭിച്ചത്. കോൺഗ്രസിന്റെ നെല്ലെടുപ്പ് പദ്ധതി പൊളിക്കാൻ ഉദ്യോഗസ്ഥരും ജന്മികളും കരിഞ്ചന്ത നടത്തി. മലബാർ കലക്ടർ മൂർ മൊത്തക്കച്ചവടക്കാരുമായി ഗൂഢാലോചന നടന്നു. പി. നാരായണൻ നമ്പ്യാരെ വധിക്കാൻ കരിഞ്ചന്ത വീരനായ കല്യാട് യശ്ശുമാന്റെ ഇംഗി തമറിഞ്ഞ കാര്യസ്ഥൻ "നെല്ലല്ല എട്ടക്കുക, നാരായണൻ നമ്പ്യാരുടെ തലയാണ്" എന്നു പറഞ്ഞു നടന്നു. നാരായണൻ നമ്പ്യാരുടെ ശരീര ത്തിൽ കിണറ്റിൽ വീണതിന്റേതായ പരിക്കുകൾ ഇല്ല. രണ്ടു ദിവസം കിണറ്റിൽ കിടന്ന ആ ശരീരം ഒരു തുള്ളി വെള്ളം കുടിച്ചിട്ടില്ല."

1946 സെപ്ടംബർ മുതൽ സമരപദ്ധതികളെ തീവ്രമാക്കുംവിധം സമരസംഘങ്ങൾ നയം സ്വീകരിച്ചു. ഏറ്റുമുട്ടൽ നയങ്ങളായിരുന്നു മുന്നോട്ടുവച്ചതെന്ന് അന്നത്തെ പോലീസ് റിപ്പോർട്ടിൽ നിന്നു മനസ്സി ലാക്കാം. പോലീസ് മേധാവികളിലൊരാളായ ഇ. രാമൻ മേനോൻ കോടതിയിൽ നൽകിയ ഒരു റിപ്പോർട്ടിൽ വിവരിക്കുന്നു: "നിടിയേങ്ങ, കാഞ്ഞിലേരി, പടിയൂർ, കല്യാട്, ഇരിക്കൂർ, മലപ്പട്ടം, കണ്ടക്കൈ എന്നീ അംശങ്ങൾ കമ്മ്യൂണിസ്റ്റുകാർക്ക് വളരെ പ്രാബല്യമുള്ള അംശങ്ങളാണ്. 1946 സെപ്ടംബർ മുതൽ ജന്മിമാർക്ക് വാരം കൊട്ടക്കാതിരിക്കൽ, പെർമിറ്റോട്ടുകൂടി കൊണ്ടു പോകുന്ന നെല്ല് തടയൽ, സ്വകാര്യ സ്ഥലവും

പുറംപോക്കും കയ്യേറി കൃഷി ചെയ്യൽ ഇതൊക്കെ കമ്മ്യൂണിസ്റ്റുകാരുടെ പ്രവൃത്തികളായിരുന്നു. കാട്ടുപ്രദേശമായയതുകൊണ്ടും റോഡിൽ നിന്ന് അകലെയായയതുകൊണ്ടും പോലീസുകാർ പോയാൽ പിടികിട്ടാനുള്ള പ്രതികളെ പിടിക്കാൻ കഴിഞ്ഞില്ല. ഗവൺമെന്റിനെ നേരിടാൻ വളണ്ടി യർമാരെ പരിശീലിപ്പിക്കുന്നുണ്ടായിരുന്നു. ജന്മിമാർക്ക് കൃഷിക്കാർ വാരം കൊടുക്കുന്നില്ലെന്ന പരാതിയൊന്നും കിട്ടിയിട്ടില്ല. ദേശാഭിമാ നിയിൽ നിന്നും പ്രസംഗങ്ങളിൽ നിന്നുമാണ് അറിഞ്ഞത്; നെല്ലായിട്ട് ജന്മിക്ക് വാരം കൊടുക്കരുതെന്നും സ്വകാര്യ സ്വത്തും ഗവൺമെന്റ് സ്വത്തും കയ്യേറി കൃഷി ചെയ്യണമെന്നും പ്രചാരവേല ചെയ്യുന്നതിനെ തകർക്കാൻ ലോക്കൽ പോലീസിനെക്കൊണ്ട് കഴിയാതിരുന്നതുകൊ ണ്ടാണ് നവംബർ ആദ്യവാരത്തിൽ സായുധ പോലീസിനെ ആവശ്യ പ്പെട്ടത്. "

കാട്ടുവഴികളും ഗതാഗതാ യോഗ്യമല്ലാത്ത നാട്ടുവഴികളും താണ്ടി ഗറില്ലാപ്പോരാട്ടത്തിനിറങ്ങിയ കർഷക സഖാക്കളെ നേരിടുന്നതിൽ പു ണിറ്റീവ് പോലീസ് പരാജയപ്പെട്ടപ്പോൾ 1946 നവംബർ 11 ന് ഇരിക്കൂർ ഫർക്കയിൽ എം. എസ്. പി. സേനയെ വിന്യസിച്ചു.

കരക്കാട്ടിടം ജന്മിയുടെ എള്ളരിഞ്ഞിയിലെ പടിമാളിക പോലീസ് ക്യാമ്പാക്കി മാറ്റുന്ന അപൂർവമായ നടപടിയിലേക്കും നീങ്ങി. കടമ്പേ രിയിലെ ഇടത്താവളത്തിലേക്കാണ് ജന്മി മാറിയത്. വൃശ്ചികത്തിലെ പ്രാർഥനക്കായി കോണോംപട്ടത്തെ അമ്പലത്തിലേക്കെന്ന വ്യാജേന യാണ് സ്ത്രീകളടക്കം പടിമാളിക വിട്ടത്. ആഭരണങ്ങളും വിലപിടിപ്പുള്ള വസ്തുക്കളും കൂടെ കൊണ്ടുപോയി. ഇമ്പേനി വഴിയാണ് കടമ്പേരിയി ലേക്ക് കടന്നത്. ഈ രഹസ്യയാത്രയെപ്പറ്റി അറിയാവുന്ന രണ്ടു പേർ ജന്മിയുടെ മനസ്സാക്ഷി സൂക്ഷിപ്പുകാരായ കട്ടോത്ത് രാമനും നാരായ ണമാരാരുമായിരുന്നു.

ഈ സംഭവത്തെപ്പറ്റി സ്വാതന്ത്ര്യസമര പ്പോരാളികളെ പഴിചാരുംവി ധമാണ് ദേശാഭിമാനപാരമ്പര്യം നടിക്കുന്ന മാതൃഭൂമി അന്നു റിപ്പോർട്ട ചെയ്തത്: കർഷകരുടെ അക്രമം കൊണ്ട് ജീവിക്കാൻ നിവൃത്തിയില്ലാതെ ജന്മിയും കുടുംബവും ഒഴിഞ്ഞു പോകുന്നുവെന്നാണ് ആ റിപ്പോർട്.

ഇരിക്കൂർ പോലീസ് സ്റ്റേഷൻ ആക്രമണം

1946 ഡിസംബർ 11 ന് കുയില്യൂർക്യാമ്പിൽ നിന്ന് അറസ്റ്റ ചെയ്ത വളണ്ടിയർമാരെ ഇരിക്കൂർ പോലീസ് സ്റ്റേഷനിൽ പാർപ്പിച്ച വിവരം ചുറ്റപാട്ടുമുള്ള ദേശങ്ങളെയാകെ പ്രകോപിപ്പിച്ചു. തൊട്ടടുത്ത പ്രഭാ തത്തിൽ ഫർക്കയുടെ വിവിധ ഭാഗങ്ങളിൽ നിന്നും സ്റ്റേഷനിലേക്ക് രോഷാകുലരായ ജനക്കൂട്ടം പ്രവഹിച്ചു. എല്ലാ പ്രതിഷേധ മാർച്ചുകളും

പോലീസ് സ്റ്റേഷനോടടുത്തു. സ്റ്റേഷന്റെ പരിസരം ആറുകണക്കി നാളുകൾ വളഞ്ഞു. 'അറസ്റ്റ് ചെയ്ത വളണ്ടിയർമാരെ വിട്ടയക്കണം' എന്നായിരുന്ന അവരുടെ ആവശ്യം. പ്രതിഷേധം കനത്തപ്പോൾ പോലീസ് ആകാശത്തേക്ക വെടിയുതിർത്തു. ആരും പിരിഞ്ഞു പോയില്ല. ജനങ്ങൾക്കനേരെ പോലീസ് കല്ലെറിഞ്ഞു. ജനക്കൂട്ടം തിരിച്ചു മെറിഞ്ഞു. തോക്കും ലാത്തിയുമേന്തി സേന ജനങ്ങളുമായി കൊമ്പുകോർത്തു. നാവത്ത് നാരായണനു ബയണറ്റുകൊണ്ടുള്ള കുത്തേറ്റു. ഭീകരമായ ലാത്തിച്ചാർജ് ഒരു ഭാഗത്ത്. ലാത്തിയടിയേറ്റ് കണ്ണുമ്പിട്ടക്ക അപ്പനമ്പ്യാർ ചോര ഛർദിച്ചു വീണു. സംഘർഷത്തി നൊട്ടുവിൽ ജനക്കൂട്ടം ചിതറി. മാരകമായി പരിക്കേറ്റ് അവശരായി നിലംപതിച്ച നാലു പേരൊഴികെ മറ്റാരും രംഗത്ത ശേഷിച്ചില്ല. അവർ നാലു പേരും പോലീസ് കസ്റ്റഡിയിലായി. അവരെ തലേന്ന അറസ്റ്റ ചെയ്ത ഏഴുവളണ്ടിയർമാർക്കൊപ്പം ലോക്കപ്പിലിട്ടു. പ്രതിഷേധത്തിന നേതൃത്വം കൊടുത്ത ഫർക്ക സെക്രട്ടറി എ. കുഞ്ഞിക്കണ്ണനടക്കം 22 പേരെ പ്രതികളാക്കി കേസ് ചാർജ്ജ ചെയ്തു. മട്ടങ്ങോടൻ ഗോവിന്ദ നാണ് ഒന്നാം പ്രതി. ആയുധധാരികളായ കമ്മ്യൂണിസ്റ്റുകാർ പോലീസ് സ്റ്റേഷൻ ആക്രമിച്ചതായാണ് കേസ്. ബലം പ്രയോഗിച്ച് അവരെ പിരി ച്ചുവിട്ടതായും പോലീസ് കോടതിയിൽ മൊഴി നൽകി. വിചാരണക്ക ശേഷം പ്രതികളെ രണ്ട വർഷത്തേക്ക് തടവിന ശിക്ഷിച്ചു. ഇരിക്കൂർ പോലീസ് സ്റ്റേഷൻ ആക്രമണമെന്ന പോർചരിത്രത്തിലിടം നേടിയ സംഭവ മിതാണ്. സ്റ്റേഷൻ ആക്രമണത്തിന പിന്നാലെ ഇരിക്കൂർ ഫർക്കയിലെ പത്ത് അംശങ്ങളിൽ 1946 ഡിസംബർ 13 മുതൽ 144 നിയമം പ്രഖ്യാപിച്ചതായി ജോയിന്റ് മജിസ്ട്രേറ്റിന്റെ ഉത്തരവിറങ്ങി. ഇരിക്കൂർ എസ്. ഐ. മമ്മു, കാഞ്ഞിലേരി എസ്. ഐ. രാമൻ മേനോൻ എന്നിവരുടെ നേതൃത്വത്തിൽ വൻ പോലീസ് സംഘം നരനായാട്ടിനി റങ്ങി. നാട്ടിലെമ്പാട്ടും ഭീതി വിതച്ചു. പോലീസ് തേരോട്ടത്തെ വെല്ലുവി ളിച്ച കൊണ്ട് കർഷക വളണ്ടിയർമാരും ആയുധമേന്തി പ്രതികരിച്ചു. നാടൻ തോക്കുകളും വാരിക്കുന്തങ്ങളും കല്ലും കവണകളുമായിരുന്ന കർഷകരുടെ ആയുധം. അവർ കൂട്ടം ചേർന്ന് തെരുവുകൾ തോറും 144 പ്രഖ്യാപനത്തിനെതിരെ പ്രകടനം നയിച്ചു. കൊളേരി വയലിൽ നിന്നും കരക്കാട്ടിടം ജന്മിപ്പുര ലക്ഷ്യമിട്ട് നീങ്ങിയ ഒരു പ്രകടനത്തിൽ വാരിക്കുന്തങ്ങളേന്തിയ നൂറോളം പേരുണ്ടായിരുന്നു. ചില കുന്തങ്ങളിൽ ചെങ്കൊടിയും പാറിക്കളിച്ചു. ജന്മി സങ്കേതവും കടന്ന് ആ പ്രകടനം ഐച്ചേരിയിൽ സമാപിച്ചു. ഇത്തരം പ്രകടനങ്ങൾ മറ്റ സ്ഥലങ്ങളിലും ആവർത്തിച്ചു.

സംഘർഷം മൂർഛിച്ച കൊണ്ടിരുന്ന ഈ സാഹചര്യത്തിലാണ് കരിവെള്ളൂർ വെടിവയ്പ്പിന്റെ വാർത്ത വന്നു വീഴുന്നത്. ഡിസംബർ 20നാണ് രണ്ടുസഖാക്കൾ, തിടിൽ കണ്ണനും കീനേരി കുഞ്ഞമ്പുവും കുണിയൻ പുഴക്കരയിൽ വെടിയേറ്റ രക്തസാക്ഷികളായത്. പൂഴ്ത്തിവച്ച അരി പിടിച്ചെടുത്ത് പട്ടിണിക്കാർക്ക് വിതരണം നടത്തുകയും ചിറക്കൽ രാജാവ് നെല്ല് കടത്തിക്കൊണ്ടുപോകുന്നതു തടയുകയും ചെയ്തതിനാണ് കരിവെള്ളൂർ വെടിവയ്പ്പുണ്ടായത്. ആ പോരാട്ടത്തിന്റെ രക്തബന്ധം കാവുമ്പായി സഖാക്കളുടെ ഹൃദയത്തിലും മാറ്റൊലിച്ചു.

കാവുമ്പായി - കരിവെള്ളൂർ ബന്ധം സമരചരിത്രത്തിൽ ദൃഢപ്പെ ടുത്തുന്നതിന് പോലീസിന്റെ സന്നാഹങ്ങളും നിമിത്തമായിട്ടുണ്ട്. ബ്രിട്ടീഷ് സായുധവ്യൂഹത്തിന്റെ നീക്കങ്ങളെ ത്വരിതപ്പെടുത്തുന്നതിനു വേണ്ടി കാവുമ്പായി - കരിവെള്ളൂർ റോഡ് അന്നാണ് നിർമിക്കപ്പെട്ടത്. പിൽക്കാലത്തെ ഗതാഗതഭൂപടത്തിൽ ഈ വഴി മങ്ങിപ്പോയെങ്കിലും റവന്യൂരേഖകളിലും പദ്ധതികളിലും ഇപ്പോഴും ഇതേ പേരിൽത്തന്നെ യാണ് പ്രസ്തുത റോഡ് പ്രാബല്യത്തിലുള്ളത്.

കരിവെള്ളൂർ വെടിവയ്പ്പിനെത്തുടർന്ന് ജന്മിവിരുദ്ധസമരം തീവ്രമായ ഘട്ടത്തിലേക്കു നയിക്കാൻ കാവുമ്പായിയിലെ സഖാക്കൾ ആലോചിച്ചു. അതിനു പ്രചോദനം പകരുംവിധം കൃഷ്ണപ്പിള്ളയുടെ നിർദേശമുണ്ടായി. ഇരിക്കൂർ ഫർക്കയിലെ കർഷക പ്രതിനിധികളായ പി. കുമാരൻ, കോയാടൻ നാരായണൻ നമ്പ്യാർ അടക്കമുള്ള സഖാക്കളിൽ നിന്ന് ഫർക്കയിലെ സ്ഥിതിഗതികൾ സൂക്ഷ്മമായി അന്വേഷിച്ചറിഞ്ഞ കൃഷ്ണ പ്പിള്ള ആ സംഘത്തോടു പറഞ്ഞു: "നല്ലവണ്ണം തയ്യാറെടുത്ത് ഒന്നേ റ്റുമുട്ടാതെ പീഡനങ്ങളവസാനിപ്പിക്കാൻ കഴിയില്ല. ജന്മിത്തത്തെ ഞെട്ടിക്കുന്ന ആക്ഷൻ ബോധപൂർവം ചെയ്യണം"

കാവുമ്പായി സമരത്തിന്റെ വിത്തെറിഞ്ഞത് സ:പി. കൃഷ്ണപ്പിള്ളയാ ണെന്നാണ് ഒരഭിമുഖത്തിൽ സ:കേരളീയൻ ഞങ്ങളോട് പറഞ്ഞത്. കോഴിക്കോട് ഫ്രാൻസിസ് റോഡിലെ പാർട്ടി ആപ്പീസിൽ അന്നത്തെ ചർച്ചയിൽ പങ്കാളിയായിരുന്ന കേരളീയനും. തുടർന്ന് ഇരിക്കൂർ ഫർക്ക കമ്മിറ്റിയും പ്രാദേശിക കർഷക സംഘം കമ്മിറ്റികളും യോഗം ചേർന്ന് സംഘടിതസമരത്തെ ഏകോപിപ്പിക്കാൻ നിശ്ചയിച്ചു.

ഇരിക്കൂർ ഫർക്കാ കമ്മിറ്റിയുടെ നിർണായകമായൊരു യോഗം കാവുമ്പായിയിൽ രാമമാരാരുടെ വീട്ടിൽ ചേർന്നു. ശീലക്കാശ് കൊട്ടക്കാതെ പൂനം കിട്ടണമെന്നാവശ്യപ്പെടാൻ ആ യോഗം തീരുമാനിച്ചു. സ്ഥലത്തിന്റെ ഗുണത്തിനനുസരിച്ച് രണ്ടര രൂപ തൊട്ട് പത്തു രൂപ വരെ ശീലക്കാശ് ഈടാക്കിയിരുന്നു. യോഗം നിശ്ചയിച്ച

കോയാടൻ നാരായണൻ നമ്പ്യാർ

പ്രകാരം കർഷക പ്രതിനിധികളായ ഒ. പി. അനന്തൻ മാസ്റ്റർ, തളിയൻ രാമൻ നമ്പ്യാർ, എം. സി. ആർ. എന്നിവർ കരക്കാട്ടിടത്തിൽ ചെന്ന് ജന്മി ചന്തുക്കുട്ടി നായനാർക്കു മുന്നിൽ ഈ ആവശ്യങ്ങളുന്നയിച്ചു. ജന്മി തികഞ്ഞ ധാർഷ്ട്യത്തോടെ ആവശ്യം നിരസിച്ചു. അതോടെ സമരം ആളി ക്കത്തുമെന്നുറപ്പായി.

പ്രതിഷേധങ്ങളെ നേരിടാൻ ലോക്കൽ പോലീസ് അപ്രാപ്തരാ ണെന്നു ബോധ്യപ്പെട്ട അധികാരികൾ എം. എസ്. പി. ക്കാരുടെ ഒരു പുതിയ സംഘത്തെ എള്ളരിഞ്ഞിയിലേക്ക് അയച്ചു. ഇരിക്കൂറിൽ നിന്നും മൂന്നു കമ്പനി സേനാംഗങ്ങളടങ്ങുന്ന ആ സംഘം ഡിസംബർ 27 നാണ് എള്ളരിഞ്ഞിയിലേക്ക് മാർച്ച ചെയ്തത്. ഓടഞ്ചുപാലത്തിനടുത്ത് സേന എത്തിച്ചേർന്ന വിവരം സ: കോരൻ ഓടിവന്ന് എള്ളരിഞ്ഞി പാർടി ഓഫീസിലെത്തിച്ചു. എം. എസ്. പി. സംഘം സ്ഥലത്തെത്താൻ സമയ മെടുക്കും. സുഗമമായ റോഡുഗതാഗതം അന്നുണ്ടായിരുന്നില്ല. കൂട്ടംമുഖം കടവു വരെ തട്ടാൻ കണ്ണന്റെ അച്ഛൻ തട്ടാംകുട്ടിയുടെ കാളവണ്ടി കടന്നു പോകാൻ പാകത്തിൽ ഒരു വഴിയുണ്ടാക്കിയിരുന്നു.

എം. എസ്. പി. പടയെത്തുമ്പോഴേക്കും എള്ളരിഞ്ഞിയിലെ പാർ ടികേന്ദ്രം ശൂന്യമായിത്തീർന്നിരിക്കുന്നു. സഖാക്കൾ മുഴുവൻ മറവിൽ മറഞ്ഞു കഴിഞ്ഞു. എള്ളരിഞ്ഞി കർഷക സംഘം സെക്രട്ടറി കൂടിയായ സ: ചേനൻ കുഞ്ഞപ്പയുടെ കടയുടെ ഒരു ഭാഗമാണ് പാർടി ഓഫീസ്. ആളൊഴിഞ്ഞ കടയും പാർടി ഓഫീസും എം. എസ്. പി. സംഘത്തെ നിരാശപ്പെടുത്തി. തൊട്ടരികിലാണ് കുഞ്ഞപ്പയുടെ വീട്. കടയും പാർട്ടി ഓഫീസും തകർത്ത ശേഷം പോലീസ് സംഘം കുഞ്ഞപ്പയുടെ വീട്ടിലേ ക്ക് പാഞ്ഞുകയറി. സ്ത്രീകളെയടക്കം വലിച്ചിറക്കി മർദിച്ചു.

പിന്നീടവർ എള്ളരിഞ്ഞി പോലീസ് ക്യാമ്പ് ലക്ഷ്യമിട്ടു. വഴിവക്കിലെ വലിയാൽ രാമൻ നായരുടെ കടയും തകർത്തു. ക്യാമ്പിലെത്തി യൂണിഫോം മാറ്റിയ ശേഷം ഊരു ചുറ്റാനിറങ്ങി. വീടുകൾ കയറിയി റങ്ങി അനുനയത്തിൽ കമ്മ്യൂണിസ്റ്റുകാരെ അന്വേഷിക്കാനായിരുന്നു ആ കറക്കം. അതിനു ശേഷം അന്നു സന്ധ്യക്കു മുമ്പേ ഐച്ചേരിയിൽ കമ്മ്യൂണിസ്റ്റുകാർ കൂട്ടംചേരുന്ന എടവൻ കണ്ണന്റെ കടയും തകർത്തു.

തുടർന്നുള്ള ദിവസങ്ങൾ അവരുടെ തേർവാഴ്ചയായിരുന്നു. കാര്യസ്ഥന്മാ രേയും ഒറ്റകാരേയും കൂടെ കൂട്ടി എം. എസ്. പി. സംഘം നാടൊട്ടാകെ അരിച്ചുപെറുക്കി. ഗ്രാമത്തിലെ ഓരോ കുടിലും കയറിയിറങ്ങി. കമ്മ്യൂ ണിസ്റ്റുകാരെത്തേടി ഭീകരത വിതച്ചു. ഗ്രാമഹൃദയം ഇരുണ്ടു. ഗുണ്ടകളും പൊലീസും എം. എസ്. പി. യും മുക്കും മൂലയും തിരഞ്ഞു. യന്ത്രത്തോ ക്കുകാർ കാത്തിരുന്നു. ഇടിവണ്ടി നാല്പാട്ടം പാഞ്ഞു. കമ്പിയില്ലാക്ക മ്പിയില്ലൂടെ സന്ദേശങ്ങൾ പടർന്നു. കാലം വിഭ്രാന്തമായി. വിമോചന സമരത്തിന്റെ ശീർഷസ്വരം ദിക്കുകളിൽ മുഴങ്ങി.

പ്രതിരോധത്തിന്റെ വിവിധ മുഖങ്ങൾ

സാംസ്കാരികം

1940ലെ മലപ്പട്ടം കർഷക മഹാസമ്മേളനത്തിന്റെ വേദിയിൽ രണ്ടു വനിതാ ഗായകർ നിരന്നു - നാണിയും മാണിയും. ഇന്ത്യൻ കമ്മ്യൂണിസ്റ്റ് പാർടി ജനറൽ സെക്രട്ടറി പി. സി. ജോഷിയും ഇ. എം. എസും എ. കെ. ജി. യുമുൾപ്പെടെയുള്ള രാഷ്ട്രീയ പ്രമുഖരാണ് വേദിയിലെ സാക്ഷികൾ. ആയിരമായിരം പേർ സദസ്സിലും. അവരെയാകെ ആവേശം കൊള്ളിച്ചുകൊണ്ട് ഈ ഗായികമാർ ആലപിച്ച വരികൾ അതിന്റെ വിപ്ലവാത്മകത കൊണ്ടും സ്വരമാധു ര്യത്താലും അരങ്ങു കയ്യിലെടുത്തു. ജോഷിയുടെ അന്നത്തെ പര്യടന ത്തിലുടനീളം, രണ്ടുമാസത്തിലേറെ കാലം, ഈ വിപ്ലവഗായകർക്കും സഞ്ചരിക്കേണ്ടി വന്നു. എല്ലാവേദികളും കീഴടക്കി.

1939 ജന: 18 ബ്ലാത്തൂർ മഹാസമ്മേളനത്തിന്റെ പ്രധാന ആകർഷണം 'പാട്ടബാക്കി ' എന്ന നാടകത്തിന്റെ അവതരണമായി രുന്നു. മലയാള നാടകചരിത്രത്തിൽ അവിസ്മരണീയമായി മാറിയ ഈ നാടകം രംഗപ്രവേശം ചെയ്ത് അധികനാളുകളായിരുന്നില്ല.

1937 ലെ പൊന്നാനി കർഷകസമ്മേളനത്തിൽ അവതരിപ്പിക്കാ നാണ് കമ്മ്യൂണിസ്റ്റ് നേതാവായ കെ. ദാമോദരൻ ഈ നാടകം രചിച്ചത്. 1938-ലാണ് അച്ചടിച്ച് പുറത്തു വന്നത്. മലയാളത്തിന്റെ ഏറ്റവും വിജ യകരമായ രാഷ്ട്രീയ നാടകമെന്ന് സി.ജെ.തോമസ് ചൂണ്ടിക്കാട്ടിയത് ഈ സൃഷ്ടിയെയാണ്. കേരളത്തിലെ കർഷക മുന്നേറ്റത്തേയും കമ്മ്യൂ ണിസ്റ്റ് പാർട്ടിയുടെ സ്വാധീനത്തേയും നിർണയിക്കുന്നതിൽ അന്നത്തെ

മാവില കോമർകുട്ടി എഴുത്തച്ഛൻ

നാടകങ്ങൾ നിസ്സാരമല്ലാത്ത പങ്കുവ ഹിച്ചിട്ടുണ്ട്. 'പാട്ടബ്ബാക്കി'യുടെ സത്യ സന്ധമായ ഇതിവൃത്തവും സരളമായ ആവിഷ്കാര രീതിയും ജനമനസ്സിൽ ഇടംനേടാൻ സഹായകമായിരുന്നു.

വായനശാലകൾ, പാഠശാലകൾ, കലാസ്ഥാപനങ്ങൾ തുടങ്ങിയ സാം സ്കാരികപദ്ധതികൾ പൊതുവെ എവിടേയും അധികാരവ്യവസ്ഥയെ അസ്വസ്ഥപ്പെടുത്തുന്നതും ജനകീയ സമൂഹത്തെ ഉദ്ബുദ്ധരാക്കുന്നതുമായ സംവിധാനങ്ങളാണ്. ജനങ്ങളെ വിപ്ലവവത്കരിക്കുന്നതിന് സാംസ്കാ രികോപാധികളെ ആയുധമാക്കുന്നതിൽ കമ്മ്യൂണിസ്റ്റ് പാർടിയും കർഷ കസംഘവും ഇടക്കം തൊട്ടേ ശ്രദ്ധിച്ചിരുന്നു.

വിവിധ പ്രദേശങ്ങളിൽ സ്കൂളുകളും വായനശാലകളും അതിനു വേണ്ടി സ്ഥാപിച്ചു. പൊതു സമൂഹത്തിന് അടിസ്ഥാനവിദ്യാഭ്യാസം നൽകുന്നതോടൊപ്പം തിരിച്ചറിവിന്റെ സാമൂഹിക ബോധത്തിലേക്ക് അവരെ ഉണർത്തുകയെന്നതുകൂടിയാണ് നവോത്ഥാന പ്രസ്ഥാനങ്ങൾ ലക്ഷ്യമിട്ടത്.

കാവുമ്പായിയിൽ പ്രസ്ഥാനം പിറവിയെടുത്തയതുതന്നെ എഴുത്തും വായനയും പഠിപ്പിക്കുന്ന 'സ്വാമിമഠ'ത്തിലാണ്. എഴുത്താശാനായ കോമർകുട്ടി എഴുത്തച്ഛന്റെ കാർമികത്വത്തിൽ. പണ്ഡിതപ്രവീണ്യനായ മഹാവ്യക്തിയാണ് മാവിലകോമർകുട്ടി എഴുത്തച്ഛൻ. ഇദ്ദേഹത്തിന്റെ പാഠശാല എഴുത്തും വായനയും ജ്ഞാനവും പകരുന്ന വിദ്യാശാല എന്ന തിനപ്പുറം കാവുമ്പായിയിൽ കോൺഗ്രസ്, കർഷക, കമ്മ്യൂണിണിസ്റ്റ് പ്രസ്ഥാനങ്ങളുടെ ഗർഭഗൃഹം കൂടിയായി മാറി. ഇവിടെ താമസിച്ചുകൊ ണ്ടായിരുന്നു അന്നത്തെ കോൺഗ്രസ് നേതാക്കൾ നാലണമെമ്പർഷി പ്പ് വിതരണം ചെയ്തത്. കാവുമ്പായിയിലെ കർഷകപ്പോരാളികളെല്ലാം എഴുത്തച്ഛന്റെ ശിഷ്യത്വത്തിൽ നിന്നാണ് സമര നേതാക്കളായി വളർ ന്നത്. സ്വാതന്ത്ര്യ സമര സേനാനികളിൽ പ്രധാനിയായിരുന്ന എം. സി. രാമൻ കുട്ടി നമ്പ്യാർ ഇദ്ദേഹത്തിന്റെ മരുമകനാണ്.

'വെടിയുണ്ട കൊള്ളുമെന്ന ഭയമുള്ളവർ പടക്കളത്തിലിറങ്ങേണ്ട ' ഈ ഗുരു കർമചൈതന്യം പകർന്ന വാക്കുകൾ ശിഷ്യനും സമര സേനാ നിയുമായ കേളോത്ത് കൃഷ്ണൻ എന്നുമോർക്കാറുണ്ടായിരുന്നു.

അയിത്തത്തിനെതിരായ പ്രചാരണത്തിനും ഹരിജൻ

കോളനികളിൽ വിദ്യാഭ്യാസ പ്രവർത്തനം നടത്തുന്നതിനും എഴുത്തച്ഛൻ മുന്നിട്ടിറങ്ങുകയുണ്ടായി. അതേ സമയം സ്വന്തം മരുമകൻ കർഷകസമ ഘത്തിൽ സജീവമാകുന്നതിനെ ഇദ്ദേഹം പ്രോത്സാഹിപ്പിച്ചിരുന്നുമില്ല. മാതുലന്റെ എതിർപ്പ് മറികടന്നാണ് എം. സി. രാമർ കുട്ടി നമ്പ്യാർ പൂർണ സമയ രാഷ്ട്രീയ പ്രവർത്തകനായത്.

നിരവധി പ്രാമാണിക ഗ്രന്ഥങ്ങളുടെ കർത്താവും പല തലമുറകൾ ക്ക് അക്ഷരത്തിന്റേയും ജ്ഞാനത്തിന്റേയും നവദിശ കാട്ടിക്കൊടുത്ത ഗുരുശ്രീയുമാണ് കോമർകുട്ടി എഴുത്തച്ഛൻ.

മയ്യിൽ വേളമാണ് സ്വദേശം. അവിടെ നിന്നും കോട്ടൂരിലെ 'വല്ലത്തില്ല ത്ത്' വന്നു തങ്ങിയ കാലത്ത് അദ്ദേഹത്തിന്റെ പാണ്ഡിത്യം കേട്ടറിഞ്ഞ അന്നത്തെ ഫ്യൂഡൽ പ്രഭ കരക്കാട്ടിടം നായനാർ നാലുകെട്ടിലേക്ക് വിളിപ്പിക്കുകയായിരുന്നു. എഴുത്തച്ഛനെക്കൊണ്ട് താളിയോലയിൽ കൃഷ്ണപ്പാട്ട് എഴുതിച്ചു. നാൽപത് ദിവസം കൊണ്ട് ആ ജോലി പൂർത്തീ കരിച്ച് കൃതി നായനാർക്ക് കാണിക്ക വച്ചു. സംപ്രീതനായ ജന്മി തന്റെ നാലുകെട്ടിലിനുള്ളിൽ തന്നെ പാഠശാല സ്ഥാപിച്ച് എഴുത്തച്ഛനെ അധ്യാപകനായി നിയമിച്ചു. വേതനമായി വർഷം പ്രതി 720 സേർ നെല്ലും 36 രൂപയും നിശ്ചയിച്ചു. ഈ പാഠശാലയിൽ ജന്മിഗൃഹത്തിലെ കുട്ടികളോടൊപ്പം ജാതി-മത-വർണ- ലിംഗ വ്യത്യാസമില്ലാതെ എല്ലാ വിഭാഗം കുട്ടികളേയും പഠിപ്പിച്ചിരുന്നു. നല്ലൊരു ശതമാനം പഠിതാക്കൾ പെൺകുട്ടികളായിരുന്നു.

കരക്കാട്ടിടം പാഠശാലയിലെ ഗുരുവേല അവസാനിപ്പിച്ചാണ് എഴ ത്തച്ഛൻ കാവുമ്പായിൽ എത്തിച്ചേർന്നതും സ്വാമിമഠം പ്രതിഷ്ഠിച്ചതും. സ്വാമിമഠപ്രതിഷ്ഠക്കു വേണ്ടി എഴുത്തച്ഛൻ രചിച്ച ശ്ലോകമിതാണ്:

"കല്യാണം മേൽക്കുമേലിൽ
ഗുരുവക ഭജനം കൊണ്ടു വർധിക്കുകയായ്
കല്യന്മാർ ഒത്തുചേർന്നിട്ടൊരു മഠം
തീർത്തുകൊണ്ടാത്തമോദാൽ
ഉല്ലാസാൽ ആയിരത്തിൽപ്പുരമൊരുട നൊരു
നൂറ്റേഴിൽ ലബ്ധകൃമാണേ
ചൊല്ലും മൂപ്പത്തു നാളിൽ
ഗുരുവര പദപീഠം പ്രതിഷ്ഠിച്ചു ഭക്ത്യാൽ"

സംസ്കൃതഭാഷയിലും, വേദാന്തം തുടങ്ങിയ ജ്ഞാനശാഖക ളിലും പണ്ഡിതനാണ്. ബ്രഹ്മഭാവം ദർശിച്ച മനസ്സിന്റെ ഉടമയായ ഇദ്ദേഹം നിരവധി ശ്ലോകങ്ങളും കൃതികളും രചിച്ചു. 'മന:സംബോധനം - മണിപ്രവാളം', 'വേദാന്ത രഹസ്യം ഭാഷാ ഗാനം 'എന്നീ കൃതികളും

'ഭക്തപ്രലാപം'എന്ന ദേവീസ്തോത്രവ്വം അവയിൽ പ്രൗഢോജ്ജ്വ
ലമായ രചനകളാണ്. 1930 കളുടെ ആദ്യപാതിയിലാവണം ഈ
കൃതികളുടെ രചന. അമുദ്രിതങ്ങളും അസുലഭങ്ങളുമായ അനേകം
താളിയോല ഗ്രന്ഥങ്ങളും സ്തോത്രങ്ങളും കോമർകുട്ടി എഴുത്തച്ഛനിൽ
നിന്ന് അക്ഷരലോകത്തിനു ലഭിച്ചിട്ടുണ്ട്. സംസ്കൃതം, മലയാളം,
കർണാടകം ലിപികളിലായിരുന്ന രചനകൾ. 'മന:സംബോധന
'ത്തിന് അവതാരികയെഴുതിയത് പ്രസിദ്ധനായ ടി. എസ്. തിരുമുമ്പും
ദുർഘടപദങ്ങൾക്ക് ടിപ്പണി ചെയ്തത് പണ്ഡിറ്റ് ഒ. കെ. മുൻഷിയുമാണ്.
കൃതികൾ മൂന്നര ദശകങ്ങൾക്കു ശേഷമാണ് അച്ചടിമഷി പുരണ്ടത്.
'വേദാന്ത രഹസ്യ'മെന്ന കൃതിയെപ്പറ്റി ടി. എസ്. തിരുമുമ്പ്1970 ജനവരി
5ന് ഇങ്ങനെ എഴുതി:

"സാംഖ്യകാരികാ തത്വചിന്തകളെ സമഞ്ജസമായി ഇങ്ങനെ
അടക്കിയൊതുക്കി സുഖകരമാംവണ്ണം പ്രതിപാദിച്ചതും മാണ്ഡൂക്യേ
ാപനിഷത് പ്രതിപാദ്യമായ 'ഓം' കാര തത്വത്തെ ശിവപരമായി
വിനിർണയിച്ചതും 'തത്ത്വമസി' എന്ന മഹാവാക്യത്തെ വേദതത്ത്വാ
വിശുദ്ധമായ ഒരു പുതിയ വീക്ഷണകോണിൽ കൂടി സമർഥിച്ചതുമായ
ഈ കൃതി അനിർവചനീയമായ ഒരാനന്ദമാണ്".

സംസ്കൃത ഭാഷയിൽ നിബന്ധിച്ച ഭക്തിരസ നിഷ്യന്ദികളായ ഏഴ്
സ്തോത്ര രത്നങ്ങൾ കൂടി പ്രസിദ്ധീകരിക്കുവാൻ ബാക്കിയുണ്ടായിരു
ന്നു. അവയൊന്നും പിന്നീടൊരിക്കലും വെളിച്ചം കണ്ടില്ല. 1118 കുംഭം
16നാണ് എഴുത്തച്ഛൻ ചരമമടഞ്ഞത്. ഭാര്യ എം. സി. പാർവതിയമ്മ.
മക്കൾ കുഞ്ഞിരാമൻ, ലക്ഷ്മി (കുറ്റ്യാടി).

കോമർ കുട്ടി എഴുത്തച്ഛനു വേണ്ടി ജന്മി സ്വന്തം മനയ്ക്കൽ തുടങ്ങിയ
പാഠശാല പിന്നീട് എള്ളരിഞ്ഞിയിലെ മറ്റൊരു കെട്ടിടത്തിലേക്ക് മാറ്റി
സ്ഥാപിച്ചിരുന്നു. ജന്മിയുടെ മാനേജ്മെന്റിൽ ഒരു എലമെന്ററി സ്കൂളായി
അത് പ്രവർത്തിച്ചു. പ്രദേശത്തെ എല്ലാവർക്കും പ്രയോജനപ്പെട്ടിരുന്ന
ഈ സ്കൂൾ ജന്മി തന്നെ നിർത്തലാക്കി. കർഷക-കമ്മ്യൂണിസ്റ്റ് പ്രസ്ഥാ
നത്തിന് പോഷകമായി സ്കൂൾ വർത്തിക്കുന്നുണ്ടെന്ന തിരിച്ചറിവിനെ
തുടർന്നായിരുന്നു അത്. ഈ സ്കൂളിലെ അധ്യാപകരെല്ലാം പുരോഗമ
നചിന്താഗതിക്കാരും സമൂഹത്തിൽ ആദരിക്കപ്പെട്ടുന്നവരുമായിരുന്ന.
ഈ സ്ഥാപനത്തിന്റെ പശ്ചാത്തലത്തിൽ നിന്ന് ബാലസംഘവും
കർഷകസംഘവും ഊർജം സ്വീകരിച്ചതും കരുത്തു നേടി വളർന്നതും
പ്രകടമായ വസ്തുതയാണ്. സ്വന്തം ചൊല്ലടിയിലായിരുന്ന സ്കൂൾ
വിപ്ലവബോധം ഉരുവം കൊള്ളുന്ന ശക്തിസങ്കേതമായി മാറുന്നതറി
ഞ്ഞ കരക്കാട്ടിടം ജന്മി 1942 ലാണ് നിർത്തലാക്കിയത്. ഗവൺമെന്റ്

എം. സി. ആർ.

അംഗീകാരവും പിൻവലിക്കപ്പെട്ടു. 1944ൽ പകരമൊരു സ്കൂൾ നാട്ടുകാരുടെ കൂട്ടായ്മയിൽ കർഷകസംഘം പടുത്തുയർത്തി. അതൊരു ജനകീയ സ്കൂളായി മാറി. ഗുണ്ടകളേയും പോലീസിനേയും ഉപയോഗിച്ച് വിദ്യാലയം തകർക്കാൻ ജന്മി പദ്ധതി നീക്കി. കെട്ടിടം കത്തിച്ച ചാമ്പലാക്കി. കർഷകസംഘം വീണ്ടും പണിതു. ജന്മിയുടെ സേവകർ വീണ്ടും തകർത്തു. കർഷക പ്രവർത്തകർ പിന്മാറിയില്ല, പിന്നേയും പണിതുയർത്തി. അവിടത്തെ അധ്യാപ

കനും സ്കൂൾ കറസ്പോണ്ടന്റുമായ കോട്ടക്കൃഷ്ണൻ പ്രസിഡണ്ടും എം. സി. ആർ. സെക്രട്ടറിയുമായ ജനകീയ കമ്മിറ്റിയായിരുന്നു സ്കൂൾ സ്ഥാപിക്കാനും പ്രതിരോധ പ്രവർത്തനങ്ങൾക്കും ചുക്കാൻ പിടിച്ചത്. പാമ്പുകടിയേറ്റ് കോട്ടക്കൃഷ്ണൻ മരിച്ചതിനെത്തുടർന്ന് എം. സി. രാമർ കുട്ടി സ്കൂൾ കമ്മിറ്റി പ്രസിഡണ്ടായി. കോട്ടക്കൃഷ്ണന്റെ വിയോഗം കർഷക പ്രതിരോധസംഘാടനത്തിന്റെ നിർണായക കാലയളവിൽ വളരെ കനത്ത നഷ്ടമാണുണ്ടാക്കിയത്. കർഷക സംഘത്തിന് അടിത്തറപാ കുന്നതിൽ ത്യാഗഭരിതമായ സേവനം നിറവേറ്റിയ ഈ സഖാവിന്റെ സ്മരണയിൽ കർഷക ജനത എള്ളരിഞ്ഞി സ്കൂളിനടുത്ത് തന്നെ കോട്ടക്കൃഷ്ണൻ സ്മാരകമന്ദിരം പണിതുയർത്തുകയുണ്ടായി. കാവുമ്പായി വെടിവയ്പ്പിനെത്തുടർന്നുണ്ടായ സംഘർഷഭരിതമായ നാളുകളിൽ അഴി ഞ്ഞാടിയ പോലീസ്-ഗുണ്ടാ കൂട്ടുകെട്ട് ഈ സ്മൃതി മണ്ഡപവും തകർത്തു. ഇതോടൊപ്പമുള്ള വായനശാലയും കർഷകസംഘം പലവട്ടം പുനർ നിർമിച്ച സ്കൂളും പോലീസുകാർ ബാക്കിവച്ചില്ല.

കർഷക സംഘം നേതൃനിരയിലുള്ള ഒ. പി. അനന്തൻ, കൊട്ടയാടൻ രാഘവൻ, ഇദ്ദേഹത്തിന്റെ ഭാര്യ ജാനകി, കെ. പി. കുഞ്ഞിക്കണ്ണൻ, പി. കെ. കുഞ്ഞിക്കണ്ണൻ, എം. സി. പത്മനാഭൻ, കാപ്പാടൻ ഗോപാലൻ, പോതാൻ കൃഷ്ണൻ എന്നിവരടങ്ങുന്ന പ്രഗത്ഭനിരയായിരുന്നു ഇവിടത്തെ അധ്യാപകർ.

അക്കാലയളവിൽ എള്ളരിഞ്ഞിയുടെ അയൽദേശമായ മടമ്പത്ത് തിരുവിതാംകൂർ കുടിയേറ്റത്തിനോടനുബന്ധിച്ച് ക്രിസ്ത്യൻ മിഷണറിമാ രുടെ കേന്ദ്രം ഇടങ്ങിയിരുന്നു. ഫാ: മാത്യു ചെറുശ്ശേരിയുടെ നേതൃത്വ ത്തിലായിരുന്ന മടമ്പത്തെ കുടിയേറ്റം. ബിഷപ്പ് മാർ അലക്സാണ്ടർ ചൂളപ്പറമ്പിലിന്റെ നിർദേശപ്രകാരം 104 കുടുംബങ്ങൾക്കു വേണ്ടി 1969

ഏക്കർ 87 സെന്റ് പ്രൊഫസർ വി. ജെ. ജോസഫ് മുഖേന വാങ്ങിയ താണ്. 39 കുടുംബങ്ങൾ 1943 മെയ് 7ന തന്നെ മടമ്പത്തെത്തുകയു ണ്ടായി. തുടക്കത്തിലേ പള്ളിയും അനുബന്ധ വിദ്യാഭ്യാസ സ്ഥാപനവും പ്രവർത്തിച്ചു തുടങ്ങി. ഈ ക്രിസ്ത്യൻ മിഷണറിയുടെ സഹകരണം എള്ളരിഞ്ഞി സ്കൂളിനും ലഭിച്ചു.

സ്കൂളിൽ ക്ലാസ്സെടുത്തു കൊണ്ടിരിക്കെയാണ് എം. സി. ആറിനെ പോലീസ് അറസ്റ്റ് ചെയ്തത്. നാടൊട്ടാകെ കോളിളക്കമുണ്ടാക്കിയ സംഭവമായിരുന്നു അത്. ഒരു കള്ളക്കേസ് കെട്ടിച്ചമച്ചായിരുന്ന അറസ്റ്റ്. സഖാവിനെ വിലങ്ങു വച്ച വിവരം നാടാകെ പരന്നു. ജനക്കൂ ട്ടം തടിച്ചു കൂടി, പോലീസ് സംഘത്തെ വഴിയിൽ വളഞ്ഞു. കത്തിയും കത്തിവാളുമേന്തിയ സ്ത്രീകളൾപ്പെടെയുള്ള ഉപരോധസംഘം എന്തിനും തയ്യാർ. ജനക്കൂത്തിന്റെ ആരവം പോലീസ് പടയെ വിറപ്പിച്ചു. ആയു ധപ്പടയെ തടയാനെത്തിയ അഞ്ഞൂറിലധികം വരുന്ന ആൾക്കൂട്ടത്തെ അന്ന് എം. സി. ആർ. തന്നെ വിലക്കുകയായിരുന്നു. തന്റെ അറസ്റ്റ് തടയരുതെന്ന സഖാവിന്റെ കല്പന ജനക്കൂട്ടത്തിന് അനുസരിക്കേണ്ടി വന്നു. സഖാവിനേയും കൊണ്ട് പോലീസുകാർ മുന്നോട്ട നീങ്ങിയപ്പോൾ കോട്ടൂർ കടവുവരെ ജനങ്ങളും അനുഗമിച്ചു - പ്രതിഷേധമുദ്രാവാക്യങ്ങ ളുമായി.

ഫ്യൂഡലിസത്തെ പാഠം പഠിപ്പിച്ച ഒരു പാഠശാലയായി എള്ളരി ഞ്ഞി എലിമെന്ററി സ്കൂൾ ചരിത്രത്തിലിടം പിടിച്ചു.

വിപ്ലവമുന്നേറ്റത്തിന്റെ സ്രോതസ്സാവാൻ കാവുമ്പായിയിൽ സ്വാമിമ റമാണ് ആധാരമായതെങ്കിൽ കാഞ്ഞിലേരിയിൽ പശ്ചാത്തലമൊരു ക്കിയത് പൊതുജന വായനശാലയാണ്. കർഷകസംഘം രൂപപ്പെട്ടത് വായനശാലാ സങ്കേതത്തിലായിരുന്നു.

ഊരത്തൂരിൽ സംഘത്തിന്റെ തുടക്കം വിഷ്ണു ഭാരതീയന്റെ നേതൃത്വ ത്തിൽ നടന്ന കർഷക ജാഥ സമാപനപരിപാടിയോട്ട കൂടിയാണ്. അന്നത്തെ സമാപന സമ്മേളനത്തിൽ 'കമ്മാരവധം' എന്ന പേരില്ലുള്ള പ്രഹ്ലാദചരിതംനാടകം അവതരിപ്പിച്ചു. ജന്മിഗുണ്ടകൾ നാടകത്തെ ആക്രമിക്കുകയും പരിപാടി അലങ്കോലപ്പെടുത്താൻ ശ്രമിക്കുകയും ചെയ്തു. ഇതിൽ പ്രതിഷേധിച്ചാണ് 'ജന്മി ഭാരത'മെന്ന സൃഷ്ടി രചിക്കപ്പെ ട്ടതും അവതരിപ്പിക്കപ്പെട്ടതും. (അനുബന്ധത്തിൽ ജന്മി ഭാരതത്തിന്റെ പൂർണ രൂപം കൊടുത്തിട്ടുണ്ട് *). ആ സംഭവത്തിനു ശേഷവും വിവിധ വേദികളിൽ സി. എച്ച്. കുട്യപ്പയും സംഘവും കമ്മാരവധം നാടകം അവതരിപ്പിച്ചു.

1946 ഏപ്രിൽ മാസത്തിൽ അരങ്ങേറിയ 'ഉഷാനിരുദ്ധം' നാടകവും ജന്മിവിദ്വേഷം പടർത്തുന്നുവെന്നാരോപിക്കപ്പെട്ട് ജന്മിഗുണ്ടകളുടെ ആക്രമണത്തിന്നിരയായി. ആയുധമേന്തി വന്ന ഗുണ്ടകൾ പെട്രോ മാക്സ് തകർത്ത് അന്ധകാരത്തിലാഴ്ത്തിയ ശേഷം പരസ്പരം തിരിച്ച റിയാനായി 'ആറ്, ആറ്' എന്ന കോഡ് ഭാഷ ഉപയോഗിച്ചായിരുന്നു ഗുണ്ടായിസം നടത്തിയത്. കോഡ് തന്ത്രം തിരിച്ചറിഞ്ഞ കർഷക വളണ്ടിയർമാർ അതേ കോഡ്പ്രയോജനപ്പെടുത്തിക്കൊണ്ട് ഇരുട്ടത്ത് തിരിച്ചടിച്ചു. അത്തരമൊരു ചെറുത്തു നിൽപ്പിന മുമ്പിൽ പരാജിതരായ ഗുണ്ടകൾ പിന്തിരിഞ്ഞോടി. ചെമ്മഞ്ചേരി കുട്ട്യപ്പ, കവളാൻ അനന്തൻ, മുല്ലപ്പള്ളി കുഞ്ഞിരാമൻ, സി പി നാരായണൻ, കൃഷ്ണൻ പടിയ്യർ, ഇ കെ ബാലൻ, എം. സി. ഗോവിന്ദൻ, മുണ്ടയാടൻ കുട്ട്യപ്പ, തെറ്റത്ത് അച്യുതൻ തുടങ്ങിയവരായിരുന്നു 'ഉഷാനിരുദ്ധം' നാടകത്തിന്റെ അണിയറ പ്ര വർത്തകർ.

സാംസ്കാരിക സ്ഥാപനങ്ങൾ ചുട്ടെരിക്കാനുള്ള സഹജവാസന മറ്റെവിടേയുമെന്ന പോലെ ഇവിടേയും അധികാരസ്ഥാനങ്ങളെ പൂണ്ടു നിൽക്കുന്നു. എള്ളരിഞ്ഞി സ്കൂൾ, ബ്ലാത്തൂർ സ്കൂൾ, കാവുമ്പായി സ്വാമിമഠം തുടങ്ങി വിദ്യാഭ്യാസ-സാംസ്കാരിക സ്ഥാപനങ്ങൾ കേന്ദ്ര മാക്കിക്കൊണ്ട് നടത്തിയ ജനകീയ വിദ്യാഭ്യാസ പ്രവർത്തനങ്ങളും വായനശാലകൾ സ്ഥാപിച്ചും വളണ്ടിയർ സേനകൾ രൂപീകരിച്ചും ചെറുത്തുനിൽപ്പിന്റെ മാതൃകാമുന്നേറ്റങ്ങൾ നടത്തിയപ്പോൾ അതിൽ സംഭീതരായ ജന്മിപക്ഷം എള്ളരിഞ്ഞി സ്കൂളും ബ്ലാത്തൂർ സ്കൂളും ഐച്ചേരി, ബ്ലാത്തൂർ വായനശാലകളും തീവച്ച നശിപ്പിച്ചു. അത്തരം കടന്നാക്രമണങ്ങൾ, പക്ഷെ, സമരമുന്നേറ്റത്തെ കൂടുതൽ ശക്തിപ്പെ ടുത്തുകയാണുണ്ടായത്.

പി. നാരായണൻ നമ്പ്യാർ കൊല്ലപ്പെട്ടതിനെ തുടർന്ന് പ്രതിഷേധം നാടെമ്പാടും പടർന്നപ്പോൾ പോലീസുകാരുടെ നായാട്ടുണ്ടായി. കർഷകർ സംഘം ചേരാറുള്ള ബ്ലാത്തൂർ വയലിലെ വായനശാല പോലീസുകാർ കത്തിച്ച ചാമ്പലാക്കിയത് ആ തേർവാഴ്ചക്കിടയിലാണ്.

എള്ളരിഞ്ഞി സ്കൂളും ബ്ലാത്തൂർ സ്കൂളും ബ്ലാത്തൂരിലെ രണ്ടു വായ നശാലകളും അഗ്നിക്കിരയാക്കിയത് അതേ കാലയളവിലാണ്. ഐച്ചേരി വായനശാല ജന്മി ഗുണ്ടകളെക്കൊണ്ട് കത്തിച്ച് കർഷക പ്രവർത്തകരിൽ കുറ്റമാരോപിച്ചു.

അതുകൊണ്ടൊന്നും സാംസ്കാരിക സ്ഥാപനങ്ങളും കലാപദ്ധതി കളും സമരവേദികളാക്കുന്നതിൽ നിന്ന് പ്രവർത്തകർ പിന്മാറിയില്ല.

ജാപ്പ് വിരുദ്ധ കളംപാട്ടുകൾ, രാമൻ പണിക്കരുടെ കർഷക ചാമുണ്ഡി, ടി. കെ. രാമൻ നായരുടെ ഫാസിസ്റ്റ് വിരുദ്ധ കളംപാട്ട്, എം. സി. രാമർ കുട്ടിനമ്പ്യാർൾപ്പെടെ നേതൃത്വം നൽകിയ 'നിലക്കാത്ത ഗാനം 'നാടകം, പി. വി. കുഞ്ഞിരാമൻ മാസ്റ്ററുടെ കഥകളിപ്പാട്ടുകൾ... അത്തരത്തിൽ ഫ്യൂഡൽ വിരുദ്ധ സാംസ്കാരികപ്പോരാട്ടങ്ങളുടെ അനുഭവം ഏറെയുണ്ട്.

ഈ സാംസ്കാരിക പ്രതിരോധങ്ങൾ ഗ്രാമസമൂഹങ്ങളിലുണ്ടാക്കിയ നവോത്ഥാനം ചരിത്രത്തിന്റെ ഭാഗമാണ്. മലബാറിന്റെ സാമൂഹിക ചരിത്രത്തിലെ പ്രതിരോധ സന്ദർഭങ്ങളിൽ കലയും സാഹിത്യവും സാംസ്കാരികരൂപങ്ങളും പ്രതിവർത്തിച്ചതിന്റെ ഫല ശ്രുതികളാണ് ഇവിടെ ജനകീയനവോത്ഥാനത്തിന് സുശക്തമായ അടിത്തറ പാകിയത്. സാമൂഹ്യനവോത്ഥാന പരിണാമത്തിന്റെ പഴക്കമേറിയ പ്രതിരോധ പാരമ്പര്യമാണ് തെയ്യം ഉടങ്ങിയ മലബാറിലെ കീഴാള കലാരൂപങ്ങളുടെ ഉള്ളടക്കം നിർണയിച്ചത്. കീഴാളസമുദായങ്ങളുടെ ആത്മാഭിമാനത്തെ ആളിക്കത്തിക്കുന്ന പ്രതിരോധ രൂപങ്ങളുടെ ആവിഷ്കാരങ്ങളിൽ ഫ്യൂഡൽനിഷേധത്തിന്റേയും സാമൂഹിക സമത്വ ത്തിന്റേതുമായ ആശയദൃഢതയുടെ അടയാളങ്ങൾ കാണാം. ജാതിവി രുദ്ധവും സവർണ വിരുദ്ധവും നാട്ടുവാഴിത്ത വിരുദ്ധവുമായ നാടോടി വാങ്മയങ്ങളുടെ സൂക്ഷ്മമായ പ്രയോഗങ്ങൾ തെയ്യം തോറ്റങ്ങളിലും നാടോടിപുരാവൃത്തങ്ങളിലും നിറഞ്ഞു കിടക്കുന്നു. കാലങ്ങളായുള്ള പ്രതി രോധത്തിന്റെ ആഖ്യാനങ്ങളാണ് പൊട്ടൻ തെയ്യത്തിന്റെ തോറ്റത്തിലും പൂമാതൈ പൊന്നമ്മയുടെ പാട്ടിലും മറ്റും പ്രകടമാകുന്നത്. കീഴാള പ്രതിരോധങ്ങളുടെ പൂർണസ്വരൂപം നൂറ്റാണ്ടുകളായി അടിച്ചമർത്ത പ്പെട്ടതിന്റെ ആത്മ ദൃഢതയോടെ അവരുടെ സാമൂഹിക ബോധമായ് ആളിക്കത്തി.

അധമനീതിസംഹിതകൾക്കെതിരായ ആളിപ്പടരലാണത്:
"കൊല്ലാതെ കൊല്ലും ഞാൻ
പൂമാതൈയേ
കൊല്ലുമ്പം കാണാം ഞാൻ
നാട്ടുവായിച്ചേ.
തീയിലുണക്കുംഇന്നെ പൂമാതൈയേ
മഞ്ഞത്തു പറക്കും നാട്ടുവായിച്ചേ '
നാട്ടുവാഴിത്തത്തിന്റെ നൃശംസതകളെ തീയലകളിൽ ചുട്ടെരിക്കാന ുള്ള അമർഷത്തിന്റെ അഗ്നിഭാവങ്ങളാണ് ഓരോ കലാരൂപത്തിലും ആടിത്തിമിർക്കുന്നത്. ഇതുതന്നെയാണ് മലബാറിലെ കാർഷികകലാ പങ്ങളുടെ രാഷ്ട്രീയ രൂപാന്തരവും.

പ്രതിരോധത്തിന്റെ സാംസ്കാരിക കേന്ദ്രങ്ങൾ അനേകം ഗ്രാമ ങ്ങളെ ഉദ്ബുദ്ധമാക്കും വിധം വിപ്ലവകാരികൾ വിനിയോഗിച്ചു. വായ നശാലകൾ ഗ്രാമപ്രദേശങ്ങൾ തോറും ഉയർന്നു വന്നത് പ്രതിരോധ പദ്ധതികളുടെ ഭാഗമായാണ്. കമ്മ്യൂണിസ്റ്റുകാർ ഗ്രാമങ്ങളിൽ സ്ഥാപിച്ച വായനശാലകളാണ് സാംസ്കാരിക പ്രബുദ്ധത പ്രധാനമായും പാകിയത്. അടിത്തട്ടിലെ ഗ്രാമീണരിൽ ജ്ഞാനത്തിന്റെ വെളിച്ചമെ ത്തിക്കുന്നതിൽ നിർണായകമായ ദൗത്യമായിരുന്നു അവയെല്ലാം.

സ്ത്രീകളുടെ ചെറുത്തു നില്പ്

ചെറുത്തുനില്പ്ചരിത്രത്തിന്റെ ചുരുട്ടിയ മുഷ്ടിയാണ് കാവുമ്പായിസമ രഭൂമിയിലെ സ്ത്രീകൾ. മായാത്ത സമരാനുഭവങ്ങൾ അവർ കൈവരിച്ചി ട്ടുണ്ട്. ഫ്യൂഡൽ പാരമ്പര്യത്തിന്നിണങ്ങുന്ന അടഞ്ഞ യാഥാസ്ഥിതിക ചുറ്റപാടില്ലും ആചാര വിലക്കകളൊന്നും വകവയ്ക്കാതെ പോർഭൂമി യിൽ പുരുഷനോടൊപ്പം പടയണിചേരാൻ സ്ത്രീയും രംഗത്തിറങ്ങി. മാത്രമല്ല, പുരുഷന്റെ അസാന്നിധ്യമുണ്ടായ ചില സമര ഘട്ടത്തിൽ, സന്ദർഭത്തിന യോജിച്ച വിധം ഉയർന്ന പ്രതികരിക്കാനും കടമയേ റ്റെടുക്കാനും പോരാട്ടം നയിക്കാനും സ്ത്രീപോരാളികൾക്ക് ആരുടേയും ആഹ്വാനവും വേണ്ടി വന്നില്ല. ആധുനികകാലത്തുപോലും സ്ത്രീസംഘട നകൾക്ക് സ്ത്രീകളുടെ ആവശ്യങ്ങൾ ഉയർത്താനോ സ്ത്രീ വിമോചന പ്രശ്നങ്ങൾ ഉന്നയിക്കാനോ പുരുഷനേതൃത്വത്തിന്റെ തിട്ടൂരം കാത്തു നിൽക്കേണ്ട സ്ഥിതിയാണ്. വനിതകളെ മാത്രം വിലക്കിയ വിഷയ ങ്ങളുണ്ടാകുന്നതും അനുകൂലിച്ചും എതിർത്തുമുള്ള പുരുഷാധികാരസ മീപനത്താൽ വിഷയത്തിന്റെ മർമം അലസിപ്പോകുന്നതും വനിതകൾ മാത്രം അണിനിരക്കുന്ന സമര ശൃംഖലകളുടെ ആധികാരികതിട്ടൂരം പുരുഷന്മാർ മാത്രമുള്ള സഭകൾ കൈക്കൊള്ളുന്നതുമെല്ലാം സമീപകാ ലത്തേയും പ്രതിഭാസങ്ങളാണല്ലോ.

അതിൽ നിന്നു വ്യത്യസ്തമായിരുന്നു അന്നത്തെ സ്ത്രീ നിലപാട്. സ്ത്രീയെ ന്നോ പുരുഷനെന്നോ വിവേചനമില്ലാത്ത സ്വതന്ത്രമായ തന്റേടത്തിന്റെ ബഹിർസ്ഫുരണമായിരുന്നു അവ. ഒറ്റപ്പെട്ട സ്ത്രീകളിൽ ഒതുങ്ങുന്ന പ്രകട നവുമായിരുന്നില്ല. തൊഴിലിടങ്ങളിൽ കൂട്ടത്തോടെ ചേരുന്നതു പോലെ, അവർ സമരനിലങ്ങളില്ലും സംഘടിതരായി നിരന്നു. നെൽപ്പാടങ്ങളിൽ നാട്ടിപ്പാട്ടും കൊയ്ത്തുപാട്ടും പാട്ടുന്ന നാവുകൾ സമരഗാനങ്ങളും സംഘ താളത്തിൽ പാടി. കൊയ്ത്തരിവാളിനോളം സ്വന്തമായി ചെങ്കൊടിയും ഹൃദയത്തിലേറ്റി. ചെറിയമ്മ, കുഞ്ഞമ്മ (മഞ്ചേരി രാമർ കുട്ടിയുടെ ഭാര്യ), കുഞ്ഞാക്കമ്മ (കുണ്ടക്കൈ), കുഞ്ഞിയമ്മ (ഉമ്മങ്ങമ്മ-തളിയന്റെ ഭാര്യ), താതയിൽ മാധവി, എ. വി. കല്യാണി, ചാപ്പയിൽ കല്യാണി,

പുല്ലാഞ്ചിയോടൻ കുഞ്ഞാക്കം, ജാനകി ടീച്ചർ,... ഇവരെല്ലാം മുൻ നിരയിലെ പന്തങ്ങളായി ജ്വലിച്ചു. കയരളം ഒറപ്പടി സ്വദേശിനിയായ ജാനകി ടീച്ചർ കൊട്ടയാടൻ രാഘവൻമാസ്റ്റർ വിവാഹം ചെയ്തതിനെ തുടർന്നാണ് പയ്യാവൂരിലെത്തിയത്. 1941ൽ മയ്യിൽ സ്കൂളിൽ നിന്നും എട്ടാം തരം പാസ്സായതാണ്. 1946ൽ ഭർത്താവ് ഒളിവിൽ പോയപ്പോൾ ടീച്ചറെ പോലീസ് ചോദ്യം ചെയ്തു. ഭർത്താവിനെ ഉപേക്ഷിക്കാനും പാർടി വിടാനും ഭീഷണിയുണ്ടായി. അത്തരം സമ്മർദത്തിനൊന്നും വഴങ്ങാൻ അവർ തയ്യാറായില്ല. ടീച്ചറുടെ അധ്യാപക സർട്ടിഫിക്കറ്റ് റദ്ദാക്കിക്കൊ ണ്ട് അധികാരികൾ പ്രതികാരം ചെയ്തു. 1949 ൽ സർട്ടിഫിക്കറ്റ് തിരികെ ലഭിക്കുകയും പിന്നീട് അധ്യാപക ജോലി ഇടത്രുകയുമുണ്ടായി.

കാവുമ്പായി സമര ചരിത്രത്തിലെ അനശ്വരനായികയുടെ സ്ഥാനം ചെറിയമ്മക്ക് നൽകുന്നതിൽ ഒട്ടും തെറ്റില്ല. ഫ്യൂഡൽ പ്രഭവിന്റെ അടു ക്കളക്കാരിയിൽ നിന്നും, കെട്ടിച്ചമച്ച ബലാത്സംഗക്കേസ്സിൽ ഇരയായി നടിക്കുവോളം ജന്മിയോട്ടുള്ള ക്രൂറ കാട്ടിയ ഒരു സ്ത്രീ കർഷകസമരേതി ഹാസത്തിലെ വീരനായികയായി ഒട്ടവിൽ മാറിത്തീർന്നെങ്കിൽ ആ മഹത്വത്തിന്റെ തിളക്കം ചരിത്രത്തിൽ അപൂർവമാണ്. വിപ്ലവ പ്രസ്ഥാന ത്തിന്റെ രഹസ്യ സന്ദേശങ്ങൾ കൈമാറിയും പാർടി ക്ലാസുകളിൽ നിന്ന് ശരിയായ രാഷ്ട്രീയ പാഠങ്ങൾ തിരിച്ചറിഞ്ഞും വളർന്ന വന്ന ചെറിയമ്മ കർഷക പ്രസ്ഥാനത്തിന വേണ്ടി പ്രചാരണം നടത്തുന്ന ഉജ്ജ്വല പ്രാ സംഗികയായി മാറിയ കഥ അവിസ്മരണീയമായ വിപ്ലവാനുഭവമാണ്.

1946 ഡിസമ്പറിലെ ഫ്യൂഡൽ വിരുദ്ധ കലാപത്തെ മൂർധന്യത്തി ലെത്തിച്ച ഒരു സംഭവമാണ് കുയിലൂർ വളണ്ടിയർ ക്യാമ്പ് വളഞ്ഞ് പോലീസ് നടത്തിയ അറസ്റ്റും അതിന്നെതിരെ ഇരിക്കൂർ പോലീസ് സ്റ്റേഷൻ വളഞ്ഞ് അറസ്റ്റിലായവരെ വിമോചിപ്പിക്കാൻ ചുറ്റുപാട്ടമുള്ള ദേശങ്ങളിലെ ജനങ്ങൾ സ്റ്റേഷനിലേക്ക് മാർച്ച് ചെയ്തതും. കുയിലൂരിൽ നിന്നും കസ്റ്റഡിയിലെടുത്ത ഏഴുപേരെ ആറു കിലോമീറ്റർ അകലെയുള്ള ഇരിക്കൂർ പോലീസ് സ്റ്റേഷനിലേക്ക് കൊണ്ടു പോകുമ്പോൾ സ്ത്രീകൾ മുന്നിട്ടിറങ്ങി വഴി തടഞ്ഞു. അവരെ തള്ളിമാറ്റി സ്റ്റേഷനിൽ എത്തി യപ്പോൾ ചുറ്റുപാട്ട നിന്നും ജനങ്ങൾ സ്റ്റേഷനിലേക്ക് ഇരമ്പിയടുത്തു. അതിലും സ്ത്രീകളായിരുന്നു വലിയൊരളവ്. ഇത്തരം തീവ്രമായ സമരങ്ങ ളിൽ നിന്നൊക്കെ പിൽക്കാലത്ത് മിക്കപ്പോഴും സ്ത്രീകളെ മാറ്റിനിർത്താ നായിരുന്ന പുരുഷ നേതൃത്വം വ്യഗ്രത കാട്ടാറുള്ളത്. സ്റ്റേഷൻ മാർച്ചിന നേരെ ലാത്തിച്ചാർജ്ജും ആകാശത്തേക്ക് വെടിവയ്ക്കുമുണ്ടായിട്ടും ആരും അന്നു പിന്മാറിയില്ല. അതൊക്കെ മുൻക്കൂട്ടി കണ്ടുകൊണ്ട തന്നെയാണ് പോലീസ് സ്റ്റേഷൻ മാർച്ചിൽ സ്ത്രീകൾ പങ്കെടുക്കാൻ ധീരത കാട്ടിയത്.

എള്ളരിഞ്ഞിയിലെ പൊലീസ് കോൺസൻട്രേഷൻ ക്യാമ്പിലേക്ക് മാർച്ച് ചെയ്ത എം. എസ്. പി. സംഘം 1946 ഡിസമ്പർ 27 നാണ് എള്ള രിഞ്ഞിയിലെത്തിയത്. മൂന്ന കമ്പനികളായി എള്ളരിഞ്ഞിയിലേക്ക കുതിക്കുന്നതിനിടെ അവർ പാർടി ഓഫീസും ഓഫീസ് സ്ഥിതി ചെയ്യുന്ന ചേനൻ കുഞ്ഞപ്പയുടെ കടയും തകർത്തു. എള്ളരിഞ്ഞി കർഷകസംഘം സെക്രട്ടറി കൂടിയാണ് കുഞ്ഞപ്പ. തൊട്ടരികിൽ തന്നെയാണ് സഖാവിന്റെ വീട്. പൊലീസുകാർ അവിടേക്കും പാഞ്ഞുകയറി. കുഞ്ഞപ്പയുടെ ഭാര്യ മാധവിയെ വലിച്ചിറക്കി ഭീഷണി മുഴക്കി: "എവിടെടീ നിന്റെ ആണങ്ങൾ?" മാധവിയുടെ ഉത്തരം നിർഭയവും തൽക്ഷണവുമായിരുന്നു. ശൗര്യമൊട്ടും ചോരാതെ അവർ തിരിച്ചടിച്ചു: "നിങ്ങൾ നിങ്ങളുടെ പെണ്ണ ങ്ങളോട്ട പറഞ്ഞാണോ ഇവിടെ വന്നത് ". കലി കയറിയ പൊലീസ് ആ ധീരവനിതയെ നേരെ ചീറിയടുത്ത് പൊതിരെ മർദിച്ചു. ഒരു പക്ഷെ, കമ്മ്യൂണിസ്റ്റ് -കർഷക വളണ്ടിയർമാരേക്കാൾ പോലീസ് മർദനവും ഗുണ്ടാപീഡനവും ഏറ്റവാങ്ങേണ്ടി വന്നത് ഈ ദേശത്തെ വീട്ടുകളിൽ കഴിയുന്ന സ്ത്രീകളായിരിക്കാം.

എള്ളരിഞ്ഞിസ്കൂളിൽ ക്ലാസ്സെടുത്തു കൊണ്ടിരിക്കെയായിരുന്ന കർഷക നേതാവ് എം. സി. ആറിനെ പോലീസ് അറസ്റ്റ് ചെയ്തത്. ആ സംഭവം നാടൊട്ടാകെ കോളിളക്കമുണ്ടാക്കി. ഒരു കള്ളക്കേസ് കെട്ടിച്ചമച്ചായിരുന്നു അറസ്റ്റ്. സഖാവിനെ വിലങ്ങു വച്ച വിവരം നാടാകെ പരന്നു. വിവരമറിഞ്ഞ് ഏറ്റവുമാദ്യം പോലീസ് സംഘത്തെ വളയാനെത്തിയവരിൽ കൂടുതലും സ്ത്രീകളായിരുന്നു. കൃഷിയിടങ്ങളിൽ പണിയെടുത്തു കൊണ്ടിരിക്കെ കൈവശമുള്ള കത്തിയും കത്തിവാളമേ ന്തിയാണ് വളഞ്ഞത്. പുല്ലാഞ്ഞിയോടൻ കുഞ്ഞാക്കത്തിന്റെ നേതൃത്വ ത്തിലുള്ള സ്ത്രീകളുടെ ഉപരോധസംഘം എന്തിനും തയ്യാറായിരുന്നു. ആ ജനക്കൂട്ടത്തിന്റെ ആരവം പോലീസ് പടയെ വിറപ്പിച്ചു. ആയുധപ്പടയെ തടയാനെത്തിയ സ്ത്രീകളും പുരുഷന്മാരുമായി അഞ്ഞൂറിലധികം വരുന്ന ആൾക്കൂട്ടത്തെ അന്ന് എം. സി. ആർ. തന്നെ വിലക്കുകയായിരുന്നു. തന്റെ അറസ്റ്റു തടയരുതെന്ന സഖാവിന്റെ കല്പന ജനക്കൂട്ടത്തിന് അനുസരിക്കേണ്ടി വന്നു.

മറ്റ സമരവേദികളിലും സ്ത്രീകളും പുരുഷന്മാരും ലിംഗഭേദമില്ലാതെ അക്കാലത്ത് അണിനിരന്നതായി കാണാം. കാവുമ്പായി സമരക്കുന്നിൽ ഡിസമ്പർ 29 ന് രാത്രിയിൽ കേന്ദ്രീകരിച്ച സമരത്തിലൊഴികെ മറ്റെല്ലാ പുനംകൊയ്ത്ത സമരങ്ങളിലും പുരുഷ സഖാക്കളൊപ്പം സ്ത്രീകളും അണി നിരന്നു. പോലീസ് - ഗുണ്ടാവിളയാട്ടം നാടെമ്പാട്ടും വിറപ്പിച്ചപ്പോഴും പുരുഷന്മാരൊഴിഞ്ഞു പോയ നാടിനെ അചഞ്ചലരായി സംരക്ഷിച്ചത്

സ്ത്രീകളാണ്. കർഷക സഖാക്കൾക്ക് ഒളിവുപാർപ്പിടമൊ രുക്കുന്നതിലും സാന്ദർഭികയുക്തിയോടെ അവർ പെരുമാറി. ഒളിവുപോരാളികളുടെ കാവൽക്കാരായും രഹസ്യസന്ദേശവാഹകരായും നിർഭയം അവർ പ്രവർത്തിച്ചു.

വെടിവയ്പിനു ശേഷം ഇരിക്കൂർ ഫർക്ക പോലീസ് തേർവാഴ്ചയിലാ ണ്ടപ്പോൾ ജന്മിഗുണ്ടാസംഘങ്ങളും നാട്ടിലെമ്പാടും അതിക്രമങ്ങളുമായി സ്വതന്ത്രമായി വിഹരിക്കുകയായിരുന്നു.

പ്രവർത്തകർ ഒളിവിലായ തക്കത്തിൽ ഫർക്കയിലെ കമ്മ്യൂണിസ്റ്റു സ്വാധീനമുള്ള പ്രദേശങ്ങളിലെല്ലാം അക്കൂട്ടരുടെ വിളയാട്ടമരങ്ങേറി. പ്രമുഖ ഗുണ്ടാത്തലവനായ എം. പി. ഗോവിന്ദനും നാൽപതോളം ഗുണ്ടാ അനുയായികളും നിട്ടങ്ങോം, ഏരുവേശ്ശി പ്രദേശങ്ങളില്ലൂടെ മദമിളകിപ്പാഞ്ഞ ഒരു ദിനത്തിലാണ് വീരവനിത ചെറിയമ്മ ആക്രു മിക്കപ്പെട്ടത്. പല കർഷക നേതാക്കളുടേയും വീട്ടുകൾ ആക്രമിക്ക കയും കൊള്ളയടിക്കുകയും ചെയ്ത ശേഷമാണ് ആ തെമ്മാടിസംഘം നിട്ടങ്ങോത്തെ ചെറിയമ്മയുടെ വീട്ടിലെത്തിയത്. ആ ഗുണ്ടാ സെറ്റിന്റെ വലയത്തിലകപ്പെട്ട ചെറിയമ്മ അതിനീചമായ അതിക്രമത്തിനിര യായി. പൈശാചികമായ ബലപ്രയോഗങ്ങൾക്കൊട്ടവിൽ ഗുണ്ടാനേ താവിന്റെ കയ്യില്ലുണ്ടായിരുന്ന ലാത്തിമുന ചെറിയമ്മയുടെ യോനിയി ലേക്ക് കുത്തിയിറക്കി. ചെറുത്തുനില്പിന് ശേഷിയില്ലാതായ സഖാവ് ബോധരഹിതയായി വീണു. ചെറിയമ്മ മരിച്ചെന്ന വിശ്വാസത്തിൽ ഗുണ്ടാക്കൂട്ടം അവരെ ഉപേക്ഷിച്ച് കടന്നു. ജന്മിയുടെ വേലക്കാരിയിൽ നിന്നും ജന്മിവിരുദ്ധ സമരത്തിന്റെ നായികയായി ചെറിയമ്മ വളർന്ന തിന്റെ പരമമായ പകയോടെയാണ് ആ കാപാലികർ പെരുമാറിയത്. പക്ഷെ, ചെറിയമ്മയെന്ന ധീര സഖാവിന്റെ പ്രാണൻ അവിടെ പൊലി ഞ്ഞില്ല. ഉയിർത്തെഴുന്നേല്പിന്റെ വിപ്ലവശേഷി അവർ വീണ്ടെടുത്തു. മലബാറിലാകമാനം കർഷക പ്രസ്ഥാനത്തിന്റെ ആവേശവും ജ്വലി ക്കുന്ന നക്ഷത്രമുഖവുമായി ചെറിയമ്മ ചരിത്രത്തിലിടം പിടിച്ചു. കേരളീ യനോടൊപ്പം മലബാറിലാകെ സഞ്ചരിച്ച് ചെറിയമ്മ പ്രസ്ഥാനത്തിനു വേണ്ടി നടത്തിയ പ്രസംഗപര്യടനത്തിന്റെ അനുഭവം കേരളീയൻ പിന്നീട് സ്മരിക്കുകയുണ്ടായി.

വളണ്ടിയർ

പ്രതിരോധത്തിന്റെ തയ്യാറെടുപ്പുകൾക്കായി രാഷ്ട്രീയമായും കായികമായും ശേഷി സ്വായത്തമാക്കാൻ കർഷകപ്പോരാളികൾ കഠിനമായ പരിശീലനത്തിലേക്കു നീങ്ങി. സംഘത്തിന്റെ ഘടകങ്ങൾ

നാനാ ദേശങ്ങളിൽ രൂപപ്പെട്ടതു മുതൽ അണികളെ വിദ്യാഭ്യാസം ചെയ്യിക്കാനും സമരഭടന്മാരാക്കി മാറ്റിയെടുക്കാനും ആവശ്യമായ പദ്ധതികളൊരുക്കി. രാഷ്ട്രീയ ക്ലാസുകൾ തുടർച്ചയായി നൽകിയും വളണ്ടിയർമാരെ തെരഞ്ഞെടുത്ത് പരിശീലിപ്പിച്ചും അവരെ ചുവപ്പ വളണ്ടിയർമാരാക്കുന്നതിൽ അതീവശ്രദ്ധ പതിപ്പിച്ചു.

ആദ്യഘട്ടത്തിൽ ഫർക്കയിലെ വളണ്ടിയർ നേതാക്കൾക്കായി ബ്ലാ ത്തൂരിൽ പത്തു ദിവസം നീണ്ടു നിന്ന ഒരു പരിശീലന ക്യാമ്പ് നടത്തി.

വളണ്ടിയർ ക്യാമ്പിൽ ചിട്ടയും അച്ചടക്കവും ശീലിക്കാനുള്ള മാർച്ച പാസ്റ്റിനോടൊപ്പം ഗറില്ലാ യുദ്ധമുറകളും അഭ്യസിക്കണം. സൈദ്ധാ ന്തിക പഠനവും കൂടെ നടക്കും.

എം. എസ്. പി. ക്കാരുടെ തോക്കുകളെ തോൽപിക്കാൻ വാരിക്കുന്ത ത്തെ പകരം കാണുന്ന ആയുധ പരിശീലനമാണ് അതിൽ പ്രധാനം. വാരിക്കുന്തത്തിന് തോക്കും ബയണറ്റും ചേർന്നാല്ലുള്ള നീളത്തേക്കാൾ അധികമുണ്ടാകും. അതും കയ്യിലേന്തി നിലംപറ്റി ഇഴഞ്ഞു നീങ്ങി തോക്കുധാരിയുടെ അടുത്തെത്തും. ശത്രുവിനെ കുന്തംകൊണ്ട് ആഞ്ഞു കുത്തണം. യന്ത്രത്തോക്കിനെ തോൽപിക്കാനുള്ള അപാരമായ ധീരതയും വേണം. വിപ്ലവപ്പോരാളിയുടെ ആത്മാർഥതയും ആത്മബലവും പ്രതിഫ ലിക്കുന്ന ഒരു രീതിയാണതെന്ന് സമ്മതിക്കാതെ വയ്യ. അതേസമയം തികച്ചും ബുദ്ധിശൂന്യമായ ഒരു ആയുധ പ്രയോഗമായി മാത്രമേ അതിനെ കണക്കാക്കാനാവൂ. തോക്കുധാരികളുമായി മുഖാമുഖം ഏറ്റുമുട്ടി ഒരു ശത്രുവിനെപ്പോലും ആ രീതിയിൽ വീഴ്ത്തിയതായി തെളിവില്ല. ഫർക്കാ ക്യാമ്പിന്റെ തുടർച്ചയായി പ്രാദേശിക ക്യാമ്പുകളും സംഘടിപ്പിച്ചു.

ഇരിക്കൂർ ഫർക്കയിലാകെ വളണ്ടിയർ പരിശീലനത്തിന് മുഖ്യമായ ചുമതല വഹിച്ചത് സ: ആർ. ഒതേനൻ ആയിരുന്നു.

മയ്യിൽ സ്വദേശിയായ കുഞ്ഞപ്പയാണ് കാവുമ്പായിയിലെ വളണ്ടിയർ പരിശീലകൻ. പുതിയമഠത്തിൽ കുഞ്ഞമ്പുനമ്പ്യാരുടെ വീട്ടിൽ അമ്പതു പേരുടെ വളണ്ടിയർ സേനക്ക് ഒരു മാസത്തെ വളണ്ടിയർ പരിശീലന ക്യാമ്പ് ഒരുക്കി. ഓരോ ദിവസവും പരിശീലനം കഴിഞ്ഞാൽ മാർച്ച് ചെയ്ത് സമീപപ്രദേശങ്ങളിലേക്ക് നീങ്ങും.

പോളരാഘവന്റെ നേതൃത്വത്തിൽ പയ്യാവൂരിൽ വളണ്ടിയർ പരിശീലനം തുടക്കം തൊട്ടേ ആരംഭിച്ചിരുന്നു. പട്ടാളത്തിൽ നിന്നും പിരിഞ്ഞു വന്ന കൊളക്കട്ട കുഞ്ഞമ്പുവിന്റെ പരിശീലനം ലഭിച്ച തോടെ അമ്പതു മികച്ച വളണ്ടിയർമാർ പയ്യാവൂരിൽ പരിശീലനം പൂർത്തിയാക്കി. 1940 ൽ അറാക്കൽ കുഞ്ഞിരാമന്റെ സാന്നിധ്യത്തിൽ

ഏരുവേശ്ശിയിൽ വളണ്ടിയർ പരിശീലന ക്യാമ്പ് നടന്നു. ചുറ്റപാടുമുള്ള പ്രദേശങ്ങളെ സജീവമാക്കാൻ ഈ ക്യാമ്പിനു കഴിഞ്ഞു.

വളണ്ടിയർ പരിശീലനത്തിനായി ഫർക്കയിലെ പല ഗ്രാമങ്ങ ളില്ലും രഹസ്യത്താവളങ്ങളൊരുങ്ങി. ചിലയിടങ്ങളിൽ പരസ്യമായ പരേഡുകളും നടന്നു. പകൽ മുഴുവൻ പരിശീലനം കഴിഞ്ഞാൽ രാത്രി നിശ്ചയിച്ച ഗ്രാമങ്ങളിൽ കാവൽ നിൽക്കണം. പോലീസും ജന്മിഗുണ്ടക ളും വീട്ടുകൾ തേടിയെത്താം. കുടിലുകൾ തീയിടാനോ സ്ത്രീകളെ കയ്യേറ്റം ചെയ്യാനോ ഉള്ള കിരാത നീക്കങ്ങളെ തടയേണ്ടതുണ്ട്. രാത്രിയിലാണ് അവരുടെ ക്രൂരതകൾ കൂടുതലും. അതിനെ നേരിടാനാണ് വളണ്ടിയർ മാരുടെ രാത്രി കാവൽ.

1946 ഡിസമ്പർ 11 സായാഹനം. അത്തരത്തിലൊരു പ്രാദേശിക ക്യാമ്പ് കുയില്ലൂരിലെ കണ്ടുകുണ്ടം വയലിൽ നടക്കുകയായിരുന്നു. മട്ട ങ്ങോടൻ ഗോവിന്ദന്റെ നേതൃത്വത്തിലാണ് പരിശീലനം. പരിശീലന കേന്ദ്രത്തിലേക്ക് നാലു മണിയോടെ പോലീസ് സംഘമെത്തുന്നു. അലർച്ചയോടെയാണ് അവരടുത്തത്. വളണ്ടിയർമാർക്കു നേരെ ലാത്തിച്ചാർജ്ജും തുടങ്ങി. 21 പേരടങ്ങുന്ന വളണ്ടിയർ സംഘമാണ് പരിശീലനത്തിനുണ്ടായിരുന്നത്. ഏഴു വളണ്ടിയർമാരെ പോലീസ് കസ്റ്റഡിയിലെടുത്തു. പരിശീലനകേന്ദ്രം പിരിച്ചുവിടുകയായിരുന്നു പോലീസിന്റെ പ്ലാൻ.

ഒരു കേസ്സിൽ പ്രതിയായ മലപ്പട്ടം കുമാരൻ മാസ്റ്റർ ക്യാമ്പിൽ പ്രസംഗിക്കാനുണ്ടെന്നറിഞ്ഞ് ചെന്നതാണെന്നും പോലീസിനെ കണ്ടപ്പോൾ വളണ്ടിയർമാർ വിസിലടിച്ച് വളഞ്ഞെന്നും മാരകായു ധങ്ങളുമായി ആക്രമിച്ചെന്നുമാണ് അന്നത്തെ പോലീസ് റിപ്പോർട്. കസ്റ്റഡിയിലെടുത്തവരെ ഇരിക്കൂർ പോലീസ് സ്റ്റേഷനിലേക്ക് വലിച്ചി ഴക്കുമ്പോൾ സ്ത്രീകളുൾപ്പെടെ നാട്ടുകാർ തടഞ്ഞെങ്കിലും പ്രയോജനമു ണ്ടായില്ല. വഴിമധ്യേയും സ്റ്റേഷനിലിട്ടും സഖാക്കളെ മർദിച്ചു. സംഭവം വൻപ്രതിഷേധത്തെ ക്ഷണിച്ചു വരുത്തി. വേളുത്തം വളണ്ടിയർ മാർച്ചിനു നേരെ ലാത്തിച്ചാർജ്ജുണ്ടായി.

രാഷ്ട്രീയമായും കായികമായും ചിട്ടയോടെ പരിശീലനം സ്വായ ത്തമാക്കിയ റെഡ് വളണ്ടിയർ ഒരു ഉത്തമ പോരാളിയാണ്. വിപ്ലവ ത്തെ മുന്നിൽ നയിക്കുന്ന ജനകീയസൈന്യത്തിന്റെ കുന്തമുനയാണ്. സമരപഥത്തിലെ പതറാത്ത പോർമുഖം. എന്തിനേയും നേരിടാനുള്ള ആത്മബലവും വിജയം സുനിശ്ചിതമാക്കാനുള്ള പോർവീര്യവും വിപ്ലവ രാഷ്ട്രീയത്തിനു വേണ്ടി ജീവരക്തവും പ്രാണനും പകരം നൽകാൻ പാകത്തിൽ പ്രതിജ്ഞാ ദൃഢത കൈവരിച്ച ഗറില്ലാപ്പടയാളി.

ചരിത്രത്തിലെ വിപ്ലവരാഷ്ട്രീയ ഏട്ടുകളിൽ നിന്നും സോവിയറ്റ് ചെമ്പട യുടെ അനുഭവങ്ങളിൽ നിന്നുമൊക്കെ പകർന്നകിട്ടിയ ആത്മാവിന്റെ കുതിപ്പായിരുന്ന അന്നത്തെ വളണ്ടിയർസങ്കല്പം. ആഘോഷരാലിക ളുടെ അലങ്കാരദളമായി മാത്രം മറ്റൊരുകാലത്ത്, എഴുന്നള്ളിക്കപ്പെടുന്ന ചുവന്നവാലുകൾ, പോരാട്ടത്തിന്റെ തീക്കാറ്റിലൂടെ ശരതീവ്രതയോടെ കുതിക്കുന്ന ചെമ്പടയെന്ന രണവ്യൂഹവുമായി ഒരുതരത്തിലും ഒത്തുപോ കുന്നതല്ല.

∗ ∗ ∗

* ജന്മി ഭാരതം:
കേട്ടില്ലെ നാട്ടാരേ കല്യാട്ട നമ്പ്യാർ ത-
ന്നക്രമം തെമ്മാടിത്തം താന്തോന്നിത്തവുമഹോ,
റൗഡികളെ കൊണ്ടവർ പൊട്ടാസ് പൊട്ടിക്കുന്നു.
നാട്ടിനെ ചുട്ടചാമ്പലാക്കും നമ്പ്യാരഹോ
നാട്ടാരെ രക്ഷിക്കാനൊത്തചേരുക വേണം
ജന്മിത്തം നശിപ്പിച്ചു നാടിനെ രക്ഷിക്കേണം
നമ്മുടെ കുഞ്ഞുങ്ങളെ പട്ടിണി ത്തീയിൽ നിന്ന്
രക്ഷിച്ചീടുക വേണം നാട്ടാരേ, സഖാക്കളെ
മീനമന്നിരുപതാണെന്നോർക്കണ-
മൂരത്തേരിൽ
മാനവർ മൃഗങ്ങളായി മാറിയ മഹാദിനം.
ആരടാ കത്തി, ലാത്തി, നാടൻ ബോംബുംകൊണ്ട
രാജ്യം ചാമ്പലാക്കാൻ വന്ന
ഡ്രൈവറനന്തനും അപ്പനവും
കാടൻ ഗോവിന്ദനും തല പുളപ്പനും
ഷാപ്പുകറുകനും പെരുമ്പറമ്പിൽ -
താമസിക്കും ചില റൗഡികളും.
മീനമിരുപതാം തീയതിക്ക്
രാത്രി പത്തുമണിയാകുമ്പോഴ്
കാര്യസ്ഥൻ കാരോന്റെ വീട്ടിൽ വന്നു
കൂട്ടംകൂടി മദ്യപിച്ചുള്ള റൗഡികൾ
നാടകത്തിൻ സ്റ്റേജിൻ മറവിൽ നിന്ന്
നാടൻ ബോംബെറിഞ്ഞു പൊട്ടിച്ചു.
നാലഞ്ചു മാസം ചെന്ന ബാലമ്മ, രണ്ലകൾ
കാലിനും കൈക്കും കോട്ടം തട്ടിയ വൃദ്ധന്മാരും
ഒത്തുചേർന്നിരുന്നഹോ കാണുന്ന സസന്തോഷം.

പേർത്തുമീ ഗ്രാമീണന്റെ നാടക മഹാമഹം.
ഇല്ലൊന്ന കണ്ടിട്ടാഹ്ലാദിക്കാൻ ഇന്നാട്ടുകാർക്കി
ല്ലൊരു തെയ്യം പോല്യം ഇന്നാട്ടിൽ പണ്ടെ തന്നെ
ധ്രാമയും സിനിമയും കണ്ടിട്ടില്ലിവർ
ജന്മിക്കോമരത്തിന്റെ ദുഷ്ടപ്പേക്കൂത്തിൻ നിയമത്താൽ
രാപ്പകലധ്യാനിച്ച മനസ്സും ദേഹം താനും
തീക്കനൽപോലെ ചുട്ടുനീറുന്നവസരം
ഏതാനും പാട്ടും പാടി സ്വല്പമാ നിമിഷങ്ങൾ
സംപ്രീതരായി കഴിയാനാശിച്ചാലത്രം കുറ്റം
ലാത്തികൾ, കഠാരങ്ങൾ കഴകൊക്കകൾ പിന്നെ
കുത്തുവാൻ കുന്തങ്ങളും ഓമനപ്പീശാത്തിയും
പേറിക്കൊണ്ടിതാ റൗഡിസെറ്റ വരികയായ്
ഹാകഷ്ടം പാവങ്ങളെ കൊല്ലുവാൻ അണയുകയായ്
അമ്മ പെങ്ങന്മാരില്ലേ, നിങ്ങൾക്ക്
ഉണ്ടെന്നാകിലെങ്ങനെ സാധിക്കുമീ തരം പ്രവർത്തിപ്പാൻ.
എന്തൊരു കുടുംബവാഴ്ച -
യെന്തൊരു നീതിയിത്
ചിന്തിച്ചാൽ ഹിരണ്യന്റെ
വാഴ്ചയോ സഖാക്കളെ.
വാരവും പുറപ്പാട്ടവും അരിയും ശീലക്കാശ്രം
വാങ്ങുവാൻ തരം പോലെ സാധിക്കാത്തത്രു കൊണ്ടോ
വാർക്കുന്ന കഠാരത്താൽ കർഷക രക്തം നിങ്ങൾ
തീർക്കുന്ന ചുടലയായ് നാടിനെയീവിധം
കർഷകരക്തമൂറ്റി കുടിച്ചുപഠിച്ചുള്ള
ഭ്രർഷുകളാണിക്കൂട്ടർ
ജന്മികൾ പണ്ടെ തന്നെ.
നോക്കേണ്ട തീരെ വേണ്ട
കർഷകന്മാരോടിനി കളിക്കേണ്ട
നീതികെട്ട നിലയിലൊന്നും നോക്കേണ്ട.
വിട്ടുമാറുകയില്ലിനി, യറിഞ്ഞോളിൻ
കൂട്ടരെ,
വിഡ്ഢിത്തം വിളമ്പാതെയടച്ചുകത്തിരുന്നോളിൻ
കോൺഗ്രസിന്റഹിംസയാണിത്തരം പ്രസംഗങ്ങൾ
തൻവീട്ടിലടുക്കളയിൽ വിളമ്പി കൊട്ടത്തോളിൻ
ഗമയും വമ്പും വേണ്ട കർഷകർ പേടിക്കില്ല
ധിക്കാരം കൂട്ടാക്കില്ല നാടിനെയോർത്താൽ നന്ന്

എമ്പാടും നശിക്കുന്ന പട്ടിണിപ്പാവങ്ങളിൽ
അൻപുള്ളോരല്ല, ക്രൂരജന്മികൾ പണ്ടേ തന്നെ.
'ജന്മിഭാരതം' മിതം നിത്യവും ഭസ്മം പൂശി
കൻമതിലിനു ചാരി നിന്നെന്നും ജപിക്കകിൽ
ഈ കഥ കേൾക്കുന്നോർക്കും അന്യദേശത്തും ചെന്ന്
തക്കത്തിൽ പറയുന്ന കൂട്ടർക്കും മോക്ഷംഫലം.

ഡിസമ്പർ മുപ്പത്

കാവ്യമ്പായി സഖാക്കൾ കലണ്ടറിൽ സ്ഥാപിച്ച ദിനമാണ് ഡിസമ്പർ 30. 1946 മുതലിങ്ങോട്ട് കാലത്തിന്റെ തീക്കനലാണ് ഡിസമ്പർ മുപ്പതെന്ന രക്തസിന്ദൂരം. പോരാട്ടത്തിന്റെ ഹൃദയത്തിൽ കാലം കുറിച്ച അഗ്നിമുദ്ര. തീപിടിച്ച ചരിത്രം ചുണ്ടോടമർത്തി കൈമാറിയ ഒട്ടങ്ങാത്ത ചുംബനം. ഒരു ദിക്കില്യമസ്തമിക്കില്ലെന്നുറപ്പിച്ച അരുണോദയം. തീക്കാറ്റ് പാടിയ പടപ്പാട്ട്.

സ്വാതന്ത്ര്യത്തിന്റെ ആകാശം മുത്തിയ സമരശിഖകളുടെ വിശ്വരൂപം അന്ന് കലാപത്തിന്റെ പുലരികളും പൂക്കാലങ്ങളും തൊട്ടുത്തുവിട്ടു. പോർ നിലങ്ങളിൽ പുണർന്നു കിടക്കുന്ന വിമോചന ഗാഥകളിലെ കുതിപ്പും കിതപ്പും ജ്വാലാചിത്രങ്ങൾ വരച്ചിട്ടു. കാവ്യമ്പായിക്കുന്നിന്റെ പുലരിയായ് പൊട്ടിവിടർന്ന വസന്തദളങ്ങളിൽ പുത്തനുദയത്തിന്റെ സൂര്യപുത്രന്മാർ ജ്വലിച്ചു. രക്തസാക്ഷിത്വത്തിന്റെ അമരഭാവങ്ങൾ ജ്വലിപ്പിച്ച കൊണ്ട് കാലം അനശ്വരമുദ്രകളണിഞ്ഞു. കർഷക സമരേതിഹാസങ്ങളുടെ കൊട്ടങ്കാറ്റിൽ സ്വാതന്ത്ര്യത്തിന്റെ മഹാഗാഥകൾ പിറന്നു. നാട്ടുവാഴിത്തത്തിന്റെ സിംഹാസനം തകർത്ത രണഭൂമികൾക്കു മീതെ ചരിത്രം ചിറകടിച്ചു.

1946 ഡിസമ്പർ മുപ്പതിനാണ് ചരിത്രം ചുവന്നത്, കാവ്യമ്പായിക്കുന്നിൽ വെടിമുഴങ്ങിയത്, ദിങ് മണ്ഡലങ്ങളിൽ സ്വാതന്ത്ര്യബോധം തീനാളമായി ആളിപ്പടർന്നത്. പാരതന്ത്ര്യം നാമാവശേഷമായത്. ഇനിയൊരിക്കലും വിളവെടുപ്പുപാടങ്ങളിൽ, കർഷകന്റെ ശിരസ്സ് ബന്ദിയാക്കാൻ, കുടിയാന്റെ മാടപ്പുരകളിൽ പ്രാണന്റെ തിരിനാളങ്ങൾ തല്ലിക്കെട്ടുത്താൻ ഫ്യൂഡൽഅട്ടഹാസങ്ങളുണ്ടാകരുതെന്ന ഉഗ്രശാസനം കുന്നിന്റെ നെറുകയിൽ നിന്നുയർന്നു.

യഥാർഥത്തിൽ, ചരിത്രം തുടങ്ങിയതും ഒടുങ്ങിയതും ഡിസംബർ മുപ്പതിനല്ല. കേട്ടറിഞ്ഞ കഥകളിലെല്ലാം കാവുമ്പായിസമര ചരിത്രത്തിന്റെ മർമം കാവുമ്പായിക്കുന്നിലെ വെടിവയ്പ്പായിരുന്നു. പോർ സ്മൃതികളേറെയും അതിലൊതുങ്ങി നിന്നു. അതിനു മുന്നോടിയായുള്ള ഭൂസമരങ്ങളും ജന്മിക്രൂരതകളും അക്രമപ്പിരിവുകളും പോലീസ് വിളയാട്ടവും കുടിയാൻജനതയുടെ അതിജീവനങ്ങളും കർഷകസംഘം പ്രവർത്തകർക്കു നേരെയുള്ള കള്ളക്കേസുകളും വിസ്തരിച്ചില്ലേൽ കാവുമ്പായിയുടെ ചരിത്രം ഏറക്കുറെ അപൂർണമാവും. അതിലപ്പുറം അതിവിസ്തൃതമായ കാൻവാസ് 'കാവുമ്പായി'യുടെ ഇതിഹാസത്തിനുണ്ടെന്ന് ബോധ്യപ്പെട്ടത് 'കാവുമ്പായി കാർഷിക കലാപം' എന്ന കൃതിക്കുവേണ്ടിയുള്ള ഞങ്ങളുടെ അന്വേഷണത്തിലാണ്.

നൂറ്റാണ്ടുകളായി പിന്തുടർന്ന ഭൂച്ചൂഷണങ്ങളും അസന്നിഹിതമായ കാർഷികപ്രശ്നങ്ങളും ഉൽപാദന ബന്ധങ്ങളിലെ വൈരുധ്യങ്ങളും ചരിത്രപരമായി രൂപപ്പെട്ട സംഘർഷങ്ങളും മൂർച്ഛിച്ചുണ്ടായ പതനഘട്ടത്തിലെ ഒരു പരീക്ഷണപ്പോരു മാത്രമായിരുന്നു ഡിസംബർ മുപ്പതിലെ സംഭവം. അതിലെ രക്തസാക്ഷിത്വമാണ് ചരിത്രത്തിൽ കുടിയിരുത്തപ്പെട്ടത്. അതിനു മുമ്പും പിമ്പുമായി ചരിത്രമുഖം ചുവപ്പിച്ച നിരവധി സംഭവങ്ങളുടെ ആകത്തുകയാണ് കാവുമ്പായി. ഇരിക്കൂർ ഫർക്കയിലെ പലയിടങ്ങളിലായി നടന്ന ഭൂസമരങ്ങൾ, ചെറുത്തുനില്പുകൾ, ഭക്ഷ്യക്ഷാമത്തിനെതിരായ സമരങ്ങൾ, സഹകരണസ്റ്റോറുകൾ മുതലായ സമാന്തരപദ്ധതികൾ, ജാപ്പ് വിരുദ്ധമേളകൾ, വായനശാലകളും സ്കൂളുകളും സ്ഥാപിക്കലും ചുട്ട കരിക്കലും, മറ്റ് സാംസ്കാരിക പ്രതിരോധങ്ങൾ, പറമ്പൻ കുഞ്ഞിരാമൻ, പി. നാരായണൻ നമ്പ്യാർ എന്നിവരുടെ രക്തസാക്ഷിത്വം, ഇരിക്കൂർ പൊലീസ് സ്റ്റേഷൻ ആക്രമണം, കുയിലൂർ വളണ്ടിയർ ക്യാമ്പ് വളയൽ, ഫ്യൂഡൽ ആസ്ഥാനമായ എള്ളരിഞ്ഞിയിലേക്കുള്ള കർഷക മാർച്ച്, കർഷക പോരാളികൾക്കെതിരായ കൊലക്കേസുകളും ബലാത്സംഗ കേസുകളും, ഗുണ്ടാവിളയാട്ടങ്ങൾ, എം. എസ്. പി നരനായാട്ടുകൾ, കേളംകൊട്ട വെടിവയ്പ്പ്, സേലം ജയിൽ വെടിവയ്പ്പ്... ഇത്തരത്തിൽ എണ്ണമറ്റ സംഭവങ്ങൾ ഈ ചരിത്രത്തിന്റെ വിസ്തൃതമായ കാൻവാസിനെ ഉജ്ജ്വലമാക്കുംവിധം പ്രാധാന്യമേറിയതാണെന്ന് ആ അന്വേഷണത്തിൽ തിരിച്ചറിയാനായി. അതേവരെ മൂടപ്പെട്ടു കിടന്ന മഹനീയയേട്ടുകൾ പലതും പുറത്തുവന്നു. പിൽക്കാലത്ത് അവ കാവുമ്പായിയുടെ ഇതിഹാസസ്മൃതികളിൽ സ്ഥാനം പിടിക്കുകയും ക്യാമ്പയിന്റെ ഭാഗമായി തുടരുകയും ചെയ്തു.

1946 ഡിസംബർ 29 ന് ഞായറാഴ്ച രാത്രി ചുവപ്പിന്റെ കോട്ടകളിൽ നിന്നും പോരാളികൾ കാവുമ്പായിക്കുന്ന് ലക്ഷ്യം വച്ചു. ആ കാട്ടുകുന്ന് ഈയൊരു രാത്രിക്ക ശേഷം നാമാവശേഷമാവുകയാണ്. അടുത്ത പ്രഭാതത്തോടെ 'സമരക്കുന്ന്' എന്ന പുതിയൊരു നാമം ചരിത്രത്തിൽ ഉദയം കൊള്ളാൻ പോകുന്നു.

ഡിസംബറിലെ കൊടുംതണുപ്പില്ലൂടെയാണ് ഇരുട്ടിന്റെ മറപിടിച്ച് പോരാളികൾ മാർച്ച ചെയ്തത്. രാത്രി സമയത്ത് തണുപ്പ് കനത്തു വരും. കോടമഞ്ഞ് ഘനീഭവിച്ച് ഭ്രമണ്ഡലത്തെ മരവിപ്പിക്കും. ആളുകൾ തമ്മിൽ അന്യോന്യം ഉരിയാടാൻ സാധിച്ചെന്നു വരില്ല. പല്ലുകൾ കൂട്ടിയിടിച്ച്, ചുണ്ടുകൾ കോടി, ഒച്ച ചളിയും. പുലരാൻ നേരത്ത് തൊട്ട ടുത്തുള്ളവരെപ്പോലും കാണാൻ കഴിയാത്ത മട്ടിൽ മൂടൽമഞ്ഞ് പരന്ന് ഭൂമിയുമാകാശവും മൂടും. സൂര്യനുദിച്ചുല പോലും, ഏറനേരം കഴിഞ്ഞേ അറിയൂ. കോട നീങ്ങി പ്രകൃതിരശ്മികൾ പതിയാൻ സമയമെടുക്കും.

അത്തരത്തിലൊരു രാവ് ആൾക്കാർക്ക് ആസകലം മൂടിപ്പതച്ചുറ ങ്ങാനുള്ളതാണ്. പക്ഷെ, നമ്മുടെ സഖാക്കൾക്ക് അതിനുള്ള ക്ഷമയില്ല. ഇരുട്ടിന്റെ രാശി കനത്തു വന്നപ്പോൾ അവർ ചെറു ഗ്രൂപ്പുകളായി കാവു മ്പായിയിലേക്ക് തിരിഞ്ഞു. പാതിരക്കുമുമ്പേ അവർ കാവുമ്പായിക്കുന്നി ന്റെ ശൈത്യ ശിഖരത്തിൽ ഒത്തുകൂടി. അവർ ആയുധങ്ങളേന്തിയിരുന്ന, എം. എസ്. പി സൈന്യത്തെ നേരിടാൻ തന്നെയാണ് നിശ്ചയം. മരണവുമായുള്ള അന്തിമ ഉടമ്പടിയാണത്. ഒന്നുകിൽ മരണം, അല്ലെ ങ്കിൽ വിജയം എന്ന രണ്ട വചനങ്ങൾക്കിടയിൽ ആയുസ്സിന്റെ ഭാഷ വട്ടം കറങ്ങുന്നു. വിമോചന സിദ്ധാന്തത്തിന്റെ മാരകമായ കയ്യൊപ്പ പതിഞ്ഞ അന്തിമ വിധി.

നാടൻ തോക്കുകൾ, കല്ലുകൾ കവണകൾ, വാക്കത്തികൾ, വാളുകൾ, വാരിക്കുന്തങ്ങൾ... സമരക്കൊടികൾ.

തോക്കുപയോഗിക്കാനുള്ള പരിശീലനം എക്സ് മിലിറ്റിക്കാരായ സഖാക്കൾ ചങ്ങാതിമാർക്ക് നൽകിയിട്ടുണ്ട്. വാരിക്കുന്തം പ്രയോഗി ക്കാനുള്ള വിദ്യയും സഖാക്കൾ സ്വായത്തമാക്കിയിട്ടുണ്ട്. നിലംപറ്റി നിരങ്ങി പോലീസുകാരന്റെ അടുത്തെത്തി വേണം കുന്തം പ്രയോഗി ക്കാൻ. പൊലീസ് തോക്കും ബയണറ്റും കടന്നുനിൽക്കാൻ കണക്ക കൂട്ടിയാണ് നീളൻവാരിക്കുന്തങ്ങൾ ചെത്തിയെടുത്തത്. പുനംകൃഷിക്ക് നിലമൊരുക്കാനാവശ്യമായ പണിയായുധങ്ങളും കരുതിയിരുന്നു. സുപ്രധാനമായ ഒരു പ്രതിരോധ സമരമാണന്ന് തരിശ്ശുഭൂമിയിലെ കൃഷി. കാട്ടുമൂടിയ കുന്നാണ്.

സമരക്കുന്ന്

ഒട്ടാകെ കാട്ടുവള്ളികൾ ചുറ്റിവരിഞ്ഞു കിടപ്പുണ്ട്. കടമ്പകളെയ്യം അരിഞ്ഞെറിയാനുള്ള മൂനക്കൂർത്ത നിശ്ചയദാർഢ്യത്തോടെയാണ് ഓരോ വളണ്ടിയറ്റും വന്നെത്തിയിട്ടുള്ളത്. സമരബോധത്തിന്റെ താപ ത്തുടിപ്പിലാണ് ഓരോമനസ്സും. കൊട്ടംതണുപ്പ് അവർക്ക് വിഷയമല്ല. ഇരിക്കൂർ ഫർക്കയുടെ വിവിധ വില്ലേജുകളിൽ നിന്നുമെത്തിയവരാ ണവർ. ഫ്യൂഡൽ പ്രഭുവിന്റെ ആസ്ഥാനത്തു നിന്നും അകലെയല്ലാത്ത ഒരു കുന്നിൽ ഒത്തുകൂടി ജന്മിത്തവുമായി മുഖാമുഖം യുദ്ധം ചെയ്യാനൊ രുങ്ങി വന്നവർ. ഒരു പക്ഷെ, ഒട്ടവിലത്തെ യുദ്ധം. ജയമില്ലെങ്കിൽ തിരിച്ച പോക്കില്ലെന്ന ഉറച്ച ബോധ്യത്തിന്റെ ദൃഢതയാണ് ഓരോ പോരാളിയെയ്യും നയിച്ചത്.

ബ്ലാത്തൂർ, ഊരത്തൂർ, കല്യാട്, കുയില്ലൂർ എന്നിവിടങ്ങളിൽ നിന്നുള്ള കർഷകരുടെ സമരഗ്രൂപ്പിൽ ഏകദേശം 60 പേരുണ്ടായിരുന്നു.

അവരെ നയിച്ചത് പി. കുമാരൻ. പയ്യാവൂരിൽ നിന്നുള്ള 75 അംഗ സംഘത്തെ കൊട്ടയാടൻ രാഘവൻ മാസ്റ്റർ, കണ്ണൻ നമ്പ്യാർ, കെ. പി. ഗോവിന്ദൻ നമ്പ്യാർ എന്നിവർ നയിച്ചു. പതിമ്മൂന്ന് തോക്കുകൾ അവർ കരുതിയിരുന്നു. അതിലൊന്ന് ജന്മിയുടെ കാര്യസ്ഥനിൽ നിന്നും തട്ടിപ്പറിച്ചെടുത്തതാണ്. ആവശ്യത്തിനു വെടിമരുന്നും കരുതി. കൂടാതെ, ആശാരി കുഞ്ഞമ്പു ചെത്തിയുണ്ടാക്കിയ കുറേ വാരിക്കുന്ത ങ്ങളും കവണകളും കല്ലുകളും കരുതി. ഏരുവേശിയിൽ നിന്നു മുപ്പതു പേരടങ്ങുന്ന സംഘമാണ് കുന്നിലെത്തിയത്. കാഞ്ഞിലേരി, നിട്ടങ്ങോം, എള്ളരിഞ്ഞി, കാവുമ്പായി എന്നിവിടങ്ങളിലെ മിക്കവാറും മുഴുവൻ വളണ്ടിയർമാരും കുന്നിലും പരിസരങ്ങളിലുമായി വിന്യസിച്ചു. മലപ്പ ട്ടം, ച്ചുളിയാട്, ചെങ്ങളായി, നിടിയേങ്ങ, ചുഴലി തുടങ്ങി ചുറ്റവട്ടങ്ങളിൽ നിന്നും ചിലരെത്തി. ഒത്തുകൂടിയ വളണ്ടിയർമാരിൽ മിക്കവരുടെ കൈകളിലും വാരിക്കുന്തം, മടവാൾ, മഴു, കല്ല്, കവണ, കത്തി, നാടൻ തോക്ക്, വെടിമരുന്ന് ഇത്തരം പലവിധ ആയുധ സാമഗ്രികളുണ്ടായി രുന്നു.

ആശ്ശൂർ വീട്ടിൽ ഒരുക്കിയ ഭക്ഷണത്തിനു ശേഷം അവർ കുന്നിന്റെ വിവിധ ഭാഗങ്ങളിലായി തമ്പടിച്ചു. വളണ്ടിയേഴ്സിനു ഭക്ഷണം നൽകാനും അവരെ നിശ്ചിത കേന്ദ്രങ്ങളിലെത്തിക്കാനും കാവുമ്പായി യിലെ കർഷക സഖാക്കളോടൊപ്പം ജനങ്ങളും വ്യാപൃതരായി.

സമരകേന്ദ്രത്തിന്റെ മൂന്നു ദിശകളിൽ വളണ്ടിയർമാരുടെ ഓരോ ഗ്രൂപ്പിനെ കാവൽക്കാരായും നിർത്തി. ഐച്ചേരിയിൽ നിന്ന് കാവുമ്പാ യിക്കുന്നിലേക്ക് നീളുന്ന വഴിവക്കിലാണ് അതിനു വേണ്ടി ഒരു ഗ്രൂപ്പ് സ്ഥാനമുറപ്പിച്ചത്. മറ്റൊരു ഗ്രൂപ്പ് കുന്നിന്റെ തെക്കുഭാഗത്ത് കാർക്കോ ട്ടേരിയിലും മൂന്നാമത്തെ സെൻട്രി വിഭാഗം കുന്നിന്റെ പടിഞ്ഞാറുവശ ത്തുള്ള വയലിന്റെ പടിഞ്ഞാറേക്കരയിലും കാവൽക്കണ്ണുമായി കാത്തി രുന്നു. എല്ലാ ഗറില്ലാനീക്കങ്ങളുടേയും കടിഞ്ഞാൺ പിടിച്ചിരുന്നത് സ: തമ്പാനാണ്. ടി. രാമുണ്ണി നായരെന്നതാണ് ശരിയായ പേര്.

ഏറ്റുമുട്ടലിൽ പരിക്കുപറ്റുന്നവർക്കു നൽകാൻ മരുന്നുമായി നിടിയേ ങ്ങയിലെത്തിയതേയുള്ള ടി. വി. കമ്മാരൻ നമ്പ്യാർ. പടിയൂരിൽ നിന്നും കോയാടന്റെ നേതൃത്വത്തിലുള്ള സംഘം പുറപ്പെടാൻ വൈകിയിരുന്ന തിനാൽ സമരകേന്ദ്രത്തിൽ സമയത്തെത്താൻ അവർക്കും കഴിഞ്ഞില്ല. കാഞ്ഞിലേരിപ്പുഴ കടന്ന് അധികദൂരം പിന്നിട്ടു കാണില്ല. അതിനു മുമ്പേ കാവുമ്പായിക്കുന്നിലെ വെടിയൊച്ച അവരുടെ കാതുകളിൽ വന്നടിച്ചു. പിന്നെയവർക്ക് മുന്നോട്ടു നീങ്ങാനായില്ല.

ഏരുവേശ്ശിയിൽ നിന്നും വന്നവർ സമരായുധങ്ങൾക്കൊപ്പം കള്ളംകടങ്ങളും കരുതിയിരുന്നു. ദേഹം തുളച്ചുകയറുന്ന ശൈത്യത്തെ പ്രതിരോധിക്കാൻ അവരിൽ ചിലർക്ക് ലഹരി ആവശ്യമായിരുന്നു. കുന്നിന്റെ വടക്കേ ചെരിവിൽ വയലോരത്ത് പെരിയൻതോടിനു ചേർന്ന് ചെറിയൊരു കടയുണ്ട്. ആ കടയുടെ ഒറ്റമുറിയിലാണ് കള്ളുമോന്തി യവർ കിടന്നുറങ്ങിയത്. കള്ളിന്റെ വീര്യത്തിനു വശപ്പെട്ട് മതികെട്ട് മയങ്ങിപ്പോയവർക്ക് പുലർച്ചെ വെടിപ്പൊരത്തിനൊട്ടവിലാണ് ബോധം തെളിഞ്ഞതും. അപ്പോഴേക്കും അവർ പൊലീസ് വലയത്തിനുള്ളിലാ യിക്കഴിഞ്ഞിരുന്നു.

പോരാട്ടത്തിന്റെ അത്യുന്നതശീർഷമായി കാവുമ്പായിക്കുന്ന് തലയുയർത്തി. കുന്നിന്റെ നെറുകയിൽ നിന്നു ചുറ്റുമുള്ള ഗ്രാമ പ്രകൃതി പൂർണമായും കാണാം. ഗ്രാമഭൂപടത്തിൽ കാലം വരച്ചിട്ട മൂന്നാംക ണ്ണാണ് കാവുമ്പായി.

'കാവിൻവഴി' എന്നതിന്റെ രൂപാന്തരമാണ് കാവുമ്പായി. വഴി എന്ന പദം 'ബയി' എന്നു രൂപപ്പെട്ടതിൽ ഉള്ളഭാഷയുടെ സ്വാധീനമു ണ്ട്. ദേശകവാടം തൊട്ടേ കാവുകൾ കാണപ്പെടുന്നതിനാൽ കാവിലേ ക്കുള്ള വഴിയായി അടയാളപ്പെട്ടിരിക്കാം. ആരാധനാ സ്ഥാനമെന്ന നിലയില്ലുള്ള കാവിന്റെ വിശുദ്ധ പരിപ്രേക്ഷ്യത്തോടൊപ്പം കാട് എന്ന ആശയത്തിന്റെ പരപ്പും നിഗൂഢതയും കാവിനുണ്ട്. നാടോടികതയുടെ ചിരന്തനഭാവങ്ങൾ ഒളിപ്പിച്ചതും ഗ്രാമപുരാവൃത്തങ്ങളുടെ രഹസ്യങ്ങൾ പതിഞ്ഞതുമായ കാവുകളുടെ കടങ്കഥയാണ് കാവുമ്പായിയും. ഒരു ജനപദം സ്വാതന്ത്ര്യത്തിന്റെ സമരഭാഷ പുതുക്കിയെഴുതിയ ദേശം.

വയലേലകൾ വളർത്തുന്ന ഋതുചാരുതയായയോ പൊരുതി മുഴങ്ങുന്ന സംഘമൊഴികളായോ കാവ്യസഞ്ചാരമുണ്ടായതിന്റെ അടയാളങ്ങൾ ഇവിടെങ്ങുമുണ്ട്. പൂമ്പാറ്റകളെപ്പോലെ പൂക്കാലവും പറന്നെത്തുന്ന ഗ്രാമ്യശാന്തത. മഞ്ഞുതുള്ളി തൊട്ട് മാനവഹൃദയം വരെ ഉദയം ചിറക ടിക്കുന്നു. ചുവപ്പും ചെമ്മാനവും ഗ്രാമമുഖത്തെ സമ്മോഹനമാക്കുവാൻ പോന്നത്. ഗ്രാമ്യചാരുതയുടെ ഭ്രവിലാസം ഈ ദേശത്തിന് പരിപൂർ ണമായി ചാർത്തിക്കിട്ടിയിട്ടുണ്ട്. വയലേലകൾക്കു വിശാലമായ പിൻചി ത്രമൊരുക്കി തെങ്ങ്, കവുങ്ങ് നിരകളുടെ വലിയവലയം, അതിനുചുറ്റും ചെറുകുന്നുകളുടെ സീമ, ഗ്രാമമാറിലൂടെ മെലിഞ്ഞ ഒരുവി. ഓരോന്നും യഥാസ്ഥാനങ്ങളിൽ വരച്ചുവച്ച ദേശഘടന. കൊതിപ്പിക്കുന്ന ഗ്രാമ പൂർണിമയുടെ കാല്പനിക രൂപരേഖ - അതായിരുന്നു കാവുമ്പായി.

പ്രാചീനഗ്രാമത്തിന്റെ സ്വരശീലുകളെല്ലാം ഇവിടെ മാറ്റൊലിക്കുന്നു. വസന്തമഹിമകൾ പൂത്തുലയുന്ന വിശാലമായ വയലുകൾ, ഫ്യൂഡൽ

പെരുവയറന്മാരെ നോക്കുകുത്തിയാക്കിയ വയൽവരമ്പുകൾ, പടപ്പാട്ട കളിൽ പെരുമ്പറ പെരുക്കിയ പോർനിലങ്ങൾ, കലപ്പക്കൊഴ കോറുന്ന ഫാലവരയിലൂടെ, തത്തി നടന്ന കാലിക്കിളികളും, വെള്ളക്കൊക്കകളും ഏളപ്പറ്റങ്ങളും വരച്ചിട്ട പാടദൃശ്യങ്ങൾ, പൂവൻപുലരികളുടെ കുവൽ, രാക്കുറുക്കന്മാരുടെ ഓരി, മഴരാവുകളുടെ പേക്രോം, പന്നിക്കൂട്ടങ്ങളുടെ മുക്ര, സായാഹ്നപ്പക്ഷികളുടെ ദിക്കണയൽ, വെടിയൊച്ചകേട്ട പേടിച്ചര ണ്ട വാവൽക്കൂട്ടങ്ങൾ, കുന്നിറങ്ങി പാഞ്ഞുവരുന്ന കലമാൻ കൂട്ടങ്ങൾ... ചിരന്തനമായ ഒരു നാടോടികത ഇവിടെ അലഞ്ഞുതിരിയുന്നു.

പഴങ്കഥകളുടെ പൂർവവേരുകളഴിച്ചിട്ട ആൽമരങ്ങൾ, കാലശിലകൾ പതിച്ച കാവുകൾ, ഇതിഹാസമൗനം മൂടിയ അമ്പലപ്പറമ്പുകൾ, അദൃശ്യ രൂപങ്ങൾ കുടിയേറിയ പനകളും യക്ഷിപ്പാലകളും ഇലഞ്ഞിമരങ്ങളും... കാവുമ്പായിയുടെ സ്വത്വചിഹ്നങ്ങൾ പലതാണ്.

പുതിയോത്രുയും തിറയാട്ടങ്ങളും മഠപ്പുര മുത്തപ്പനും നെയ്യമൃതുമറവും പുലയക്കോട്ടവും പൈതൃക ക്ഷേത്രങ്ങൾ. തെയ്യത്തോറ്റങ്ങളിൽ കാലം ചിന്നം വിളിക്കുന്നു. പരിസരങ്ങളിലെ പ്രാക്തനസങ്കേതങ്ങളായ പയ്യാവൂരും കുന്നത്തൂർപാടിയും ചോന്നമ്മക്കോട്ടവും അതിപൗരാണി കമായ പശ്ചാത്തലമൊരുക്കുന്നു. രക്തസാക്ഷിത്ത്വത്തിന്റെ തീവ്രാഗ്നി ആവാഹിക്കാൻ, കൊലമരങ്ങളെ വെല്ലുവിളിക്കാൻ, വെടിയുണ്ടകൾ ക്ക നെഞ്ചൊരുക്കാൻ, വിമോചനത്തിന്റെ വിപ്ലവസ്വപ്നങ്ങൾകൊണ്ട് ചരിത്രം സാക്ഷിനിർത്തി ഒരു മഹാകാവ്യമെഴുതാൻ, നീതിവാക്യങ്ങൾ കാലത്തിന്റെ ഭിത്തിയിൽ കുറിച്ചിടാൻ ആ കുന്നിൽ പോരാളികളൊത്തു കൂടി.

ശക്തമായ കർഷക പങ്കാളിത്തത്തോടെ, സമരം നടക്കാനിടയുള്ള ഒരു പ്രദേശംകൊത്തു ഭൂമിയിൽ വച്ച തന്നെ പോലീസ് സേനയുമായി ഏറ്റ മുട്ടണമെന്നായിരുന്നു കർഷക നേതാക്കളിൽ പലരും നിർദേശിച്ചത്. എന്നാൽ ഗറില്ലാ സൂത്രധാരനായി എത്തിയ തമ്പാൻ അതിന്നെതി രായിരുന്നു. കർഷക പ്രവർത്തകരെ തെരഞ്ഞ് വീട്ടുകളാക്രമിക്കാ നെത്തുന്ന പോലീസുകാരെ വഴിക്ക വച്ച് നേരിടണം. അതിനു പാക ത്തിലൊരു സങ്കേതമായിട്ടാണ് കാവുമ്പായിക്കുന്നിൽ ഒത്തുചേരാൻ നിശ്ചയിച്ചതത്രെ. സമരഭടന്മാർ കാവുമ്പായിക്കുന്നിൽ ഒത്തുകൂടിയത് എന്തിനായിരുന്നുവെന്നതിന് പിൽക്കാലത്ത് ഒന്നിലേറെ വ്യാഖ്യാനങ്ങ ളുണ്ടായിട്ടുണ്ട്. പുനംകയ്യേറി കൃഷിയിറക്കുകയെന്ന സമരപദ്ധതിയുടെ ഭാഗമായിരുന്നു അതെന്ന അഭിപ്രായമാണ് അവയിലൊന്ന്. അത്ത രമൊരു നിരീക്ഷണത്തിന് അടിസ്ഥാനപരമായ സാധ്യകരണമില്ല. പുനംകൊത്തി കൃഷിയിറക്കാനുള്ള ഉപകരണങ്ങൾ (മഴു, മടവാൾ,

കത്തിവാൾ, കത്തി തുടങ്ങിയവ.) അവർ കരുതിയിരുന്നുവെന്നതു ശരി തന്നെ. 1946 നവംബർ 16 ന്റെ മലബാർ സമ്മേളനം അതിനായി ആഹ്വാനം ചെയ്തിരുന്നു. പൂച്ചട്ടിയിൽ പോലും കൃഷിയിറക്കണമെന്ന നെഹ്റുവിന്റെ ആഹ്വാനവും വന്നതാണ്. എന്നാലതിനു വേണ്ടിയായി രുന്നെങ്കിൽ പൂനം കൊത്താനുള്ള സമരവേദികൾ ദേശത്തിന്റെ പല ഭാഗങ്ങളിൽ ഒരുക്കാവുന്നതേയുള്ളു. അതുണ്ടായില്ല. മാത്രമല്ല, അതിനു വേണ്ടി രാത്രിനേരം തെരഞ്ഞെടുക്കേണ്ടതുമില്ല.

സംഘടനാപരമായ ന്യായീകരണത്തിനു വേണ്ടി, അത്തരത്തിൽ ഒരു സമരത്തിന്റെ മറപിടിച്ചിരിക്കാം. അതിനായി പേരിന് ചില്ലറ ഉപക രണങ്ങളും കരുതിയെന്നു മാത്രം. പിറ്റേന്ന് പോലീസ് ആക്ഷൻ ഉണ്ടാ യിരുന്നില്ലെങ്കിൽ പൂനംകൃഷി നടത്തി പിരിഞ്ഞു പോയെന്നുമിരിക്കും.

രണ്ടാമത്തെ നിരീക്ഷണം നരനായാട്ടിനെത്തുന്ന പോലീസ് സേനയെ പ്രതിരോധിക്കുകയും ആക്രമിക്കുകയും ചെയ്യുകയെന്നതാണ്. ഇരിക്കൂർ സ്റ്റേഷൻ ആക്രമണ ശേഷം 144 പാസ്സാക്കിയതാണ്. ഇരി ക്കൂർഫർക്കയെ പൊലീസ് രാജ് ഒരു തടവറയാക്കിത്തീർത്തിരിക്കുന്നു. കരക്കാട്ടിടംജന്മിയുടെ ആസ്ഥാനം ഒരു കോൺസൻട്രേഷൻ ക്യാമ്പാ ക്കി മാറ്റുകയും അതിനു സൗകര്യമൊരുക്കാൻ ജന്മി നാട്ടുവിട്ടുകയും ചെയ്തു. രാപ്പകൽ നോക്കാതെ പൊലീസ്-ഗുണ്ടാസംഘങ്ങൾ ഓരോ വീട്ടും റെയ്ഡ് ചെയ്തു തെമ്മാടിത്തം കാട്ടുന്നു. ഈയൊരു സംഘർഷാ വസ്ഥയെ നേരിടാൻ ഒരാക്ഷൻ വേണമെന്ന കൃഷ്ണപ്പിള്ളയുടെ നിർദേ ശമുണ്ടാകുന്നു. പോലീസിനെ നേരിട്ടുകയെന്ന ഒരു മൂർത്ത സാഹചര്യം സന്നിഹിതമാണെന്ന വാദത്തിൽ കഴമ്പുണ്ട്. പക്ഷേ, കണക്കു കൂട്ടിയ പ്രകാരം ഈ കുന്നിനരികിലേക്ക് പോലീസ് എത്തണമെന്നില്ല. സമര ക്കാർ പോലീസിനെ അറിയിക്കാതെ രഹസ്യമായാണ് ഒത്തുകൂടിയതും. ചാരന്മാർ ഒറ്റുകൊടുത്തതു കൊണ്ടു മാത്രമാണ് പോലീസ് അറിയുന്നതും എത്തുന്നതും. കുന്നിലേക്ക് പോലീസിന്റെ കടന്നുവരവ് ചെറിയൊരു സാധ്യത മാത്രമായിരുന്നു.

ആ ദിവസങ്ങളിൽ രാപ്പകലില്ലാതെ ദേശമെവിടേയും പോലീസ് സ്ക്വാഡ് ചുറ്റിക്കറങ്ങുന്ന പതിവുണ്ട്. അവരുടെ റോന്തുചുറ്റൽ രാവിൽ മാത്രമായിരുന്നില്ല. അവരെ തടയാൻ രാത്രിനേരം ഒരു കുന്നിൽ കാത്തിരിക്കേണ്ട കാര്യമില്ല. കുന്നിനു തൊട്ടടുത്താണ് എം. എസ്. പി. ക്യാമ്പ്. ക്യാമ്പിലേക്ക് സമരവളണ്ടിയർമാർ മാർച്ച് ചെയ്യാൻ പ്ലാനിട്ട തായി അറിവില്ല. അന്നത്തെ നേതൃത്വത്തിനോ വളണ്ടിയർമാർക്കോ അത്തരത്തിലൊരു ധാരണയേ ഉണ്ടായിരുന്നില്ല. എന്നാൽ പോലീസ് മൊഴി മറ്റൊന്നാണ്. അയൽദേശങ്ങളിൽ നിന്നെല്ലാമെത്തിയ കമ്മ്യൂ ണിസ്റ്റുകാർ സായുധസജ്ജരായി രാത്രി കാവുമ്പായിക്കുന്നിൽ സംഘം

ചേർന്നിട്ടുണ്ടെന്നും പുലർച്ചെ എം. എസ്. പി. ക്യാമ്പിലേക്ക് മാർച്ച് ചെയ്യുമെന്നുമായിരുന്ന ഒറ്റുകാർ തങ്ങൾക്കു നൽകിയ വിവരം എന്ന മൊഴികളിലുണ്ട്.

പോലീസ് കടന്നുവരാൻ സാധ്യതയുള്ള വഴികളിൽ രഹസ്യ വളണ്ടിയർമാരെ നിയമിച്ചിരുന്നതിൽ നിന്നും മനസ്സിലാക്കാനാവുന്ന തെന്താണ്? സേനയുടെ ശേഷി കൃത്യമായറിഞ്ഞ് അതിനനുസരിച്ച് പ്ര തിരോധത്തെ ജാഗ്രതപ്പെടുത്താനോ? അപ്രകാരം കരുതലോടെയുള്ള കാത്തിരിപ്പ് കുന്നിലുണ്ടായിരുന്നില്ല. ഒരു പക്ഷെ, മുൻകൂർ വിവരമറിഞ്ഞ് കുന്നിൽ കൂട്ടംകൂടിയവർക്ക് രക്ഷപ്പെടാനുള്ള സൗകര്യത്തിനാവാം. അങ്ങനെയെങ്കിൽ ഏറ്റുമുട്ടാൻ സജ്ജമായി ഒത്തുചേർന്നതാണെന്ന വാദം ദുർബലമാവുന്നു.

ഇത്തരത്തിലൊരാക് ഷന് കുന്നിന്മേൽ ആവശ്യത്തിന് നേതൃ സാന്നിധ്യവുമുണ്ടായിരുന്നില്ല. ഫർക്കയുടെ നാനാഭാഗങ്ങളിലുള്ളവർ കൂട്ടം ചേർന്ന പദ്ധതിയാണെങ്കിലും ഫർക്കയുടെ തലപ്പത്തുള്ളവരോ, അതിനു മുകളിലുള്ള നേതാക്കളോ വളരെ സുപ്രധാനമായ ഈ സമര കേന്ദ്രത്തിൽ തങ്ങിയിരുന്നില്ല. സമരത്തിന് തിരിച്ചടിയൊരുക്കിയ കാരണങ്ങളിലൊന്ന് ഇതാണ്.

ആയിടെമാത്രം പ്രത്യക്ഷപ്പെട്ട ഒരപരിചിതനായ തമ്പാൻ എന്നൊരാളാണ് ഈ ആസൂത്രണനീക്കങ്ങൾക്കെല്ലാം പിന്നിൽ. ഈ ഗറില്ലാആസൂത്രകനെക്കുറിച്ച് കാവുമ്പായിയിലെ അന്നത്തെ പാർടി നേതൃത്വത്തിന് മറ്റൊന്നുമറിയില്ലെന്നതാണ് വാസ്തവം. സംഭവത്തിന്റെ അണിയറയിൽ കരുക്കൾ നീക്കിയിരുന്ന തമ്പാനുമായി നേരിട്ട ബന്ധ പ്പെടാൻ നിയുക്തനായിരുന്ന എം. സി. രാമർകൂട്ടിനമ്പ്യാർ ഇക്കാര്യം പിൽക്കാലത്ത് പരാമർശിക്കുകയുണ്ടായി. തെക്കൻ മലബാറുകാരനാ ണെന്ന മാത്രമേ അദ്ദേഹത്തിനറിയൂ. ഞങ്ങളുടെ ചരിത്രാന്വേഷണത്തി നിടെ മലപ്പുറത്തു കണ്ട പഴയ കാല കമ്മ്യൂണിസ്റ്റുകാരിൽ നിന്നാണ് തമ്പാന്റെ യഥാർഥ പേരും വിലാസവുമറിയാൻ കഴിഞ്ഞത്. നിലമ്പൂർ രാജവംശത്തിലംഗമാണ്. വടക്കൻ മലബാറിലെ സമര ഗ്രാമങ്ങളിൽ പലതിലും ഈ പോരാളിയുടെ പാദമുദ്രയുണ്ട്. കർഷക സമരങ്ങളിൽ പാർടിയുടേയോ കർഷകസംഘത്തിന്റേയോ നിർദേശമില്ലാതെ തന്നെയാണ് എത്തിച്ചേരുന്നത്. കാവുമ്പായി സംഭവത്തോടനുബന്ധി ച്ചും ഏതാനും ദിവസങ്ങൾ ഇവിടെ തങ്ങി പ്രവർത്തനപദ്ധതികളുടെ ചരടുവലിച്ചു. ഡിസംബർ 29 ന് രാത്രി കാവുമ്പായിക്കുന്നിൽ നിന്നും രണ്ട് കിലോമീറ്ററകലെ മാപ്പിനിയിൽ തോട്ടം രാമന്റെ വീട്ടിലാണ് തമ്പാൻ തങ്ങിയത്.

ഈ സംഭവത്തിലെ ഏറ്റവും കൗതുകകരമായ ഫലിതം തന്നെയാ
ണിത്. സമരവളണ്ടിയർമാരുമായി അടുത്ത ബന്ധമില്ലാത്ത ഒരാൾ.
ഓരോ കാഡറുടേയും സ്വഭാവ സവിശേഷതകളറിഞ്ഞ് ദൗത്യങ്ങളേ
ല്പിക്കാനാവുന്നയാളാവണം ഗറില്ലാനേതാവ്. സമരവളണ്ടിയർമാരെ
അടുത്തറിയുന്ന നേതൃത്വമാരും തന്നെ തത്സമയത്ത് കുന്നിലുണ്ടായ
തുമില്ല. കമ്മ്യൂണിസ്റ്റുപാർടി ഇരിക്കൂർഫർക്കാകമ്മിറ്റിയാണ് പ്രധാന
സംഘാടകർ. സെക്രട്ടറിയായ എ. കുഞ്ഞിക്കണ്ണൻ പനിയായതിനാൽ
കൊളന്തയിലെ ഒരു വീട്ടിൽ കഴിയുകയായിരുന്നു. (പിൽക്കാലത്ത്
വിപ്ലവഗായകനായി അറിയപ്പെട്ട ബാലരാമിന്റേതാണ് വീട്).

കാവുമ്പായിയിലെ പ്രധാന പ്രാദേശിക നേതാക്കളായ തളിയൻ
രാമൻ നമ്പ്യാരും തെക്കൻ നാരായണൻ നായരും ഉൾപ്പെടെയുള്ളവർ
സമര കേന്ദ്രത്തിൽ ജാഗ്രതയോടെ സന്നിഹിതനായിരുന്നില്ല. അവർ
അവരവരുടെ വീട്ടിൽ ഉറങ്ങുകയായിരുന്നു. കർഷക നേതാവായ എം.
സി. ആർ. സമരക്കുന്നിൽ എത്തിച്ചേർന്നെങ്കിലും കടുത്ത പനി കാരണം
കുന്നിനടുത്തുള്ള രാമമാരുടെ വീട്ടിൽ തങ്ങി. കൂടെ കേളോത്ത് കൃഷ്ണനും.

സായുധവിപ്ലവം സംബന്ധിച്ച കേട്ടറിവുമാത്രം കൈമുതലുള്ള, ഗറി
ല്ലാപ്പോരാട്ടങ്ങളെ സംബന്ധിച്ച ബാലാരിഷ്ടത പോലും കൈവരാത്ത
ഒരാൾക്കൂട്ടത്തിന്റെ കളിക്കളമായി സമരക്കുന്ന് കല്പിക്കപ്പെട്ടുവെന്നതാ
യിരുന്നു ഇതിലെ യഥാർഥവശം. സായുധരും സ്വന്തം ജീവനെ തെല്ലും
വില കല്പിക്കാത്തവരും ഏതിനേക്കാളും നാടിന്റെ സ്വാതന്ത്ര്യത്തിന
മഹത്തായ മൂല്യം കല്പിക്കുന്നവരുമായ അഞ്ഞൂറിലധികം പോരാളികൾ
നിലയുറച്ചിട്ടും പ്രതിരോധത്തിനുള്ള ആസൂത്രണം പാഴായിപ്പോയതിന്റെ
ബാക്കിപത്രമാണ് ചരിത്രത്തിൽ നിന്നു തെളിഞ്ഞു കാണുന്നത്.

സംഭവങ്ങളവലോകനം നടത്തിയാൽ, എന്തായിരുന്നു അന്നത്തെ
പ്ലാനിംഗ് എന്നതു വ്യക്തമല്ല. അതിനർഥം വ്യക്തമായ, യാഥാർഥ്യബോ
ധ്യത്തോടെയുള്ള ആസൂത്രണമുണ്ടായിരുന്നില്ലെന്നതു തന്നെ. മെഷീൻ
ഗണ്ണുകളെ നേരിടാൻ ഒന്നോ രണ്ടോ നാടൻ തോക്കുകൾ, ബയണറ്റ
കളെ നേരിടാൻ വാരിക്കുന്തം, എത്ര അവിദഗ്ധവും യുക്തിഹീനവുമായ
ഏറ്റമുട്ടൽ. ഒരു പരാജയത്തെയാണ് വിപ്ലവാസൂത്രണം ലക്ഷ്യമിട്ടതെന്നു
പറഞ്ഞാൽ അസ്ഥാനത്താവില്ല. അവികലമായ ഈ പ്രതിരോധപ
ദ്ധതി അന്നത്തെ ദിനത്തിൽ അതിദയനീയമായ പരാജയത്തിലാണ്
കലാശിച്ചതെന്നു വിലയിരുത്താവുന്നതേയുള്ളൂ. അതേസമയം ചരിത്രം
അതിനെ വിജയമായി പരിവർത്തനം ചെയ്യിച്ച. പിൽക്കാലത്തിന്റെ
പ്രത്യുപകാരമാണത്. പോരാട്ടത്തിനിറങ്ങുന്നു എന്നതു തന്നെയാണ്
അതിലെ ഒരു സുപ്രധാനവിജയം. 'ഒന്നുകിൽ മരണം അല്ലെങ്കിൽ

വിജയം ' എന്ന വചനക്രിയയിൽ മരണമാണാദ്യം സംഭവിച്ചത്. വിജയം പിന്നീട്ടും. കാലത്തേയും ചരിത്രത്തേയും സാക്ഷി നിർത്തി രക്തസാക്ഷി ത്വമെന്ന അപരാജിതമായ സന്ദേശം ലോകത്തിന മുന്നിൽ സ്വാതന്ത്ര്യ മായും പിറന്നമണ്ണിന്റെ അവകാശമായും പുനർജനിച്ചു.

കമ്മ്യൂണിസ്റ്റ മുന്നേറ്റത്തിന് രക്തസാക്ഷികൾ അണയാത്ത പന്തങ്ങ ളായി വഴികാട്ടി. വഴിതെറ്റന്നവരും രക്തസാക്ഷികളെ പ്രതി വാചകമടി ച്ചു. കാലക്രമേണ രാഷ്ട്രീയപ്രസ്ഥാനങ്ങൾക്ക് കനപ്പെട്ട ബ്രാൻഡ് ആയി രക്തസാക്ഷികൾ പരിണമിച്ചിരുന്നല്ലോ. രക്തസാക്ഷികൾ സൃഷ്ടിക്ക പ്പെട്ടപ്പോൾ പ്രസ്ഥാനം വളർന്ന, കൊലപാതകികൾ സൃഷ്ടിക്കപ്പെട്ട പ്പോൾ പ്രസ്ഥാനം തകർന്ന -എന്നൊരു പാഠഭേദം തിരിച്ചറിയുംവരെ ഈ വ്യാജസംഹിത ഇടരാതിരിക്കില്ല.

കാവുമ്പായിക്കുന്നിൽ കർഷകസേന സങ്കേതമിട്ട വിവരം ഒറ്റുകാർ മുഖേന എള്ളരിഞ്ഞി ക്യാമ്പിലെത്തിയ ഉടൻ സായുധസേന തങ്ങളുടെ ക്യാമ്പിൽ നിന്നും 5 ഫർലോംഗ് മാത്രം അകലെയുള്ള കുന്ന് ലക്ഷ്യമിട്ട് പുറപ്പെട്ടു. പുലർച്ചെ നാല്മണി കഴിഞ്ഞിരുന്നു. കട്ടോത്ത് രാമൻ, കുറ്റി യാട്ട് കണ്ണൻ എന്നീ ഒറ്റവേലക്കാരാണ് അവർക്ക് വഴികാട്ടിയത്.

മൂന്ന സംഘങ്ങളായി മൂന്ന വഴിക്കായിരുന്ന അവരുടെ മുന്നേറ്റം. അവരുടെ നീക്കത്തിന് രഹസ്യ സ്വഭാവമുണ്ടായിരുന്നില്ല. എന്നിട്ടും, പോലീസിന്റെ വരവറിയിക്കാൻ ചുമതലപ്പെടുത്തിയ രഹസ്യവളണ്ടിയർ മാരൊന്നം യാതൊരു സന്ദേശവും സമര കേന്ദ്രത്തിലേക്ക കൈമാറിയി ല്ല. കുന്നിനടുത്തെത്തൊറായപ്പോൾ എം. എസ്. പി. ക്കാർ തന്നെയാണ് തങ്ങളുടെ വരവറിയിച്ചത്.

ഒരു സംഘം പോലീസുകാർ വഴിവക്കിലെ വീടുകൾ തെരയാനം പിടിയിലാകുന്നവരെ മർദിക്കാനമാരംഭിച്ചു. പോതാൻ കൃഷ്ണൻ മാസ്റ്റ റേയും എം. സി. ഗോവിന്ദനേയും അവരുടെ വീടുകളിൽ നിന്നു പിടി ച്ചിറക്കി. ഇവരെ കെട്ടിയിട്ടടിക്കുന്നതിന്റെ ബഹളം സമരക്കുന്നിനെ ഉണർത്തി. കുന്നിനു മീതെ തമ്പടിച്ചവർ ആ നിമിഷം ജാഗ്രുകരായി. അവർ മുഷ്ടികൾ ചുരുട്ടി മറ്റെല്ലാ വളണ്ടിയർമാർക്കുമുള്ള മുന്നറിയിപ്പായി മുദ്രാവാക്യങ്ങൾ മുഴക്കി. ചിലതെന്തോ സംഭവിച്ചു ഇടങ്ങിയതായി ഗ്രാമം അറിഞ്ഞു.

ജമേദാർ രാമകൃഷ്ണൻ നയിക്കുന്ന പോലീസ് സംഘം സമരകേന്ദ്ര ത്തിനരികിലെത്തിയിരുന്നു. കുന്നിനു കൂടുതലടുത്തേക്ക് നീങ്ങി താഴെ വയലിൽ സായുധസജ്ജരായി അവർ നിലയുറപ്പിച്ചു. കുന്നിൽ കേന്ദ്രീ കരിച്ച വളണ്ടിയർമാരെപ്പറ്റി എല്ലാം മുൻകൂട്ടി അറിഞ്ഞുള്ള നീക്കമാണ വരുടേത്.

കുന്നിന്റെ പടിഞ്ഞാറ്, വടക്ക്, വടക്കകിഴക്ക് താഴ് വാരങ്ങളിലെ വയലുകളിലും സേന നിരന്ന കഴിഞ്ഞിരുന്നു. കുന്നിനു മുകളിലെ മുഴുവൻ സമരഭടന്മാരും ഉണർന്ന് മുദ്രാവാക്യങ്ങൾ മുഴക്കിക്കൊണ്ടേ യിരുന്നപ്പോൾ അവർ ഒരാൾക്കൂട്ടമായി മാറി. ഒരു ഗറില്ലാപ്പോരിൽ തീർത്തും അനാവശ്യമായ നാടകമാണ് അത്തരത്തിൽ ഒരു മുദ്രാവാ ക്യപ്രദർശനം. അതോടെ ചെറുത്തുനില്പിനുള്ള എന്തെങ്കിലും ആസൂത്ര ണങ്ങളൊരുക്കിയിട്ടുണ്ടായിരുന്നെങ്കിൽ, അവയൊക്കെ അയഞ്ഞു. അവർക്കിടയിൽ പരിഭ്രാന്തമായ ചലനങ്ങളുടെ ലക്ഷണങ്ങൾ പടർന്നു. അവരുടെ ധീരത തീർത്തും അപ്രസക്തമായി. "ജന്മിത്തം നശിക്കട്ടെ... സാമ്രാജ്യത്തം നശിക്കട്ടെ... ഇങ്കിലാബ് സിന്ദാബാദ് " എന്ന മുദ്രാവാ ക്യം മാത്രമായി ശേഷിക്കുന്ന കൈമുതൽ. പ്രതിരോധത്തിന്റെ ആശയ റ്റവരുടെ കയ്യിൽ അവശേഷിക്കുന്നത് ആ ശരണം വിളി മാത്രമാവാം. അതിൽ കവിഞ്ഞൊന്നും അവരുടെ പ്രതിരോധ പദ്ധതിയിലുണ്ടായി രുന്നില്ലെന്ന തുറന്ന കാട്ടുകയായിരുന്നു ആ പ്രകടനം. മെഷീൻ ഗണ്ണ കളോട് ഏറ്റുമുട്ടാൻ ചടങ്ങിന് ഒന്നോ രണ്ടോ നാടൻ തോക്കുകൾ ശബ്ദിച്ചുവെന്നു മാത്രം. ഒരു സായുധസേനയോട് ഏറ്റുമുട്ടാൻ പ്രാപ്തമായ ചിട്ടയോടെയുള്ള വളണ്ടിയർവിന്യാസം കുന്നിലുണ്ടായിരുന്നതേയില്ല.

കുന്നിനടുത്തേക്ക് ആദ്യമെത്തിച്ചേർന്ന പോലീസ് സംഘം ജമേദാർ രാമകൃഷ്ണന്റെ നേതൃത്തിലുള്ളതാണ്. കർഷക ഭടന്മാർക്കിടയിൽ നിന്ന് അവർക്കു നേരെ ആദ്യവെടിയുതിർന്നു. ജമേദാർ രാമകൃഷ്ണന്റെ[1] ചുമലിന്റെ വലതുഭാഗത്ത് വെടികൊണ്ടു. അപ്പോഴേക്കും വലിയസംഘം പോലീസുകാർ എസ്. ഐ. രാമൻമേനോന്റെയും ഒരു സൂബേദാരുടേയും നേതൃത്വത്തിൽ അവിടെ വന്നുചേർന്നിരുന്നു. വൻസംഘം പോലീസ് പടയാൽ കുന്നു വളയപ്പെട്ടു. മെഷീൻ ഗണ്ണുകൾ കുന്നിനു നേരെ തിരിഞ്ഞു തീതുപ്പി തുടങ്ങി. ഒരു മെഷീൻഗണ്ണിനു പിറകിൽ വിരലുകൾ ചലിപ്പിക്കുകയായിരുന്ന പോലീസുകാരനെ പുത്തലത്ത് കൃഷ്ണനെന്ന കർഷകഭടന്റെ ഒറ്റവെടിത്തോക്ക് തെറിപ്പിച്ചു. മെഷീൻ ഗണ്ണു വീണ്ടും ശബ്ദിക്കാൻ മറ്റൊരു പോലീസുകാരൻ പകരം വരേണ്ടി വന്നു. കുന്നിൻ ചെരിവിലെ മധ്യഭാഗത്ത് ഒരിടത്തു നിന്നും തന്റെ തോക്കുയർത്തി ഉന്നം പിടിക്കുകയായിരുന്ന പുള്ളക്കൽ കുഞ്ഞിരാമന് കാഞ്ചി വലിക്കാൻ കഴി ഞ്ഞില്ല. അതിനും മുമ്പെ പോലീസ് നിരയിൽ നിന്നും ചീറിയെത്തിയ വെടിയുണ്ട സഖാവിന്റെ ജീവനെടുത്തു. കണ്ഠത്തിനു താഴെയാണ് വന്നു തറച്ചത്. ഇങ്കിലാബെന്ന സ്വരം ആ കണ്ഠത്തിൽ നിന്ന് ഇനി

---

1   കേസ്സിലെ ഇരുപത്തിയൊൻപതാം സാക്ഷിയാണ് ജമേദാർ രാമകൃഷ്ണൻ.
1947 ജനവരി 21 വരെ ആശുപത്രിയിൽ ചികിത്സയിൽ കഴിയേണ്ടിവന്നു.

പ്രതിധ്വനിക്കില്ല. സഖാവ് പുല്ലക്കൽ പിടഞ്ഞുസ്തമിച്ചു. സമരക്കുന്നിലെ ആദ്യത്തെ രക്തസാക്ഷി. അടുത്തയാൾ സ:പി. കുമാരൻ. പിടഞ്ഞു മരിച്ചപ്പോഴും പിടിവിടാതെ കുമാരന്റെ കയ്യിൽ ഒരു കഠാരക്കത്തി ഉണ്ടായിരുന്നു.

"വെയ്ക്കെടാ വെടി" പോലീസിനോട്ടുള്ള വെല്ലുവിളിയായ് കുന്നിന്റെ അടുത്ത തട്ടിലേക്ക് കയറിക്കൊണ്ട് തന്റെ സഹഭടനോട് ആജ്ഞാ പിക്കുകയായിരുന്ന പി. കുമാരൻ. കുന്നുകയറുന്നതിനിടെ സഖാവിന്റെ പിൻഭാഗത്താണ് വെടിയേറ്റത്. "ഞങ്ങൾ ഊരത്തൂർക്കുന്ന് തിരിച്ചു കയറാൻ വന്നവരല്ലെടാ" തൊട്ടടുത്ത നിമിഷം പിടിഞ്ഞു മരിച്ചപ്പോൾ ഊരത്തൂരിൽ നിന്നും വന്ന കുമാരന്റെ പോർവിളി അവിടെയാകെ തളം കെട്ടി.

മരണത്തിന്റെ താണ്ഡവം പിന്നേയും തുടർന്നു. മീത്തൽ വീട്ടിൽ ഗോവിന്ദൻ വെടിയേറ്റ് വീണു, പ്രാണൻ പോയില്ല. പരിക്കേറ്റതേയുള്ളൂ. പുതുശ്ശേരി കൃഷ്ണനും വെടികൊണ്ടു, മരിച്ചില്ല.

കർഷക ഭടന്മാർ നാല്പാട്ടും ചിതറി. കണക്കുകൂട്ടലുകളൊക്കെ താളം തെറ്റി. കുന്നിനു മുകളിലെ നേതൃസഖാക്കളുടെ അഭാവ ത്തിൽ തക്കതായ മാർഗനിർദേശങ്ങളില്ലാതെ സമര സൈനികർ താറുമാറായി. ഭൂരിപക്ഷം പേരും കുന്നിൽ നിന്നൊഴിഞ്ഞു. കുന്നിന്റെ വടക്കുപടിഞ്ഞാറെ ചെരിവില്ലൂടെ ഇറങ്ങാൻ ശ്രമിച്ച കൊയക്കാടൻ കുഞ്ഞമ്പുവിന് ചായക്കടയുടെ മുന്നിലെത്തിയപ്പോൾ വെടിയേറ്റു. വലയുകാലിന്റെ മുട്ടിനു താഴെയായിരുന്ന വെടി കൊണ്ടത്. അതിനു ശേഷവും മുന്നോട്ട നീങ്ങിയപ്പോൾ വീണ്ടും വെടിയുണ്ട തുളച്ച കയറി. വലയുകാലിൽ, മുട്ടിനു താഴെ തന്നെ. അപ്പോഴും തളർന്നുവീഴാതെ കുഞ്ഞമ്പു മുന്നോട്ടോടാൻ ശ്രമിച്ചു. ഇത്തവണ ഇടതു ചന്തിക്കാണ് വെടി യേറ്റത്. അതോടെ നിലംപതിച്ചു. മരിച്ചില്ല. പോലീസുകാർ പിടികൂടി. മൂന്നു മണിക്കൂറിലേറെ വെടികൊണ്ടവശനായി അവിടെ കിടക്കേണ്ടി വന്നു കൊയക്കാടന്. കാവുമ്പായി വെടിവയ്പ്പു സംഭവത്തിലെ ഒന്നാം പ്രതിയാക്കിയത് സഖാവിനെയാണ്.

അവശേഷിച്ചവർ ഏറ്റുമുട്ടൽ തുടർന്നു. സമരവീര്യത്തിന്റെ ബലിദാനം മാത്രമായാണ് അത്തരം ഒറ്റയാൾ നീക്കങ്ങൾ കലാശിച്ചത്.

കർഷക ഭടന്മാരിൽ നിന്നുള്ള ചെറുത്തു നില്പ് ഏകദേശം അസ്തമി ച്ചപ്പോൾ എം. എസ്. പി. ക്കാരുടെ തോക്കുകളും നിശബ്ദമായി. നേരം വെളിച്ചം കണ്ടുതുടങ്ങി. അന്തരീക്ഷമാകെ നിശബ്ദത പരന്നു. കനത്ത തണുപ്പിന്റെ ആവരണം തുളച്ച് സൂര്യരശ്മികൾ മണ്ണിൽ വീണു.

എം. എസ്. പിക്കാർ കുന്നിലേക്ക കയറി. കാട്ടപൊന്തകളും മുൾ ക്കൂട്ടങ്ങളും വള്ളിപ്പടർപ്പുകളും ചികഞ്ഞ് കരുതലോടെയാണ് അവരുടെ നീക്കം. കുന്നിന മുകളിൽ അപ്പോഴും വളണ്ടിയർമാർ അവശേഷിക്ക ന്നുണ്ടായിരുന്നു. അവർ പോലീസിന്റെ കടന്നുകയറ്റം മനസ്സിലാക്കി അതിനെ ചെറുക്കാൻ ശ്രമിച്ചു. ഒരിടവേളക്കശേഷം വീണ്ടും വെടിശബ്ദ മുയർന്നു. സഖാവ് മഞ്ഞേരി ഗോവിന്ദന്റെ നട്ടെല്ലിനാണ് വെടിയേറ്റത്. മാരകമായ മുറിവേറ്റ ആ പോരാളിയും വീണു. പി. കുമാരന്റെ മൃതദേഹ ത്തിന് അമ്പതു വാരയടുത്ത് ഗോവിന്ദനും പിടഞ്ഞു മരിച്ചു.

കുന്നിൽ നിന്നിറങ്ങുന്നതിനിടെ വള്ളിപ്പടർപ്പുകൾക്കിടയിൽ കുടുങ്ങിയതിനാലാണ് ആലോറമ്പൻകണ്ടി കൃഷ്ണൻ വീണു പോയത്. പോലീസിന്റെ പിടിയിലകപ്പെട്ടു. തോട്ടിൻകരയിൽ കവുങ്ങുകൾ നിരന്നു കിടപ്പുണ്ട്. അതിലൊന്നിൽ സഖാവിനെ ചേർത്തു നിർത്തി. തുടർന്നര ങ്ങേറിയത് പോലീസിന്റെ ക്രൂരവിനോദം. സഖാവിന്റെ ശിരസ്സിലേക്കും നെഞ്ചിലേക്കും നിറയൊഴിച്ചു. ശരീരം നിലംപതിച്ച ശേഷവും വെടിയുണ്ട പായിച്ചു. ആ ജഡത്തിന്നരികിലേക്കാണ് തെങ്ങിൽ അപ്പനമ്പ്യാരേയും വലിച്ചിഴച്ചു കൊണ്ടുവന്നത്. കുന്നിൻ ചെരിവിലെ കടയിൽ നിന്നാണ് അപ്പനമ്പ്യാർ പിടിയിലായത്. വെടിവയ്ക്കുമെന്ന് പോലീസ് ആദ്യം ഭീഷ ണിപ്പെടുത്തി. നിർഭയനായി സഖാവ് പറഞ്ഞു: "തോക്കുണ്ടെങ്കിൽ വെടി വെച്ചോളൂ" ഉറച്ച ശബ്ദത്തിലായിരുന്നു പ്രതികരണം. നേരെ നിർത്തി സഖാവിന്റെ നെഞ്ചിലേക്ക് ജമേദാർ ഉസ്സന്റെ പിസ്റ്റൾ ഉന്നം പിടിച്ചു. കാവുമ്പായി വെടിവയ്പ്പിലെ അഞ്ചാമത്തെ രക്തസാക്ഷി. വെടിവയ്ക്കുന്ന രംഗം മരത്തിനു മറഞ്ഞു നിന്ന് വീക്ഷിക്കുകയായിരുന്നു കൊളക്കട്ട കുഞ്ഞമ്പു. കയ്യിലെ വാച്ചിലേക്ക നോക്കി - സമയം 6. 32. മഞ്ഞിൽ കുതിർന്ന സമയം. പട്ടാളത്തിൽ നിന്നും പിരിഞ്ഞു വന്ന കുഞ്ഞമ്പുവിന് യുദ്ധരംഗം പുത്തരിയല്ല. തൊട്ടപ്പുറം വൈമാത്രേയസഹോദരനായ പുള്ളുക്കൽ കുഞ്ഞിരാമൻ വെടിയുണ്ടയേറ്റ് അന്ത്യശ്വാസം വലിച്ചിരിക്ക ന്നു. അക്കാര്യമൊന്നും അന്നേരത്ത് അറിയുന്നില്ല. വെടിയേൽക്കാതെ രക്ഷപ്പെടാനുള്ള വഴിയാരാഞ്ഞു. പ്ലാവിന്റെ പൊത്തിനുള്ളിൽ ചിലർ ഒളിച്ചു നിൽക്കുന്നുണ്ട്. കുന്നിന്റെ വടക്കേ ചെരിവിലെ പെരിയന്തോട് ചാടിക്കടന്ന് വയലില്ലൂടെ കാട്ടിലേക്ക കയറി ഓടിമറയാവുന്ന ഒരു വഴി കണ്ടു. മൂന്നുപേരൊപ്പം കുഞ്ഞമ്പു ഓടി. അവർക്ക നേരെ പോലീസ് നിറതോക്കുകൾ തിരിഞ്ഞു വന്നെങ്കിലും വെടിയുണ്ടകൾക്കിടയില്ലൂടെ നാല്പേരും ഓടിരക്ഷപ്പെട്ടു. തീയുണ്ടകൾക്ക് അവരുടെ ദേഹത്ത് ചെളി തെറിപ്പിക്കാനേ കഴിഞ്ഞുള്ള.

എം. സി. കുഞ്ഞിക്കണ്ണൻ നമ്പ്യാർ   സി. കൊട്ടൻ

പിടിയിലകപ്പെട്ട സകലരേയും പോർഭ്രമിയിൽ തന്നെ തീർക്കാനാ
യിരുന്ന പോലീസിന്റെ അടുത്ത നീക്കം. കടയിൽ നിന്നും കസ്റ്റഡിയി
ലെടുത്ത പത്തുപേരെ തോക്കിന മുന്നിൽ നിരത്തി നിർത്തി. തെക്കൻ
പുതിയ വീട്ടിൽ നാരായണൻ നായർ, എം. സി. കുഞ്ഞിക്കണ്ണൻ
നമ്പ്യാർ, സി. കൊട്ടൻ, പുതിയപ്പുരയിൽ രാമൻ, കെ. വി. രാമൻ,
ഒതയോത്ത് കേളൻ, എടവലത്ത് പാപ്പിനിശ്ശേരി കുഞ്ഞമ്പു നമ്പ്യാർ,
ഉപ്പേരിരാമൻ, ബാലിശ്ശേരി കുറ്റിയാട്ട് നാരായണൻ നമ്പ്യാർ, തെങ്ങിൽ
കൃഷ്ണൻ നമ്പ്യാർ എന്നിവർ നിർഭയരായി മാറ്റുവിരിച്ച തന്നെ നിന്നു.

അതിലൊരാളായ എം. സി. കുഞ്ഞിക്കണ്ണൻ നമ്പ്യാർ ആ രംഗം ഈ
ലേഖകനോട് വിവരിച്ചതിങ്ങനെയാണ്: "...അവസാന നിമിഷങ്ങളാണ
തെന്ന് പൂർണബോധ്യം വന്നു. മരിക്കുമെന്നു തീർച്ച. ഇനി ലോകമില്ല.
അവസാനമായി ഒന്നുകൂടി നാടിനെ നോക്കി. ചുറ്റും കണ്ണോടിച്ചു. തോട്ടം
കണ്ടവും ചിറയും മാറി മാറി കണ്ണിൽ തടഞ്ഞു. കാണുന്നവയിലെല്ലാം
പ്രാണന്റെ തിളക്കം. ചുറ്റുപാടിനോട് വല്ലാത്തൊരാർത്തി തോന്നി "

അതുകൊണ്ടാവാം, പ്രകൃതി അവരെ യാത്രയാക്കിയില്ല. തോക്കിന്റെ
കാഞ്ചിയമരുംമുമ്പെ ഉന്നതനായ ഒരുദ്യോഗസ്ഥൻ അവിടെ പ്രത്യക്ഷ
പ്പെട്ടു. തുടർന്ന നടക്കേണ്ടിയിരുന്ന കൂട്ടക്കൊല തടഞ്ഞു. പത്തുപേരും
രക്ഷപ്പെട്ടു. സമയം രാവിലെ പത്തു മണി കടന്നിരുന്നു. ആസ്ഥാനത്തേ
ക്ക് പിന്മാറാൻ സേനാംഗങ്ങൾ തയ്യാറെടുത്തു. പോലീസ് ക്യാമ്പാക്കി
മാറ്റപ്പെട്ട എള്ളരിഞ്ഞി പത്തായപ്പുരയിലേക്കാണ് അവർ നീങ്ങിയത്.
വിലങ്ങുവയ്ക്കപ്പെട്ടവരെ ക്യാമ്പു വരെ വലിച്ചിഴച്ചു. അഞ്ചു ജഡങ്ങൾ
കവുങ്ങിൻതണ്ടിൽ ചേർത്തു കെട്ടിയാണ് ഇക്കിക്കൊണ്ടുപോയത്. ആ

കാഴ്ചകൾ വഴിവക്കിൽ നിന്നു കണ്ടുനിന്നവർക്കു നേരെയും പോലീസ് കലഹിച്ചു. ചിലർക്കു മർദനമേൽക്കേണ്ടി വന്നു. അതിലൊരാളായ വീരൻ കുഞ്ഞമ്പുവിനെ അറസ്റ്റു ചെയ്തു വിലങ്ങിട്ടു കൂടെ ചേർത്തു. എള്ള രിഞ്ഞി പോലീസ്ക്യാമ്പിലെത്തിയ ശേഷവും കസ്റ്റഡിയിലായവർക്കു നേരെ മർദനം അഴിച്ചുവിട്ടു. കൊല്ലപ്പെട്ട അഞ്ചുപേരുടെ ജഡങ്ങൾ പായകളിൽ പൊതിഞ്ഞുകെട്ടി വണ്ടിയിൽ കയറ്റി നീക്കം ചെയ്തു. കസ്റ്റഡിയിലായവരെ ഇരിക്കൂർ റവന്യൂ ഇൻസ്പെക്ടറുടെ ആപ്പീസിലേ ക്കാണ് കൊണ്ടുപോയത് -കോഴിക്കോട് തൂക്കിടി സായ്പ്പിന്റെ സമ്മറി വിചാരണക്ക് വിധേയമാക്കുന്നതിനു വേണ്ടി.

വെടിവയ്പുസംഭവത്തിനു ശേഷം പോലീസ് മേധാവികൾ ഭയചകി തരായിരുന്നു. എന്തും സംഭവിക്കാമെന്ന കണക്കുകൂട്ടൽ. ദേശമാകെ ശൂന്യത പരന്നുകഴിഞ്ഞു. കൽപ്പെരുമാറ്റങ്ങളെല്ലാമടങ്ങു. ശബ്ദം നിലച്ച പ്രകൃതി. വെയിൽ കനത്തു വന്നു. എല്ലാ ചലനചര്യകളും ദേശം വിട്ടക ന്നു. മരവിച്ച പോർക്കളത്തിന്റെ പാദമുദ്രകളിൽ ചരിത്രം ചലനമറ്റ കിടക്കുകയാണ്. അതേസമയം അധികാരത്തിന്റെ ആസ്ഥാനങ്ങളിൽ ഉറക്കം നഷ്ടപ്പെട്ടു. അവിടങ്ങൾ ഭയത്തിന്റെ കൊത്തളങ്ങളായി. വിപ്ല വപ്പോരാളികൾ തിരിച്ചടിക്കുമെന്ന ആശങ്ക അധികാരികളെ വല്ലാതെ വേട്ടയാടി. എള്ളരിഞ്ഞിയിലെ പോലീസ് ക്യാമ്പ് ഏതു സമയവും ആക്രമിക്കപ്പെട്ടേക്കുമെന്ന വിചാരത്തിലായിരുന്ന അവർ. പോലീസ് ക്യാമ്പിനു ചുറ്റും മെഷീൻ ഗണ്ണുകൾ നിരത്തി. ഡിസംബർ 30 പകലും രാവും ശൂന്യതയിലേക്ക് ഇടതെ വെടിയുണ്ടകളതിർത്തു കൊണ്ടിരുന്നു. നാല്പാട്ട നിന്നുമുള്ള പ്രത്യാക്രമണത്തെ പ്രതീക്ഷിക്കുന്ന പോലീസിന്റെ വിഭ്രമമായിരുന്നു ആ പ്രകടനം. അടുത്ത ദിവസം പുലർന്നശേഷമാണ് വെടിയൊച്ചകൾ നിലച്ചത്.

ഈ സംഭവം റിപ്പോർട്ട ചെയ്ത ദേശാഭിമാനി, കർഷകനേതാവ് എം. സി. ആർ. ഉൾപ്പെടെ കൊല ചെയ്യപ്പെട്ടതായാണ് വിവരിച്ചത്. ഏറ്റുമുട്ടലിൽ രണ്ടു പോലീസുകാർ കൊല്ലപ്പെട്ടതായ വാർത്തയുമുണ്ടാ യിരുന്നു.

ഡിസംബർ 31 നു ശേഷം എം. എസ്. പി. സംഘം പല ഗ്രൂപ്പുകളായി നാടിന്റെ നാനാദിക്കുകളിലേക്ക് വീണ്ടും വേട്ടയ്ക്കിറങ്ങി. പോലീസ് അതി ക്രമങ്ങളും പീഡനങ്ങളും നാട്ടിലാകെ പെരുകി. വിവിധ കേന്ദ്രങ്ങളിൽ പോലീസ് ഔട്ട് പോസ്റ്റുകളയർന്നു. ആരേയും അകത്തേക്കും പുറത്തേ ക്കും കടത്തിവിടാത്ത വിധം സേനാ വിന്യാസം നടന്നു. പോലീസുകാർ ക്കൊപ്പം ജന്മിയുടെ കാര്യസ്ഥന്മാരും ഒറ്റുകാരും ഒത്തു പിടിച്ചു. അവരിൽ പലരുടേയും വീട്ടുകൾ കോൺസൻട്രേഷൻ ക്യാമ്പുകളാക്കി. ചിറക്കൽ

താലൂക്കിൽ ആ കാലഘട്ടത്തിൽ കൂടുതൽ പോലീസ് സ്റ്റേഷനുകൾ
ഇറക്കുകയുണ്ടായി. അക്കൂട്ടത്തിൽ 1947 ജനവരി 10ന് കാഞ്ഞിലേരി
വില്ലേജിലും പോലീസ് സ്റ്റേഷൻ സ്ഥാപിതമായി. ഇരിക്കൂർ ഫർക്കയെ
സകലദിക്കുകളുമടച്ച് സമ്പൂർണമായും ഒരു തടവറയാക്കി മാറ്റുകയായി
രുന്നു അന്ന്.

സമരക്കുന്നിനു ശേഷം

വളപട്ടണംപുഴയുടെ ശരീരവടിവുകൾ ഉന്മദം പൂണ്ടൊഴുകുന്ന ഇടമാണ് പടിയൂർ. കാടിന്റെ രഹസ്യപഥങ്ങളിൽ നിന്നും പുറത്ത് കടന്ന് വിജനമായ സമതലത്തിലൂടെ ഏറെ ദൂരം അതൊഴുകുന്നുണ്ട്. ആൾപ്പെരുമാറ്റം അധികം പതിഞ്ഞിട്ടില്ലാത്ത പുഴയോരത്തിന്റെ പതപ്പിലൂടെ പകലിന്റെ കണ്ണുവെട്ടിച്ച് സംഘാംഗങ്ങൾക്കൊപ്പം നടന്നു നീങ്ങുമ്പോൾ വിപ്ലവത്തിന്റെ വീരോന്മത്ത് ബാധിച്ച മട്ടിലുള്ള ഒരു ചലനമായിരുന്നു പുഴയുടേതെന്ന് സഖാവ് കോയാടനു തോന്നുക യുണ്ടായി. കൈക്കുമ്പിളിൽ കോരിയെടുക്കുന്ന തെളിനീരിന്റെ തണുപ്പിന് മൃതസഞ്ജീവനിയുടെ വരരുചി. പുഴവക്കിലെ കുറ്റൻ മരങ്ങളുടെ മറവും തണലും പറ്റിയാണ് അവരുടെ ഓരോ ചുവടും. കാൽനടയായി പതുങ്ങി നീങ്ങുന്ന ഒറ്റകാരുടെ കൂട്ടമല്ല, പോർവീര്യത്തിന്റെ ചിറകിൽ പറക്കുന്ന പക്ഷിക്കൂട്ടങ്ങളായിരുന്നു അവർ. ഗറില്ലാപ്പോരാളികളുടെ കുതിപ്പിന്റെ ഉന്മാദം സംഘത്തിലെ ഓരോ സഖാവും അനുഭവിച്ചു.

കാവുമ്പായിക്കുന്നിലെ വെടിയൊച്ചകൾ നിലക്കുംമുമ്പെ കിഴക്കുദി ക്കിലേക്ക് ചിതറി മറഞ്ഞവരിൽ ഒരു കൂട്ടം പോരാളികൾ പയ്യാവൂരും കടന്ന് നാലഞ്ചുനാഴിക അകലെ കേളംകോട്ടയിൽ തമ്പടിച്ചു. ഗറി ല്ലാപ്പോരിന്റെ കർമാവേശത്തോടെ അവർ ജന്മിയെ ആക്രമിക്കാൻ പദ്ധതിയിട്ടു. അതിനു വേണ്ടി രണ്ടു സന്ദർഭങ്ങൾ പോരാളികൾ തെരഞ്ഞെടുക്കുകയുണ്ടായി. കുന്നത്തൂർപാടി മഹോത്സവത്തിലേക്ക് എഴുന്നള്ളുമ്പോൾ ആക്രമിക്കാനായിരുന്ന ഒരു പദ്ധതി. വളപട്ടണം പുഴയിലൂടെയുള്ള ബോട്ടയാത്രയായിരുന്ന മറ്റൊരു സന്ദർഭം. കർഷക സമരത്തിന്റെ ജനകീയരൂപം ശൈശവവളർച്ചയിൽ നിൽക്കവെയാണ്

അതിൽ നിന്നും മാറി ഗറില്ലാ ആക്ഷന്റെ ചിന്താപദ്ധതിയുമായി ഒരു വിഭാഗം മുന്നേറിയത്. ക്യൂബയിലെ, വിയറ്റ്നാമിലെ, ചൈനയിലെ ഗറില്ലാപ്പോർ പരമ്പരകളൊന്നും ചരിത്രം പരിചയപ്പെട്ടും മുമ്പാണ് ഇക്കഥയെന്നോർക്കുക.

ക്യൂബൻ വിമോചനപ്പോരാട്ടമാണ് ഗറില്ലായുദ്ധമുറയെന്ന സങ്കേതത്തെ ലോകവിപ്ലവചരിത്രത്തിൽ വിജയകരമായി ആദ്യം പരീക്ഷിച്ച് വിജയിച്ചത്. ബാറ്റിസ്റ്റകൾക്കെതിരെ അവരത് അതിസമർഥമായി പ്രയോഗിച്ചു. വിയറ്റ്നാമിൽ ഹൊച്ചീമിന്റെ പരീക്ഷണമായിരുന്നു. ഗറില്ലാ നീക്കം വലിയ തോതിൽ ആവിർഭവിച്ചത് പെനിൻസുലർ യുദ്ധ (1807-1814)ത്തിലാണ്. സ്പെയിനും പോർച്ചഗല്ലും കൂടി ബ്രിട്ടന്റെ സഹായത്തോടെ നെപ്പോളിയനെതിരെ നടത്തിയ പോരാട്ടത്തിൽ. യുദ്ധം എന്നർഥമുള്ള 'ഗ്വെറ' (guerra) എന്നതിൽ നിന്നാണ് ഗറില്ല എന്ന വാക്കുണ്ടായത്. ദേശീയ വിമോചനയുദ്ധത്തിന്റെ അനുബന്ധമായാണ് ഗറില്ലാപ്പോരിനെ മാവോ കണ്ടത്.

ഗറില്ലാ യുദ്ധം എന്നത് നിസ്സാരവും വളരെ സവിശേഷവുമായ ഒരു പ്രവർത്തനമാണെന്നും, അതിൽ ജനങ്ങൾക്ക് സ്ഥാനമില്ലെന്നുമുള്ള Jen Ch'i Shan ന്റെ വാദങ്ങളെ വിമർശിച്ചുകൊണ്ട് അടിസ്ഥാനപരമായി ജനങ്ങളുടെ പരിപാലനമോ പിന്തുണയോ കൂടാതെ ജനങ്ങളിൽ നിന്ന് വേറിട്ട ഒരു രൂപം ഗറില്ലാരീതിക്കില്ലെന്ന മാവോ സ്ഥാപിച്ചു. ആസൂത്രണവും അച്ചടക്കവും പാലിക്കാത്ത ഗറില്ലായുദ്ധം അരാജകത്വമാണെന്നും ഗറില്ലാ യുദ്ധത്തിന്റെ യഥാർഥ ശ്രുധിയിൽ യാതൊര തിന്മയുമില്ലെന്നും ലെനിൻ പ്രസ്താവിച്ചതിനെ മാവോ എടുത്തുകാട്ടുന്നുണ്ട്.

സമരക്കുന്നിലെ പോരാട്ടത്തിനു ശേഷം ഛിന്നഭിന്നമായ വളണ്ടിയർമാരിൽ ഒരു സംഘം പയ്യാവൂരിനടുത്തുള്ള പൊന്നംപറമ്പിൽ കൂടിയിരുന്ന് നടന്ന സംഭവങ്ങൾ അവലോകനം ചെയ്ത. തങ്ങളോടൊപ്പം പ്രധാന പോരാളിയായ പുളക്കൽ കുഞ്ഞിരാമന്റെ അഭാവം അവരെ അലട്ടി. രക്തസാക്ഷിയായി മാറിയ സത്യം അന്നേരത്ത് അവരറിഞ്ഞിരുന്നില്ല. അവശേഷിക്കുന്ന സംഘാംഗങ്ങൾ അവിടെ വച്ച് ഒരു പ്രതിജ്ഞയെടുത്തു: "നാടിനെ രക്ഷിക്കുന്നതിനായി ജീവന്മരണപ്പോരാട്ടം നടത്താൻ ഇനിയുള്ള ജീവിതം നീക്കിവയ്ക്കും"

പുനം കയ്യേറി കൊത്തൽ സമരം പൂർവാധികം ശക്തിയോടെ ഇടരാൻ നിശ്ചയിച്ച. അതിനു വേണ്ടി കേളംകോട്ടയിലേക്ക് നീങ്ങി അവിടെ ക്യാമ്പ് രൂപപ്പെടുത്തി. ക്യാമ്പിനടുത്തുള്ള 'വള്ളിയൻ മട' എന്ന പുനം സമരകേന്ദ്രമായി തെരഞ്ഞെടുത്ത് അവിടെ പുനം കയ്യേറ്റ സമരം ഇടർന്നു. 20 പേർ വീതം മൂന്നു ദിവസങ്ങളിൽ പുനംകൊത്തൽ സമരം

നടത്തി. സമരകേന്ദ്രത്തിലേക്ക് എം. എസ്. പി. സംഘം കടന്നെത്താൻ സാധ്യതയുള്ള കവാടങ്ങളിൽ കാവൽ ഏർപ്പെടുത്തിയിരുന്നു.

ജന്മിയെ വധിക്കാൻ പദ്ധതി

ഗറില്ലാ ആസൂത്രകനായ തമ്പാനും സഖാക്കളും ക്യാമ്പിലെത്തി ചേർന്നിരുന്നു. കരക്കാട്ടിടംജന്മിയെ വധിക്കാനുള്ള ഒരു പദ്ധതി അവർ അവിടെ വച്ച് ആസൂത്രണം ചെയ്തു. മുത്തപ്പന്റെ ആരൂഢമായ കുന്നത്തൂർ പാടി ഈ ക്യാമ്പിൽ നിന്നും അകലെയല്ല. കുന്നത്തൂർ മഹോത്സവത്തി ന്റെ ഊരായ്മ കരക്കാട്ടിടം ജന്മിക്കാണ്. പാടിയിലെ മഹോത്സവത്തിന്റെ നാളുകളാണപ്പോൾ. അതിലൊരു ദിവസം നായനാർ കുന്നത്തൂരിലേക്ക് കേളംകോട്ട ക്യാമ്പിനടുത്തു കൂടി കടന്നു പോകും. ജന്മിയെ വഴിമധ്യേ വെടിവയ്ക്കാൻ പദ്ധതിയിട്ടു. പക്ഷെ, ആ വർഷത്തെ ഉത്സവത്തിന് ജന്മി അതുവഴി കടന്നുപോയില്ല. അതിനാൽ പ്ലാൻ സഫലമാകാതെ പോയി. തോക്കുകളുമായി കാത്തിരുന്ന കില്ലർ സ്ക്വാഡ് നിരാശയോടെ മടങ്ങി. പദ്ധതിയുപേക്ഷിച്ച് തിരിച്ചവരും വഴി സ്ക്വാഡിൽപെട്ട വെള്ളവക്കണ്ടി ചാത്തുവിനേയും കെ. പി. കുഞ്ഞമ്പുവിനേയും പൊലീസ് പിടിക്കൂട്ടുകയും ചെയ്തു. ചാത്തുവിന്റെ അമ്മാവനായ വെള്ളവക്കണ്ടി ഒതേനനാണ് പോലീസിനു കാട്ടിക്കൊടുത്തത്. ഒറ്റകാരനെങ്കിലും, കസ്റ്റഡിയിലായ മരുമകനെ പോലീസ് മർദ്ദിക്കുന്നതു കണ്ടപ്പോൾ മാതുലസ്നേഹം മുളപൊട്ടാതിരുന്നില്ല. ഒതേനൻ അരുതെന്നു വിലക്കി. അപ്പോൾ പോലീസുകാർ 'നീ ഇവന്റെ തലയെടുക്കാൻ നടക്കുന്നവനല്ലെടാ ' എന്നു പറഞ്ഞു ഒതേനനെ പരിഹസിക്കുകയായിരുന്നു. പിടിയിലകപ്പെ ട്ട രണ്ടുപേരും പോലീസിന്റെ മർദനഭീഷണി നേരിട്ടിട്ടും കേളംകോട്ട ക്യാമ്പിനെ സംബന്ധിച്ച രഹസ്യങ്ങൾ വെളിപ്പെടുത്തിയില്ല. അതിനി ടയിൽ കുഞ്ഞമ്പു തോക്കുധാരിയായ എം. എസ്. പി. ക്കാരനെ അടി വയറ്റിൽ ചവിട്ടിവീഴ്ത്തി രക്ഷപ്പെട്ടോടി. ഒറ്റകാരൻ ഒതേനൻ 'അവിടെ നിൽക്കെടാ 'യെന്നു വിളിച്ചലറുന്നുണ്ടായിരുന്നു. 'പോടാ പട്ടി'യെന്ന മറുപടി നൽകാൻ ഓട്ടത്തിനിടയിൽ കുഞ്ഞമ്പുവും വിട്ടു പോയില്ല.

ജന്മിയെ വധിക്കാനുള്ള മറ്റൊരു പദ്ധതിയും പരാജയത്തിലാണു കലാശിച്ചത്. ജന്മിയായ ഉണ്ണമ്മൻ നായനാർ ഇടത്താവളമായ കടമ്പേരി യിൽ നിന്നും ആസ്ഥാനമായ എള്ളരിഞ്ഞിയിലേക്ക് തിരിച്ച വരുന്ന വഴിക്ക് ആക്രമിക്കാനായിരുന്നു പരിപാടി. വളപട്ടണം പുഴയിലൂടെ ബോട്ടിലാണ് അന്നത്തെ യാത്ര. പഴയങ്ങാടിക്കടുത്തുള്ള പട്ട്യംകല്ല് (ഇപ്പോഴത്തെ അമ്മ കോട്ടം) ബോട്ടിറങ്ങിയാണ് എള്ളരി ഞ്ഞിയിലെത്തുക. ബോട്ടിറങ്ങുമ്പോൾ വെടിവയ്ക്കാനാണ് ആസൂത്രണം ചെയ്തത്. അതിനു വേണ്ടി നിശ്ചയിച്ച സ്ക്വാഡിലെ അംഗങ്ങൾക്ക്

തക്കസമയത്ത് സ്ഥലത്തെത്താൻ കഴിയാതെ വന്നതിനാൽ ആ ദൗത്യവും പരാജയപ്പെട്ടു.

കേളംകോട്ട വെടിവയ്പ്

കാവുമ്പായി വെടിവയ്പിന ശേഷം കർഷകവളണ്ടിയർമാർ കേളം കോട്ടയിൽ താവളമടിച്ച വിവരം പോലീസിന ലഭിച്ചു. ആറുപേരടങ്ങുന്ന എം. എസ്. പി. സംഘം 1947 ജനവരി 7 ന് കേളംകോട്ടയിലേക്ക് മാർച്ച് ചെയ്തു. പരിക്കളം, മുണ്ടാന്നൂർ മല വഴി കേളംകോട്ടയ്ക്കടുത്തുള്ള പതിറ്റടി പ്പറമ്പിലെത്തി. വഴിമധ്യേ പരിക്കളത്തു നിന്ന് ചോമ്പോൽ കുഞ്ഞിക്ക ണ്ണൻ, പുതിയ വീട്ടിൽ രാമൻ എന്നിവരെ കസ്റ്റഡിയിലെടുത്തിരുന്നു.

ക്യാമ്പിൽ 27 സഖാക്കളണ്ടായിരുന്നു. ക്യാമ്പിനെ സംബന്ധിച്ച യാതൊന്നും തന്നെ പുറത്തറിയാതിരിക്കാൻ വളരെ കരുതലോടെയും അതീവരഹസ്യവുമായിരുന്നു ക്യാമ്പിലെ ചലനങ്ങൾ. പക്ഷേ, പോലീസ് അതിനേക്കാൾ യുക്തി പ്രയോഗിച്ചു. ഇടയിലൊരു ദിവസം രണ്ട് 'മലയ ന്മാർ' വഴിതെറ്റിയ മട്ടിൽ ക്യാമ്പിൽ വന്നു കേറി. അവർ കർഷകരുടെ പിടിയിലായി. ചോദ്യം ചെയ്തപ്പോൾ നായാട്ടിനെത്തിയതാണെന്നാ യിരുന്നു മറുപടി. സംശയം മാറാത്തതിനാൽ ക്യാമ്പ് ലീഡർ തമ്പാൻ രണ്ട് പേരെയും ദൂരെ മാറ്റി വെടിവെച്ച തള്ളാൻ ഈറ്റിച്ചേരി കണ്ണനെ ച്ചമതലപ്പെടുത്തി, തോക്കും നൽകി. കണ്ണനും സഖാക്കളും അവരെ ദൂരേക്ക കൊണ്ടുപോയെങ്കിലും വധിക്കാൻ തുനിഞ്ഞില്ല, വെറുതെ വിട്ടു. പോലീസ് സംഘം ക്യാമ്പിലെത്തുന്നത് ഈ സംഭവത്തിനപ്പി ന്നാലെയാണ്. 1947 ജനവരി 8 ന് പുലർച്ചെ എം. എസ്. പി. സംഘം ക്യാമ്പ് ആക്രമിച്ചു. ഇടതടവില്ലാതെ വെടിയുതിർത്തു കൊണ്ടാണ് ക്യാമ്പ വളഞ്ഞത്. ആ സമയം കർഷക വളണ്ടിയർമാർ ആരും തന്നെ ക്യാമ്പില്ലണ്ടായിരുന്നില്ല. സെൻട്രിയായ മട്ടങ്ങോടൻ കൃഷ്ണനൊഴികെ. കൃഷ്ണൻ തനിച്ചായിരുന്നു കാവൽ. പ്രതിരോധിക്കാനായി തന്റെ കയ്യില ണ്ടായിരുന്ന തോക്ക ചൂണ്ടി ഉന്നം പിടിച്ചെങ്കിലും എം എസ് പി സംഘം അനായാസം സഖാവിനെ കീഴടക്കി. മാത്രമല്ല, കൃഷ്ണനെക്കൊണ്ട് പോലീസിനെ വെടിവയ്ക്കുന്നതായ പോസിൽ നിർത്തി ഫോട്ടോയുമെടു ത്തു. പോലീസിനെ വെടിവച്ചതായ കള്ളക്കേസ്സ് സമർഥിക്കാൻ ഈ ഫോട്ടോ പോലീസ് പിന്നീടുപയോഗിച്ചു. പയ്യാവൂർമഠത്തിലെത്തിച്ച് കൃഷ്ണനെ ക്രൂരമായി മർദിക്കുകയുമുണ്ടായി. കർഷക ക്യാമ്പ പൂർണമായും തകർത്ത പോലീസുകാർ അവിടത്തെ പാത്രങ്ങളെല്ലാം, വനവഴിയിൽ പിടിക്കൂടിയ രണ്ട കുട്ടികളെക്കൊണ്ട് പയ്യാവൂരിലെത്തിച്ചു.

കേളംകോട്ട വെടിവയ്പ സംഭവത്തിൽ കെ. പി. ആർ. രയരപ്പൻ, നിടിയിൽ നാരായണൻ നായർ, മട്ടങ്ങോടൻ കൃഷ്ണൻ നമ്പ്യാർ, മഠപ്പര

കുഞ്ഞമ്പു എന്നിവരെ പ്രതിചേർത്താണ് പോലീസ് കേസ് ചാർജ് ചെയ്തത്.

***

ഇരിക്കൂർ ഫർക്കയിലാകെ അതിഭീകരമായ മർദനവാഴ്ചയായിരുന്ന ആ നാളുകളിൽ. ഓരോ കുടിലും നിലവിളിച്ചു. ഓരോ മൺതരിയിലും സേന താണ്ഡവമാടി. അന്നത്തെ ഭീകരതയുടെ ഒരു ചിത്രം 1947 ഫെബ്രുവരി 17 ന്റെ ദേശാഭിമാനി ദിനപത്രത്തിന്റെ റിപ്പോർട് വെളിപ്പെടുത്തുന്നു: 'ഇരിക്കൂർ അന്ന് നാസിപ്പട്ടാളക്കാരാൽ വളയപ്പെട്ടിട്ടുള്ള ഒരു കോട്ട പോലെയാണ്. എം. എസ്. പി. ക്കാർ ലാത്തിയും തോക്കുമേന്തി, മരണത്തിന്റേയും രക്ത ദാഹത്തിന്റേയും മൂർത്തികൾ എന്ന പോലെ പുഴയും വഴിയും കടക്കുന്നുണ്ട്. കാടും മലയും തപ്പുന്നുണ്ട്. വീടും കുടിലും കുത്തിപ്പൊളിച്ച് പരിശോധിക്കുന്നുണ്ട്. അവർക്കു വിശ്വാസമില്ലാത്ത വരെ അകത്തേക്കും പുറത്തേക്കും വിട്ടുന്നില്ല'

എള്ളരിഞ്ഞിയിൽ നിന്നും പയ്യാവൂരിൽ നിന്നും ഓരോ സംഘം എം. എസ്. പി. ക്കാർ ബ്ലാത്തൂരിലെത്തിയത് ജനവരി 17 ന് രാത്രി മൂന്നു മണിക്ക്. കേളമ്പത്ത് കൃഷ്ണന്റെ വീട്ടിലാണ് അവരുടെ വിളയാ ട്ടത്തിന്റെ തുടക്കം. സഖാവിനെ കണ്ടില്ല, കണ്ണിൽ കണ്ട വൃദ്ധയായ മാതാവിനു നേരെ അലറി. ശേഷം പുത്തലത്ത് ഗോപാലന്റെ വീട്ടിൽ കയറി വൃദ്ധയായ അമ്മയെ ഭീഷണിപ്പെടുത്തുകയും സഖാവിന്റെ വിവ രങ്ങൾ തിരക്കുകയും ചെയ്തു. കൊളങ്ങര, ക്ളിയേടത്ത്, ഒതയോത്ത്, കുറ്റൂർ ചീയ്യയി വീട്ടുകളിലും പോലീസ് വിളയാടി. വീട്ടുകളിൽ സൂക്ഷിച്ച പാത്രങ്ങളും വിളക്കുകളും തല്ലിയുടച്ചു. നെല്ല്, ചാമ, മുത്താറി തുടങ്ങിയ ധാന്യങ്ങളൊക്കെ പുറത്തേക്കെറിഞ്ഞു. കണ്ണിൽ കണ്ടതെല്ലാം തല്ലിത്ത കർത്തു. കാതിയൻ അപ്പുവിന്റെ കട്ടപ്പുര പൂർണമായും ഇടിച്ചിട്ടു. കേളമ്പ ത്ത് കണ്ണനെ കഞ്ഞി കുടിക്കുന്നതിനിടെയാണ് വളഞ്ഞു പിടിച്ചത്. സഖാവിനെ അവിടെ അടുത്തുള്ള കാര്യസ്ഥൻ വട്ടക്കൽ രയരപ്പന്റെ വീട്ടിലേക്കു കൊണ്ടുപോയി ക്രൂരമായി മർദിച്ചു. സമീപത്തുള്ള വായന ശാലയെ മർദനശാലയാക്കി. പ്രായമായ കോഴിപ്പാടി കണ്ണനേയും കേളമ്പത്ത് കുഞ്ഞിരാമനേയും പിടിച്ചുകെട്ടി അവിടെ കൊണ്ടുവന്നാ യിരുന്ന മർദനം. മർദിച്ച കൊണ്ട് വായനശാലക്കു ചുറ്റും പ്രദക്ഷിണം വയ്പ്പിച്ചു. പോലീസ്പേക്കൂത്തുകൾക്കിടയിൽ വായനശാലാപരിസരം ചോരക്കളമായി. നിലത്ത് പരന്നൊഴുകിയ ചോരച്ചാലിൽ ഉണിക്കണ്ണം മുക്കിയെടുത്ത് ലാത്തിയിൽ ചുറ്റി അതുമുയർത്തിപ്പിടിച്ച് ചെങ്കൊടിയെ ഹാസ്യമായി അനുകരിച്ചായിരുന്നു പോലീസുകാരുടെ പിന്നീട്ടുള്ള നടത്തം.

മാവിലക്കണ്ടി പൈതലിന്റെ വീട്ടിൽ ഇരച്ച കയറിയ കൂട്ടം പനിച്ച കിടക്കുകയായിരുന്ന മകൾ ചപ്പിലക്ക നേരെ തിരിഞ്ഞപ്പോൾ പൈതൽ ചെറുത്തു. അതിനിടയിൽ തോക്കിന്റെ പാത്തികൊണ്ടടിയേറ്റ് പൈതൽ അവശയായി നിലംപതിച്ചു. സ്ത്രീകളെ മർദ്ദിക്കുന്നതും പുരുഷപോലീ സിന് അന്നൊരു ലഹരിയായിരുന്നു. കണ്ണോത്ത് ദേവകി, പുതിയ വീട്ടിൽ കല്യാണി, കുഞ്ഞി, ചാപ്പയിൽ കല്യാണി എന്നിവർക്കും മർദ നമേറ്റു. നേരാംവണ്ണം കാഴ്ചയില്ലാത്ത സ്ത്രീയാണ് ചാപ്പയിൽ കല്യാണി. കല്യാണി കഴിയുന്ന കൊച്ച വീട് എം. എസ്. പി. ക്കാർ ചുട്ടെരിക്കാൻ തുനിഞ്ഞു. കത്തിക്കുംമുമ്പ് അവരെ തൂക്കിയെടുത്ത് പുറത്തേക്കെറിഞ്ഞു. കല്യാണി തിരിച്ച കയറി പോലീസിനെ തടഞ്ഞു. വീണ്ടും മുറ്റത്തേക്ക് വലിച്ചെറിയപ്പെട്ടു. അവർ പിന്നെയും അകത്തു കയറി വാതിൽക്കൽ കുത്തിയിരുന്നു. ഇത് പിന്നെയുമാവർത്തിച്ചു. കല്യാണി ധീരമായി ചെറുത്തു നിന്നു. ഒടുവിൽ തീയിടാൻ നിൽക്കാതെ സംഘം പിന്മാറി.

കീഴോൻ ഗോപാലൻ ബൂട്സിട്ട കാലുകൾക്കടിയിൽ ശ്വാസം കിട്ടാതെ പിടഞ്ഞു. ലോകത്തെ മുഴുവൻ മുറിവേല്പിച്ച 'എനിക്കു ശ്വ സിക്കാൻ കഴിയുന്നില്ലെ 'ന്ന ജോർജ് ഫ്ലോയിഡിന്റെ അന്തിമരോ ദനത്തിനും എഴപത്തിമൂന്നു വർഷങ്ങൾക്കു മുമ്പാണ് ഈ പിടച്ചിൽ. അമേരിക്കയിലെ പൗഡർ ഹോൺ റോഡിൽ ഡെറക് ഷോവിൻ എന്ന പോലീസുകാരന്റെ ബൂട്സിട്ട കാലിന്നടിയിൽ എട്ട മിനിട്ടിലേറെ കഴുത്ത മുറുകിയായിരുന്നു 2020 മെയ് 25 ന് അമേരിക്കയിലെ പൗഡർഹോൺ റോഡിൽ ആ കറുത്തവർഗക്കാരൻ ദാരുണമായി കൊല്ലപ്പെട്ടത്. ചവിട്ട ടിയിൽ ഞെരിഞ്ഞ ഗോപാലനെ ബ്ലാത്തൂർകണ്ടത്തിലിട്ട് പോലീസുകാർ അങ്ങോട്ടുമിങ്ങോട്ടും കുറേനേരം തട്ടിക്കളിച്ചു.

വായനശാല പൂർണമായും തകർത്ത ശേഷം കുന്നാരത്ത് ഗോപാലന്റേയും താഴെ വീട്ടിൽ കുഞ്ഞിരാമന്റേയും കടകളും കത്തിച്ചു. കീഴടവൻ ചെറിയയുടെ വീട്ടിൽ പാഞ്ഞുകയറിയത് ചെറിയയുടെ മകൻ ഗോപാലനെ അറസ്റ്റ ചെയ്യാനാണ്. ഗോപാലനെ കിട്ടാത്തതിനാൽ വീട്ടിലെ വിലപിടിപ്പുള്ളതെല്ലാം കൊള്ളയടിച്ചാണ് പോലീസ് സംഘം പുറത്തിറങ്ങിയത്.

വാർധക്യം ബാധിച്ചവരേയും കുട്ടികളേയും അവർ വെറുതെ വിട്ടില്ല. വൃദ്ധരായ കുറ്റർ കേളപ്പൻ, കുഞ്ഞിപ്പള്ളത്ത് കമ്മാരൻ, കണ്ണാ വിൽകേള, കരുവാത്ത് ചിണ്ടൻ എന്നിവരെ അറസ്റ്റ ചെയ്തു. താഴെ വീട്ടിൽ അനന്തനോടൊപ്പം ഇളംപ്രായത്തിലുള്ള രണ്ട മക്കളേയും കസ്റ്റഡിയിലെടുത്തു. റിട്ടയേഡ് പട്ടാളക്കാരനായിട്ടും കണിശൻ കുഞ്ഞുണ്ണിയെ ഒഴിവാക്കിയില്ല. കോറോത്തു ഗോവിന്ദനും തണ്ടേൽ

കോരനും മർദനമേറ്റ് അവശരായി. കണ്ണാവിൽ എകരത്തെ പുതിയ വീട്ടിൽ ദാറ്റിയെ തെങ്ങിൽ കെട്ടിയിട്ട് അടിച്ചു. ബ്ലാത്തൂർ, കല്ല്യാട് പ്രദേശങ്ങളിലെ എം. എസ്. പി നരനായാട്ട് ജനവരി 21 വരെ നീണ്ടു. എം. എസ്. പി വേട്ട അവസാനിപ്പിക്കാനാവശ്യപ്പെട്ടു പ്രകടനം നടത്തിയ ബാലസംഘം പ്രവർത്തകർക്കു നേരെയും ബ്ലാത്തൂരിൽ ലാത്തിവീശി.

നിടിയോടിയിൽ എം. എസ്. പി സംഘമെത്തിയത് ഫെബ്രു 19 ന് രാവിലെയാണ്. ഒരു ലോറിയിൽ വന്നിറങ്ങിയ സംഘം ആദ്യം മുണ്ട യാടൻ നാരായണന്റെ വീട് കയ്യേറിക്കൊണ്ടായിരുന്ന പ്രദേശത്ത് അക്രമം തുടങ്ങിയത്. വീടുകളിൽ കണ്ടതെല്ലാം കൊള്ളയടിച്ചാണ് മുന്നേറ്റം.

ഇരുപത് പേരടങ്ങുന്ന മറ്റൊരു സംഘം എം. എസ്. പി. ക്കാർ 8 പേരടങ്ങുന്ന ലോക്കൽ പോലീസ് സംഘത്തോടൊപ്പം ഫെബ്രു 20 ന് ഉച്ചക്ക് ഊരത്തെലെത്തി. കാരോന്ദൻ കുട്യപ്പയുടെ നേതൃത്വത്തിലുള്ള ഗുണ്ടാസംഘവും വഴികാട്ടാനുണ്ടായി. ഊരത്തൂര്, ആലത്തുപറമ്പ് ഭാഗങ്ങളിൽ മനുഷ്യനായാട്ട നടത്തിയ അവർ കർഷക നേതാവായ കോയാടൻ നാരായണൻ നമ്പ്യാരുടെ വീട്ടിൽ കയറി താണ്ഡവമാടി. സ്ത്രീകളേയും കുട്ടികളേയും വലിച്ച പുറത്തിറക്കി. വീട്ടിൽ കരുതിവച്ച ധാന്യങ്ങൾ മുഴുവൻ കവർന്നു. 81 പറ പാലക്കാടൻ നെല്ല്, 25 സേർ വിത്തു പൊതി, 15 സേർ അരിയും. കത്തിക്കരിഞ്ഞവശേഷിച്ച വീട്ടിലാണ് മൂന്നാലു ദിവസം ആ കുടുംബം പിന്നെ പൊറുത്തത്.

കാഞ്ഞിലേരിയിലെത്തിയ പോലീസ് സംഘം സീതി മൊയ്തീൻ കുട്ടി, തളിയൻ വീട്ടിൽ കുഞ്ഞിരാമൻ എന്നിവരുടെ കടകളും കുഞ്ഞുമ്പിട്ടക്ക കുഞ്ഞിരാമന്റെ കടയും വീടും കത്തിച്ചു. കുഞ്ഞിരാമന്റെ ഭാര്യയേയും അമ്മയേയും പുറത്താക്കിയ ശേഷമാണ് വീടിനു തീയിട്ടത്. കർഷക സഖാക്കളുടെ വീടുകളൊന്നൊഴിയാതെ കയറി തെരഞ്ഞു. ചുടിരാമനെ വഴിയിൽ നിന്നാണ് കസ്റ്റഡിയിലെടുത്തത്.

കാവുമ്പായിയിലെ ഓരോ വീട്ടിലുമവർ വീണ്ടും വീണ്ടുമെത്തി. കുടിലുകൾ പലയും കത്തിച്ച ചാമ്പലാക്കുകയും തകർക്കുകയും ചെയ്തു. തളിയൻ രാമൻ നമ്പ്യാർ, കേളോത്ത് കൃഷ്ണൻ എന്നിവരുടെ വീടുകൾ നശിപ്പിച്ചതിന്റെ ദൃശ്യങ്ങൾ അന്നത്തെ പത്രങ്ങളിൽ വാർത്താപ്രാധാന്യത്തോടെ പ്രസിദ്ധീകരിച്ചിരുന്നു. കേളോത്ത് കൃഷ്ണനെ മറ്റൊരു തീവയ്പ്പ കേസിൽ പ്രതിയുമാക്കി. പാലയാടൻ നാരായണൻ നായരുടെ വീട് കത്തിച്ചശേഷം കർഷക പ്രവർത്തകരിൽ കുറ്റമാരോപിച്ച് കേളോത്ത് കൃഷ്ണനേയും പാപ്പിനിശ്ശേരി കുഞ്ഞപ്പ നമ്പ്യാരേയും കള്ളക്കേസിൽ കുടുക്കുകയായിരുന്നു. നാരായണൻ നായരുടെ വീട്ടിൽ ചെന്ന് ഇവർ

കേളോത്ത് കൃഷ്ണൻ

വെള്ളം ചോദിച്ചുവെന്നും അയാളുടെ ഭാര്യ വെള്ളം കൊടുക്കാത്തതിനാൽ ഭീഷണി പ്പെടുത്തിയാണ് തിരിച്ചുപോയതെന്നും രാത്രിയിൽ വീണ്ടുമെത്തി വീടു കത്തിച്ചുവെ ന്നുമായിരുന്ന കഥ കെട്ടിച്ചമച്ചത്.

ഒളിവിൽ പോയ കേളോത്ത് കൃഷ്ണന്റെ സ്വത്തു മുഴുവൻ ജപ്തി ചെയ്തു. കുടുംബത്തെ പെരുവഴിയിലിറക്കിവിട്ട് അവരുടെ വീടിന തീയിട്ടു. കേളോത്തിന്റെ ഭാര്യയും മഹിളാ പ്രവർത്തകയുമായ ആർക്ൃത്ത് വീട്ടിൽ കല്യാണിയും അമ്മയും ഏതാനും ദിവസ ങ്ങൾ തള്ളിനീക്കിയത് വഴിവക്കിലെ മരച്ചുവട്ടിലായിരുന്നു. അമ്മാവ നായ കേളോത്ത് ചന്തുവിനെയും അറസ്റ്റു ചെയ്തു.

പിടിയിലാകുന്നവരെ കസ്റ്റഡിയിൽ വച്ച് പരസ്പരം തല്ലിക്കുന്ന വിനോദവും പോലീസുകാർക്കുണ്ടായിരുന്നു. പയ്യാവൂരിൽ നിന്നും അറസ്റ്റു ചെയ്ത പുത്തൻവീട്ടിൽ ഗോവിന്ദൻ, കോയാടൻ കൃഷ്ണൻ, കുറ്റിയാട്ടിൽ കണ്ണൻ, കുട്ടി രാമൻ എന്നിവരെ അന്യോന്യം അടിപ്പിക്കാനുള്ള നീചമായ പ്രവൃത്തി പോലീസിന്റെ ഭാഗത്തുനിന്നുണ്ടായി.

1947 ഫെബ്രു 4 ന് കാവുമ്പായിയിലെ കർഷക കാരണവരായ തെക്കൻ നാരായണൻ നായരുടെ വീട്ടും അഗ്നിക്കിരയാക്കി. കർഷക സംഘത്തിന്റെ മറ്റൊരു സജീവ പ്രവർത്തകനായ എം. സി. കുഞ്ഞിക്ക ണ്ണൻ നമ്പ്യാരുടെ വീട്ടിൽ കയറി അതിക്രമം കാട്ടുകയും നെല്ലുചാക്ക കെട്ടുകളെടുത്ത് പുറത്തെറിയുകയും ചെയ്തു.

കാവുമ്പായി വയലില്ലുടെ പണിയായുധങ്ങളുമായി തൊഴിൽ സ്ഥ ലത്തേക്കു പോകുമ്പോഴാണ് ശങ്കരൻ ആശാരിക്ക് പോലീസുകാരുടെ മർദനമേറ്റത്.

ഒളിവിൽ കഴിയുന്നവരെ അന്വേഷിച്ച് പോലീസ് ചേപ്പറമ്പില്ലുമെത്തി. മർദനത്തിന്റേയും ഭീഷണിയുടേയും അവിടത്തെ തുടക്കം താഴെ വീട്ടിൽ കല്യാണിയുടെ വീട്ടിലായിരുന്നു. ഒറ്റകാരനായ വടക്കിൽ അനന്തനാണ് പോലീസിന് വഴികാട്ടി.

ടീച്ചേഴ്സ് ട്രെയിനിംഗ് സ്ക്കൂളില്ലും പോലീസ് ചെന്നു. അവിടെ വിദ്യാർഥികളായ കെ. വി. ഗോവിന്ദനും എം. സി. പത്മനാഭനും കർഷക പ്രസ്ഥാനവുമായി ബന്ധം സ്ഥാപിച്ചവരാണ്. അറസ്റ്റ വാറണ്ട് കാണിക്കാൻ ആവശ്യപ്പെട്ടുവെങ്കിലും അതൊന്നും വകവയ്ക്കാതെ കെ.

വി. ഗോവിന്ദനെ കസ്റ്റഡിയിലെടുത്തു. അതിനിടയിൽ പോലീസിന്റെ കണ്ണുവെട്ടിച്ച് എം. സി. പത്മനാഭൻ പിടികൊടുക്കാതെ രക്ഷപ്പെട്ടു. നരനായാട്ടിനിടയിൽ കസ്റ്റഡിയിലെടുത്ത നിരവധി പേരെ കള്ളക്കേ സുകളിൽ പ്രതികളാക്കി.

സമരക്കുന്നിൽ നിന്നും കൂട്ടം തെറ്റിയ വിപ്ലവകാരികളുടെ പലായനം പലദേശങ്ങളിലേക്കായിരുന്നു. ഏരുവേശിയിലേക്കും പയ്യാവൂരി ലേക്കും കാഞ്ഞിലേരിയിലേക്കും ബ്ലാത്തൂരിലേക്കും കാനപ്രംവഴി ചേപ്പറമ്പിലേക്കും നിടിയേങ്ങയിലേക്കും ചുഴലിയിലേക്കും അവർ ഓടി മറഞ്ഞു. അവർക്ക പിന്നാലെ പോലീസും മണത്തറിഞ്ഞു പിന്തു ടർന്നു. ദേശാതിർത്തികൾ കടന്ന് പലരുടേയും ഒളിവുജീവിതം നീണ്ടു. വടക്കൻ മലബാറിലെ കമ്മ്യൂണിസ്റ്റ് സ്വാധീനമുള്ള മിക്ക ഗ്രാമങ്ങളേയും അഭയം പ്രാപിച്ചു. അവിടങ്ങളും കടന്ന് കല്പറ്റ, വൈത്തിരി, തിരുനെല്ലി, സുൽത്താൻ ബത്തേരി, കുടക്, മൈസൂർ, നീലഗിരി, മംഗലാപുരം, ആന്ധ്ര ഇങ്ങനെ വിദൂരദേശങ്ങളിലേക്ക് നാട്ടുവിട്ടവരുണ്ട്. ടി. വി. കമ്മാരൻ നമ്പ്യാരുടെ ഒളിവുസഞ്ചാരം വിശാഖപട്ടണത്തെത്തിയിരുന്നു. ഏഴും എട്ടും വർഷങ്ങൾ കഴിഞ്ഞാണ് പലരും സ്വദേശത്ത് തിരിച്ചെത്തിയത്. കേളോത്ത് കൃഷ്ണൻ ചെമ്പിലോട്ട നിന്നും കസ്റ്റഡിയിലായത് എട്ടുവർഷ ത്തെ ഒളിവു ജീവിതത്തിനു ശേഷമാണ്. രണ്ടു വർഷം ജയിൽവാസം കഴിഞ്ഞപ്പോൾ 1957ലെ കേരളസർക്കാർ രാഷ്ട്രീയത്തടവുകാരെ വിമോ ചിപ്പിച്ച കൂട്ടത്തിൽ മുക്തനായി.

അത്തരം രക്ഷപ്പെടലുകളെ ഒളിച്ചോട്ടമായോ ഒളിവുജീവിതമായോ കരുതാം. രാഷ്ട്രീയ പ്രവർത്തകരുടെ ഒളിവിൽ പ്രവർത്തിക്കുകയെന്ന പ്ര വർത്തന പദ്ധതിയുമായി അതിനെ ബന്ധപ്പെടുത്താനാവില്ല. ഒളിവിൽ മറഞ്ഞ് രാഷ്ട്രീയ പ്രവർത്തനം മുന്നോട്ട നീക്കാൻ കമ്മ്യൂണിസ്റ്റ പാർടി ചില സന്ദർഭങ്ങളിൽ ആവശ്യപ്പെടാറുണ്ട്. ഇവിടെ പക്ഷെ, ഇരിക്കൂർ ഫർക്കയിൽ വിരലിലെണ്ണാവുന്ന പ്രവർത്തകരെ സംബന്ധിച്ച മാത്രമേ അത്തരം തീരുമാനമുണ്ടായുള്ളൂ. ബഹുഭൂരിപക്ഷവും സ്വന്തം നിലക്കുള്ള ഒളിവുജീവിതമായിരുന്നു. പാർട്ടിയുടേയും കർഷക സംഘത്തിന്റേയും കേന്ദ്രം തരിപ്പണമായ സാഹചര്യമായിരുന്നു അന്നടലെടുത്ത്. നേതൃതലത്തിൽ കൂടിയാലോചനകളോ അതിന്റെയടിസ്ഥാനത്തിൽ പ്ര വർത്തകരുടെ പുനരേകീകരണമോ സാധ്യമായിരുന്നില്ല. ഉന്നതരായ ചില നേതാക്കൾ സ്ഥലം സന്ദർശിച്ചതും ഫർക്കയിൽ ക്യാമ്പുചെയ്ത് ധൈര്യം പകരാൻ പ്രയത്നിച്ചതുമൊഴിച്ചാൽ രാഷ്ട്രീയ സംഘടനാബലം ശിഥിലമായ ഒരവസ്ഥയാണ് പരുവപ്പെട്ടത്.

എ.കുഞ്ഞിക്കൃഷ്ണൻ

ഫർക്ക കമ്മിറ്റി സെക്രട്ടറി എ. കുഞ്ഞിക്കണ്ണനും സഹപ്രവർത്തകരും പ്രതിരോധ പ്രവർത്തനങ്ങളിൽ വ്യാപൃത രായെങ്കിലും എമ്പാടും പ്രതിഷേധം പടർ ത്താൻ സാധിച്ചില്ല. ലോകം ഞെട്ടിച്ച ഈ കൂട്ടക്കൊലക്കെതിരെ നാടെമ്പാടും കലാ പകൊട്ടങ്കാറ്റയരേണ്ട സമയത്ത് സ്വാഭാ വികമായ പ്രതിഷേധം പോലുമുയർത്താൻ കഴിയാതെ പോയെന്നതാണ് യാഥാർഥ്യം. പിൽക്കാല സമരചരിത്രത്തിൽ, മറ്റേതു കാർഷികപോരാട്ടങ്ങളേക്കാളം, ജനകീ യസ്വഭാവത്തിലും, ഏറ്റുമുട്ടൽ കൊണ്ടും, രക്തസാക്ഷിത്വം കൊണ്ടും, തടവറകൾ താണ്ടിയും വേട്ടയാടപ്പെട്ടും, തൂക്കുമരത്തെ ക്ഷണിച്ച വരുത്തിയും, ജന്മിത്തത്തെ മുഖാമുഖം വെല്ലുവിളി ച്ചും അങ്ങനെയങ്ങനെ എത്രയോ സംഘർഷഭരിതമായ ഉള്ളടക്കം എഴു തിച്ചേർത്തിട്ടും, കാവുമ്പായികലാപം ഉചിതമായും പ്രാധാന്യപൂർവവും പരിഗണിക്കപ്പെടാതെ പോയതിന്റെ ഇടക്കമായിരിക്കാം ഒരു പക്ഷെ അന്നത്തെ പ്രതികരണവും. എല്ലാ വർഷവും ഡിസംബർ മുപ്പതിന് കമ്മ്യൂ ണിസ്റ്റ് പാർടികൾ സംഘടിപ്പിക്കാറുള്ള അനുസ്മരണ പരിപാടികൾക്കും അതാത് പാർടികളുടെ ഉന്നതനേതൃത്വം നൽകാറുള്ള പരിഗണന കാവു മ്പായിയെ സംബന്ധിച്ച് നിരാശാജനകമായിരുന്നു. കയ്യൂർ, കരിവെള്ളൂർ, പുന്നപ്ര-വയലാർ ദിനങ്ങളിലെല്ലാം കേന്ദ്ര-സംസ്ഥാന നേതൃത്വം കൂട്ടം ചേരുന്നതു കാണാം. കാവുമ്പായിയിൽ ഏതെങ്കിലും ജില്ലാ നേതാവ് എത്തിയെങ്കിലായി, എന്ന മട്ടിലാണ് പാർടിയണികളുയർത്താറുള്ള പ്രതികരണം.

വെടിവയ്പിനു ശേഷമുള്ള ആദ്യവാരങ്ങളിൽ കെ. പി. ആർ. ഗോപാലൻ കാവുമ്പായിയിൽ ക്യാമ്പുചെയ്തു. ഇ. എം. എസും സി. ഉണ്ണിരാജയും സന്ദർശനം നടത്തി. ഐച്ചേരിയിൽ അവരെ സ്വീകരി ക്കുന്നതിന് പൊതുയോഗമൊരുക്കിയിരുന്നു. പൊതുയോഗത്തിലേക്ക് പ്രകടനമായെത്തിയ കോണോംപട്ടത്തെ പ്രവർത്തകർ ഉയർത്തിപ്പിടി ച്ച ചെങ്കൊടി ചാരനിറം പൂണ്ടതായിരുന്നു. പോലീസുകാരുടെ കണ്ണിൽ പെടാതിരിക്കാൻ ചാരത്തിൽ പൂഴിവച്ചതിനാലാണ് കൊടി നരച്ചതായി മാറിയത്. ഇക്കാര്യം സ്മരിച്ച കൊണ്ട് ഒരു ലേഖനത്തിൽ ഉണ്ണിരാജ എഴുതി:

"ആരാണോ
യീക്കൊടി താഴ്കിൽ
ന്ററായിയ്യരുമീ പൊൻകൊടി"
അന്ന് കൊടിയുടെ മാനമായിരുന്ന മറ്റേതിനും മീതെ:
"നമ്മളിൽ മാംസം ഒരു തുണ്ടുള്ളോളം
നമ്മളിൽ രക്തമൊരിറ്റുള്ളോളം
നമ്മുടെ കൊടിയുടെ മാനം കാക്കും. "

മുദ്രാവാക്യമീവിധമായിരുന്നു.

വെടിവയ്പ്പിനു ശേഷം ദേശംവിട്ടു പോകാതെ, ഇവിടത്തന്നെ സുധീരം നിലകൊണ്ട ഒരു കൂട്ടം സഖാക്കൾ ഒറ്റയും തെറ്റയുമായി ഏറ്റുമുട്ടാനും ഗ്രൂപ്പുകളായി പ്രതിരോധിക്കാനും സ്വമേധയാ തീരുമാനിക്കപ്പെട്ട അനുഭവങ്ങളുണ്ട്. ഒളിവിൽ കഴിഞ്ഞു കൊണ്ട് സംഘടനാ ദൗത്യം മുന്നോട്ട കൊണ്ടുപോകുവാനും സമരശേഷി തിരിച്ചുപിടിക്കുവാനുമുള്ള ശ്രമത്തിലായി ചില നേതാക്കൾ.

ഒളിവിൽ പാർക്കുവാൻ പറ്റിയ സങ്കേതങ്ങൾ വളണ്ടിയർമാർ കണ്ടെത്തും. ഒന്നോ രണ്ടോ ദിവസം അവിടത്തെ സുരക്ഷിതത്വം പരി ശോധിക്കാനായി നിയോഗിക്കപ്പെട്ട വളണ്ടിയർ അവിടെ തങ്ങും. ശേഷമേ നേതാക്കളെ ആ കേന്ദ്രത്തിലേക്ക മാറ്റൂ. വെടിവയ്പ്പിനെ തുടർന്നുള്ള ആദ്യദിവസങ്ങളിൽ എം. സി. ആർ, മാപ്പുര കുഞ്ഞമ്പു, കരിഞ്ചി കണ്ണൻ, സി. എച്ച്. കുഞ്ഞിരാമൻ, കേളോത്ത് കൃഷ്ണൻ, അമ്പു ലോത്ത് കുഞ്ഞമ്പു തുടങ്ങിയ സഖാക്കൾ പാർടി നിർദേശ പ്രകാരം കാവുമ്പായിയിൽ തന്നെ തങ്ങി പാർടി പ്രവർത്തനം മുന്നോട്ട നീക്കി. എ. കുഞ്ഞിക്കണ്ണനും, ഒ. പി. അനന്തൻ മാസ്റ്ററും ആഴ്ചയിലൊരിക്കൽ സ്ഥലത്തെത്തി ഇവരുമായി ആശയവിനിമയം നടത്തും. ഇവരിലൊ

സി. എച്ച്. കുഞ്ഞിരാമൻ

രാളായ എം. സി. രാമർകുട്ടി നമ്പ്യാരുടെ ഒളിവു പ്രവർത്തനരേഖ അന്നത്തെ ചലന ങ്ങളുടെ ഒരു ഏകദേശ ചിത്രം കാട്ടിത്തരും. കാവുമ്പായി വെടിവയ്പ്പിനു ശേഷം സഖാവ് കേളംകോട്ട ക്യാമ്പിലെത്തി. അവിടെ വെടിവയ്പ്പിനു ശേഷം പ്പാരിയില്ലും പിന്നെ മണ്ണംകുണ്ടിലെ ക്യാമ്പില്ലുമെത്തി. രാത്രിനേരം നാട്ടുകാരിൽ നിന്ന് അരിയും പണവും സമാ ഹരിച്ചാണ് ക്യാമ്പില്ലുള്ളവർ കഴിച്ചുകൂട്ടിയത്. ഏതാനും ദിവസം കഴിഞ്ഞ് ക്യാമ്പ് പിരിച്ചുവിട്ട് പല വീടുകളിലായി സഖാക്കൾക്ക് ഷെൽടർ

ഒരുക്കി. എം. സി. യുടെ ആദ്യഷെൽട്ടർ കാവുമ്പായിലായിരുന്നു. ഒരേ വീട്ടിൽ സ്ഥിരമായി ആരേയും പാർപ്പിച്ചില്ല. കാവുമ്പായിയിലെ നാല്യ വീട്ടുകളിൽ മാറി മാറി കഴിഞ്ഞ ശേഷം നിടിയേങ്ങയിൽ. അവിടെ രണ്ട ഷെൽട്ടറുകളിൽ, പിന്നീട് ചേപ്പറമ്പിൽ രണ്ട്, നിട്ടവാല്യേരിൽ ഒന്ന്, ബക്കളം ഒന്ന്, കടമ്പേരി ഒന്ന്, മലപ്പട്ടം ഒന്ന്, കൊളന്ത രണ്ട്, പെരിങ്ങോം രണ്ട്, ച്ചളിയാട് രണ്ട്, കാഞ്ഞിലേരി രണ്ട്, ചെരിക്കോട് രണ്ട്, കൈതപ്രം നാല്, മാപ്പിനി ഒന്ന്, നിട്ടങ്ങോം രണ്ട് ഷെൽട്ടറുകളിൽ താവളം. പിന്നീട് സഖാവിനെ പാർടി വയനാട്ടിലേക്കയച്ചു. 'ഗോപാലൻ' എന്ന പേരിൽ അവിടെ പ്രവർത്തിക്കുമ്പോൾ അസുഖം പിടിപെട്ടു. മാനന്തവാടി 15 ദിവസം ചികിത്സ. അസുഖം മൂർഛിച്ചതിനാൽ വീരാജ് പേട്ട ഹോസ്പിറ്റലിലേക്ക മാറ്റി. ഒരു മാസം 20 ദിവസം അവിടെ അഡ്മി റ്റായി. സുഖം പ്രാപിച്ച ശേഷം പൊന്നാംപേട്ടയിലെ ഒരു വക്കീലിന്റെ വീട്ടിൽ താമസമാക്കി - കൃഷ്ണവാരിയർ എന്ന പേരിൽ. സംശയം തോന്നി പോലീസ് സ്റ്റേഷനിലേക്ക് വിളിപ്പിച്ചിരുന്നു. പിന്നീട് കുന്നോത്ത് നാരാ യണനെന്ന ഒറ്റകാരൻ കാട്ടിക്കൊടുത്തു പ്രകാരം ഗോണിക്കുപ്പയിൽ വച്ച് അഞ്ചു പോലീസുകാരടങ്ങുന്ന സംഘം വളഞ്ഞു പിടിച്ചു. വീരാജ് പേട്ട മജിസ്ട്രേറ്റ് രണ്ട ദിവസത്തേക്ക് റിമാൻഡ് ചെയ്തു. രണ്ട കൊല്ലം ഒമ്പത മാസത്തെ ഒളിവുജീവിതം അതോടെ അവസാനിച്ചു. ആദ്യം തളിപ്പറമ്പ് സബ് ജയിൽ, പിന്നെ കണ്ണൂർ സെൻട്രൽ ജയിൽ, പിന്നെ സേലം ജയിൽ. ആകെ ഒരു വർഷം മൂന്ന മാസം തടവ്. 1951 ൽ വിട്ടതി.

സ:പറമ്പൻ കുഞ്ഞിരാമൻ രക്തസാക്ഷിയായി

ഒളിവിൽ കഴിയുന്നവർക്ക് പരിചരണമൊരുക്കുന്ന ഒരു വളണ്ടിയറാ യിരുന്നു പറമ്പൻ കുഞ്ഞിരാമൻ. ഒരു ദിവസം ഒളിസങ്കേതത്തിലേക്ക് ഭക്ഷണവും പുസ്തകവും ബീഡിയും എത്തിച്ച കൊടുക്കുന്നത് പോലീസ് കണ്ടുപിടിച്ചു. നിട്ടങ്ങോത്തുള്ള സഖാവിന്റെ വീട്ടിൽ കയറി കസ്റ്റഡിയി ലെടുത്തു. എള്ളരിഞ്ഞി പോലീസ് ക്യാമ്പിലേക്കാണ് കൊണ്ടുപോയത്. അവിടെ വച്ച് പോലീസ് സംഘം കടിച്ചുകീറി. വിവിധ മർദനപരീക്ഷ ണങ്ങൾക്കിടയിൽ സഖാവിന്റെ പ്രാണൻ നഷ്ടപ്പെട്ടു. ഈ ദരിദ്രവാസി മരണപ്പെട്ടുമെന്ന് പോലീസുകാരും കരുതിക്കാണില്ലെന്നു തോന്നുന്നു. മൃതദേഹം മരിക്കാത്തതുപോലെ സഖാവിന്റെ വീട്ടിലെത്തിച്ചു. അസുഖ ബാധിതനാണെന്ന് പറഞ്ഞ് പുറംതിണ്ണയിലിട്ട് പോലീസ് സ്ഥലം വിട്ടു.

സേലംജയിൽ രക്തസാക്ഷിത്വം

പാർടിയുടെ ഏകോപിത നേതൃത്വത്തിന്റേയും രാഷ്ട്രീയ ദൃഢ തയുടേയും ഇടപെടൽ ദുർബലപ്പെട്ടപ്പോൾ, പ്രതിരോധത്തിന്റെ നാളുകളെ അതിജീവിക്കാനാവുമോയെന്ന ആശങ്ക ശക്തിപ്പെട്ടപ്പോൾ,

പോലീസിന്റെ കടന്നാക്രമണം ശക്തമായപ്പോൾ പല കർഷക പ്രവർ ത്തകരും ജന്മിക്ക മുമ്പിൽ നേരിട്ട ഹാജരായി കീഴങ്ങുന്ന സ്ഥിതിയും ഉടലെടുത്തിരുന്നു. സ്വയം കീഴടങ്ങുന്നവർ കേസ്സിൽ നിന്നൊഴിവാക്ക പ്പെട്ടും. നേതാക്കളുടെ തലയ്ക്ക് പോലീസ് വില പ്രഖ്യാപിച്ചതോടെ ചില വിശ്വസ്തരും ബന്ധുക്കളും പ്രലോഭനത്തിനു വഴങ്ങി ഒറ്റുകാരായും മാറി.

ഒറ്റുകാരുടെ സഹായത്താലാണ് കോയാടൻ നാരായണൻ നമ്പ്യാരെ പിടിക്കൂടിയത്. കാഞ്ഞിലേരിയിലെ ഒരു വീട്ടിൽ ഒളിവിൽ പാർക്കുകയായിരുന്നു. അവിടുന്ന് പഴംചക്ക തിന്നുകൊണ്ടിരിക്കെ യാണ് പോലീസ് ചാടിവീണത്. പിടിക്കൂടിയ സഖാവിനെ എള്ളരിഞ്ഞ് പോലീസ് ക്യാമ്പ് വരെ ഇൂക്കിയെടുത്താണ് കൊണ്ടുപോയത്. പൊക്കം കുറഞ്ഞ് ശ്രുഷ്കമായ ശരീരമാണ് കോയാടന്റേത്. ഒളിവിലായിരുന്ന കർഷക നേതാക്കൾ ഒ. പി. അനന്തൻ മാസ്റ്ററും തളിയൻ രാമൻ നമ്പ്യാരും സേലം ജയിലിലെത്തിയതും ചിലർ ഒറ്റിക്കൊടുത്തഇുകാര ണമാണ്. സേലംജയിലിൽ വച്ചുണ്ടായ വെടിവയ്പിൽ അവർ രണ്ടു പേരും കൊല്ലപ്പെട്ടു.

ഒളിവിൽ കഴിയുകയായിരുന്ന ഒ. പി. അനന്തൻ മാസ്റ്ററെ കൂട്ട ക്കിയത് പോലീസ് ഏജന്റായിത്തീർന്ന സഹോദരൻ തന്നെയാണ്. മകനെ കാണാൻ അതിയായി ആഗ്രഹിക്കുന്നുണ്ടെന്ന അമ്മയുടേതായ സന്ദേശം സഹോദരൻ സഖാവിനെ അറിയിച്ചു. നായനാരുടെ മുമ്പിൽ ഹാജരായി കുറ്റസമ്മതം നടത്തിയാല്പടൻ കേസ്സിൽ നിന്ന് ഒഴിവാ ക്കപ്പെട്ടുമെന്ന തെറ്റിദ്ധാരണ അമ്മയില്ലുണ്ടാക്കാൻ സഹോദരനും പോലീസുകാർക്കും കഴിഞ്ഞു. അവരൊരുക്കിയ കെണിയിൽ കുടുങ്ങി വീട്ടിലെത്തി. കാത്തിരിക്കുകയായിരുന്ന പോലീസ് സംഘം വീട് വളഞ്ഞ് ആ പോരാളിയെ കീഴ്പ്പെടുത്തുകയും ചെയ്തു.

തളിയൻ നമ്പ്യാരെ, സഖാവിന്റെ വീട കത്തിച്ച് കാത്തിരിക്കുകയാ യിരുന്ന ഒറ്റുകാരും പോലീസുകാരും. 1947 ഫെബ്രുവരി 3നാണ് വീട് തകർത്തത്. വീട്ടിലെ വസ്തുക്കൾ പലതും പോലീസ് സംഘം കൊള്ളയ ടിച്ചു. ബാക്കിയുള്ളവ കിണറ്റിലിട്ടു. തളിയന്റെ ഭാര്യ ഉമ്മങ്ങമ്മ (കുഞ്ഞമ്മ) വീട്ടില്ുണ്ടായിരുന്നു. അവരെ ചൂരൽ കൊണ്ടടിച്ച് മുറിവേല്പിച്ചു പുറത്താ ക്കിയ ശേഷമാണ് വീട് കത്തിച്ചത്.

കാവുമ്പായി വെടിവയ്പിനു ശേഷം കണ്ടക്കൈ പ്രദേശത്ത് ഒളിവിൽ കഴിയുകയായിരുന്ന തളിയൻ. വീട് കത്തിയെരിഞ്ഞ വിവരമറിഞ്ഞാൽ ആൾ സ്ഥലത്തെത്തുമെന്ന് പോലീസ് കണക്കുകൂട്ടി. അഇു തന്നെ സംഭവിച്ചു. ഒളിവിൽ നിന്ന് പുറത്തേക്ക വന്നു. വീട് കത്തിച്ചാമ്പലായഇു

കണ്ടു. മറ്റാരേയും സമീപത്തൊന്നും കാണാനായില്ല. തന്റെ വീടിനടു ത്തുള്ള മുണ്ടയാടൻ ഗോപാലൻ നമ്പ്യാരുടെ വീട്ടിൽ ചെന്നമ്പേഷിച്ചു.

"അമ്മോൻ അകത്തിരിക്ക്.

നമുക്ക് ചായ വെക്കാം "

ഗോപാലൻ നമ്പ്യാർ തളിയനെ അകത്ത് സൽക്കരിച്ചിരുത്തി. പഞ്ചസാര വാങ്ങി വരാമെന്നു പറഞ്ഞ് തളിയന്റെ കയ്യിൽ നിന്ന് കാശും വാങ്ങി പുറത്തേക്ക പോയി. അത് പോലീസ് ക്യാമ്പിലേക്കുള്ള ഓട്ടമാ യിരുന്നു. നേരെ എം. എസ്. പി ക്യാമ്പിൽ. തളിയന്റെ തലയ്ക്ക് വിലയിട്ട സമയമാണത്.

തിരിച്ചെത്താൻ താമസിച്ചതിൽ സംശയം തോന്നിയ സഖാവ് ആ വീട്ടിൽ നിന്ന് പുറത്തിറങ്ങിയെങ്കിലും സമയം വൈകിപ്പോയിരുന്നു. പോലീസ് സംഘം വീട്ട വളഞ്ഞിരിക്കുകയാണ്. ഓടിയൊളിക്കാൻ നടത്തിയ ശ്രമമൊക്കെ വൃഥാവിലായി. ഒരു താന്നിമരപ്പൊത്തിൽ ഒളിക്കാൻ നോക്കിയെങ്കിലും പിടിയിലായി. കൈക്ക വിലങ്ങു വീണു. പോലീസ് ക്യാമ്പിലേക്ക് വലിച്ചിഴച്ചു. മൃഗീയമായി മർദിച്ചു. ആനക്കാരൻ കൊലക്കേസ്സിൽ പ്രതി ചേർത്ത് തളിയനെ ജയിലിലടച്ചു. കണ്ണൂർ, സേലം ജയില്യകളിലായിരുന്നു തടവുകാലം.

ഒറ്റുകൊടുത്തതിന്റെ പ്രതിഫലം മുണ്ടയാടൻ ഗോപാലനും കിട്ടി - 150 രൂപയും ഒരേക്കർ ഭൂമിയും. ഈ ഒറ്റുകാരന്റെ മൂക്ക ചെത്തിക്കളയാൻ ഒരു നീക്കമുണ്ടായെങ്കിലും സംഗതി നടപ്പായില്ല.

അച്ഛനോടൊപ്പം കഴിഞ്ഞിരുന്ന മൂത്തമകൻ ഇ. കെ. നാരായണ നേയും കസ്റ്റഡിയിലെടുത്ത് അതേ കേസ്സിൽ പ്രതിയാക്കുകയുണ്ടായി. സംഭവങ്ങളിലൊന്നും യാതൊരു ബന്ധവുമില്ലാതിരുന്നയാളാണ് മകൻ. മകനും അച്ഛനോടൊപ്പം ജയിൽവാസമനുഭവിക്കേണ്ടി വരികയും സേലംജയിൽ കൂട്ടക്കൊലയ്ക്കിടയിൽ ഗുരുതരമായി പരിക്കേൽക്കേണ്ടി വരികയുമുണ്ടായി.

1950 ഫെബ്രുവരി 11ന് സംഭവിച്ച സേലംജയിൽദുരന്തത്തിൽ പതിനേഴ് പേർ വെടിയേറ്റും അഞ്ചു പേർ ജയിലിനകത്തെ പോലീസ് മർദനമേറ്റമാണ് കൊല്ലപ്പെട്ടത്. (രക്തസാക്ഷികളുടെ പേരുകൾ അനുബന്ധമായി ചേർത്തിട്ടുണ്ട്.)* പന്ത്രാൻപതു പേർ മലയാളികളും രണ്ടു പേർ തമിഴ്നാട്ടുകാരും ഒരാൾ ആന്ധ്രക്കാരനുമാണ്. രക്തസാ ക്ഷി കാവേരി മുത്തലിയുടെ മകൻ ശേഷാചലവും (തിരുച്ചങ്ങോട്) പിൽക്കാലത്ത് കർഷകസമരത്തിൽ പങ്കെടുത്ത് ജയിൽവാസം വരി ക്കുകയുണ്ടായി.

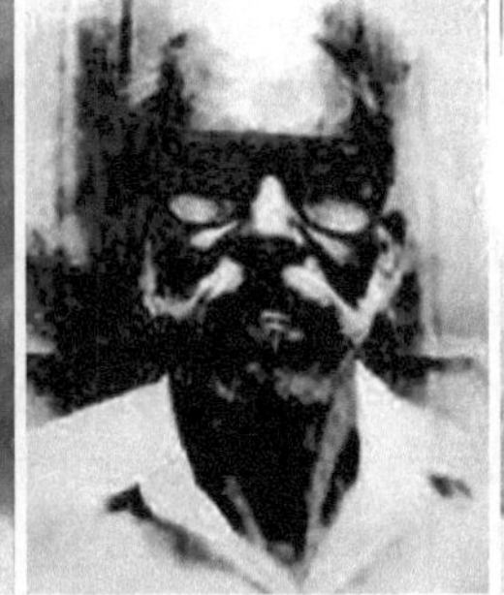

എ. കുഞ്ഞിക്കണ്ണൻ   മാടായി ചന്തുക്കുട്ടി   ഇ.കെ.നാരായണൻ നമ്പ്യാർ

മദ്രാസ് സംസ്ഥാനത്തിന്റെ മലബാർ മേഖലയില്പ്പള്ളവരും തമിഴ്നാട്, ആന്ധ്ര എന്നിവിടങ്ങളിൽ നിന്നുള്ളവരുമായിരുന്ന അന്ന് സേലം ജയിലിലുണ്ടായിരുന്ന രാഷ്ട്രീയത്തടവുകാർ. രാഷ്ട്രീയ തടവുകാരെ മറ്റ കുറ്റവാളികൾക്കു തുല്യമായി കാണുകയും കുറ്റവാളികൾ ധരിക്കേണ്ട കറുത്ത തൊപ്പികൾ ധരിക്കാൻ നിർബന്ധിക്കുകയും കഠിനമായ വേല യെടുപ്പിക്കാൻ കല്പിക്കുകയും ചെയ്യുന്നതിനോട്ടു പ്രതിഷേധിച്ചതാണ് ജയിൽ അധികൃതരെ പ്രകോപിപ്പിച്ചത്. റിപ്പബ്ലിക് ദിനമായ ജനുവരി 26 ന് ഒരു മെമ്മോറാണ്ടം സമർപ്പിച്ചതോടെ രാഷ്ട്രീയത്തടവുകാരും ജയി ലധികൃതരുമായുള്ള ബന്ധം കൂടുതൽ വഷളായി. തടവുകാർ നിരാഹാര സമരത്തിലേക്കു പ്രവേശിച്ചതോട്ടു കൂടി സംഘർഷം രൂക്ഷമായി. അതിനൊട്ടുവിലാണ് 1950 ഫെബ്രുവരി 11ന് ഡെപ്യൂട്ടി ജയിലറുടെ നേതൃത്വത്തിൽ ഒരു വലിയ ബറ്റാലിയൻ സായുധസംഘം കമ്മ്യൂണി സ്റ്റ് തടവുകാരെ പാർപ്പിച്ചിരുന്ന അനക്സിലേക്കു കടന്നു വരികയും വെടിയതിർക്കുകയും ചെയ്തത്.

വെടിവയ്പ്പിനിടയിൽ മാരകമായി പരിക്കേറ്റവരിൽ സി. കണ്ണൻ, കാന്തലോട്ട കുഞ്ഞമ്പു, എം. കണാരൻ തുടങ്ങിയ നേതാക്കൾക്കൊപ്പം കാവുമ്പായി സമരത്തിലെ പോരാളികളായ എ. കുഞ്ഞിക്കണ്ണൻ, കെ. പി. കുഞ്ഞിക്കണ്ണൻ മാസ്റ്റർ, മാടായി ചന്തുക്കുട്ടി, മാടായി കുഞ്ഞപ്പ, മഠപ്പുര കുഞ്ഞമ്പു, ഇ. കെ. നാരായണൻ നമ്പ്യാർ എന്നിവരും ഉൾപ്പെ ട്ടന്നു.

ഭൂപ്രഭുത്വത്തിനെതിരേയും നാടിന്റെ സ്വാതന്ത്ര്യത്തിനു വേണ്ടിയും പോരാട്ടം നയിച്ച 265 സഖാക്കളാണ് അന്ന് സേലം ജയിലിലുണ്ടാ യിരുന്നത്. ഇവരെ ജയിലിലടച്ചതും, ഈ സ്വാതന്ത്ര്യപ്പോരാളികൾക്ക് വെടിയുണ്ട സമ്മാനിച്ചതും കോൺഗ്രസ് സർക്കാറാണെന്നതും,

സ്വതന്ത്രഇന്ത്യയുടെ പ്രാരംഭഘട്ടത്തിൽ തന്നെയാണ് ഈ സംഭവ മെന്നതും ചരിത്രയുക്തിയ്ക്ക മുന്നിൽ അവിശ്വസനീയമായ വസ്തുതയായി നിൽക്കുന്നു.

ആറ്റു കണക്കിന് വീട്ടുകൾ കത്തിച്ചും കൊള്ളയടിച്ചും സ്ക്കൂളുകളും വായനശാലകളും ചുട്ടെരിച്ചും നാടാകെ മർദനങ്ങളഴിച്ചുവിട്ടും ചെന്നായ്ക്കളെപ്പോലെ ചോരക്കൊതിപ്പൂണ്ട പാഞ്ഞ പോലീസ്- ഗുണ്ടാ സംഘങ്ങൾ കാവുമ്പായിയുടെ ചരിത്രത്തിൽ അന്ന് ചോരപുരണ്ട അധ്യായങ്ങളാണ് കൂട്ടിച്ചേർത്തത്. ജനങ്ങളുടെ ജീവിതവും സ്വപ്നങ്ങളും ചവിട്ടിമെതിച്ചുള്ള അധികാരിവർഗത്തിന്റെ തേർവാഴ്ചയുടെ അന്തിമമായ പരാക്രമങ്ങളായിരുന്നു അവയോരോന്നും.

1947 ഏപ്രിൽ 9 ന്റെ ദേശാഭിമാനി ദിനപത്രം റിപ്പോർട് ചെയ്യുന്നു: 'നാലു മാസമായി പയ്യാവൂർ, ഇരിക്കൂർ, കണ്ടക്കൈ, എന്നീ പ്രദേശങ്ങൾ കേന്ദ്രീകരിച്ച് താവളമുറപ്പിച്ച എം. എസ്. പി. സേന കമ്മ്യൂണിസ്റ്റ വേട്ട നിത്യേന തുടരുന്നു. കർഷക സ്ത്രീകളെ ബലാൽക്കാരം ചെയ്യുന്ന മൃഗീയ വൃത്തിയിലേക്കും അവർ മാറിത്തുടങ്ങി... 47 ഏപ്രിൽ 3 ന് ഇരിക്കൂർ ഫർക്കയിൽ എംഎസ് പിക്കാർ നാല് കർഷക സ്ത്രീകളെ ബലാൽസംഗം ചെയ്തു. '

എം. എസ്. പി. വിളയാട്ടം നാലു മാസത്തിലേറെ നീണ്ടു. അവരുടെ മർദനങ്ങളുടേയും തേർവാഴ്ചകളുടേയും റിപ്പോർട്ടുകളിന്മേൽ പരസ്യാന്വേ ഷണം നടത്താൻ 1947 ഏപ്രിൽ 28 ന് പത്രപ്രതിനിധി സംഘം കോഴി ക്കോട്ടുനിന്നുമെത്തി. ഇരിക്കൂർ, ബ്ലാത്തൂർ, കാഞ്ഞിലേരി, കാവുമ്പായി, ഏരുവേശ്ശി, എള്ളരിഞ്ഞി എന്നീ ദേശങ്ങൾ സന്ദർശിച്ച് സ്ത്രീകളടക്കം ധാരാളം പേരിൽ നിന്ന് അവർ തെളിവെടുത്തു. അഖിലേന്ത്യാ മഹിളാ ഫെഡറേഷന്റെ സംസ്ഥാന സെക്രട്ടറിയായി പിൽക്കാലത്ത് നേതൃത്വം വഹിച്ച യശോദ ടീച്ചർ ദേശാഭിമാനി ലേഖികയെന്ന നിലയിൽ സംഘ ത്തിലുണ്ടായിരുന്നു.

മാസങ്ങൾ നീണ്ടു പോയിട്ടും പോലീസ്-ഗുണ്ടാവാഴ്ച അവസാനി ച്ചില്ല. കർഷക ചെറുത്തുനില്ലും മുട്ടുമടക്കാത്ത കമ്മ്യൂണിസ്റ്റ വീര്യവും അപരാജിത ശക്തിയായി തുടർന്നുവെന്നതാണ് അതിന്റെ കാരണം. അധികാര ഭീകരത താണ്ഡവമാടിയിട്ടും മർദന സംവിധാനങ്ങൾ ജനസമൂഹത്തിന്റെ സകല സ്വസ്ഥതയും തകർത്തിട്ടും സ്വാതന്ത്ര്യത്തെ ലക്ഷ്യമിട്ടുള്ള പോരാട്ടത്തിന്റെ പതാകയുയർത്തിപ്പിടിക്കാൻ അന്നത്തെ ജനശക്തിക്ക കഴിഞ്ഞുവെന്നതാണ് ആ ചരിത്രത്തിന്റെ മഹത്തായ മുഖം.

* * *

* സേലം ജയിൽ രക്തസാക്ഷികളുടെ പട്ടിക

1. തളിയൻ രാമൻ നമ്പ്യാർ
2. ഒ പി അനന്തൻ നമ്പ്യാർ
3. അമ്പാടി ആശാരി
4. കൊയിലോടൻ നാരായണൻ നമ്പ്യാർ
5. പുല്ലാഞ്ഞിയോടൻ ഗോവിന്ദൻ നമ്പ്യാർ
6. പുല്ലാഞ്ഞിയോടൻ കുഞ്ഞപ്പ നമ്പ്യാർ
7. നക്കായി കണ്ണൻ
8. എൻ ബാലൻ
9. നീലഞ്ചേരി നാരായണൻ നായർ
10. എ. സി. കുഞ്ഞിരാമൻ നമ്പ്യാർ
11. മൈലപ്രവൻ നാരായണൻ നമ്പ്യാർ
12. മാറോളി കോരൻ ഇരുക്കൾ
13. ഞങ്ങാടി കുഞ്ഞമ്പു
14. എൻ. പത്മനാഭൻ
15. പിലാത്തിയോടൻ ഗോപാലൻ നമ്പ്യാർ
16. നടുവളപ്പിൽ കോരൻ
17. ആണ്ടലോടൻ കുഞ്ഞപ്പ
18. ആസാദ് ഗോപാലകൃഷ്ണൻ നായർ
19. കെ ഗോപാലൻകുട്ടി നായർ
20. കാവേരി മുതലിയാർ (തമിഴ്നാട്)
21. അറ്റമുഖ പണ്ടാരം (തമിഴ്നാട്)
22. ഷെയ്ഖ് ദാവൂദ് (ആന്ധ്ര)

സ: യു. വി. നാരായണ മാരാർ ഇടതു കാലിൽ വെടിയുണ്ട തുളച്ച കയറി പതിമ്മൂന്നു വർഷം അരക്ക താഴെ ചലനമറ്റ് കിടന്നാണ് മരിച്ചത്.

രുക്മരത്തിലേക്ക്

ഒറ്റകാലം ഗുണ്ടകളും ജന്മിയുടേയും പോലീസിന്റേയും പിന്തുണ
യോടെ തിമിർത്താടിയ കാലം കൂടിയായിരുന്നു അത്. പോലീസ്
വേട്ടയ്ക്കൊപ്പം ഗുണ്ടാപ്പടകളുടെ വിളയാട്ടവും കർഷകപ്പോരാളി
കൾക്ക് നിരന്തരം നേരിടേണ്ടി വന്നു. എവിടേയും ഭൂപ്രഭുത്വത്തിന്റെ
കൂടപ്പിറപ്പാണ് ഗുണ്ടായിസവും. ഭരണവർഗത്തിന്റെ കാവൽപ്പടകളുടെ
പിന്തുണയുണ്ടായാലും ഒരു കൂട്ടം ഗുണ്ടകളെ പോറ്റി വളർത്താത്ത
ഭൂപ്രമാണിമാർ ഇല്ലാതിരിക്കില്ല. ഇരിക്കൂർ ഫർക്കയിലെ സ്ഥിതിയും
വ്യത്യസ്തമല്ല. കല്യാട്ട് ജന്മിയായ കൃഷ്ണൻ നമ്പ്യാരുടെ അനുജനും
കോട്ടൂർ വില്ലേജ് അധികാരിയുമായ അനന്തൻ നമ്പ്യാർ ഇക്കാര്യത്തിൽ
കുപ്രശസ്തി നേടിയ കേമനാണ്. ഫ്യൂഡൽ അതിക്രമങ്ങൾക്കെതിരെ
പ്രതിഷേധിക്കാൻ കോട്ടൂരിലെ നാല്യകെട്ടിനു നേരെ കർഷകർ സമ്മേളി
ച്ചപ്പോൾ ഗുണ്ടകളെ ഉപയോഗിച്ച് നേരിട്ടുകയായിരുന്ന പ്രമാണിവർഗം.
ജന്മിഗുണ്ട ചീനായി അലിയും പോക്കറും മേമിയുമടങ്ങുന്ന കൂട്ടാളികളും
ശ്രമിച്ചെങ്കിലും അത് വിജയിച്ചില്ല. കർഷകസഖാക്കളുമായി നേരിട്ട് ഏറ്റ
മുട്ടി ഗുണ്ടാസംഘങ്ങൾ പരാജയപ്പെടുന്ന ഘട്ടത്തിൽ നിന്ദ്യമായ മറ്റുവ
ഴികൾ തേടാനും ജന്മിപക്ഷം മടിച്ചില്ല. കരക്കാട്ടിടത്തിലെ ആശ്രിതനും
ഗുണ്ടാസഹോദരന്മാരിലൊരുവനുമായ ചീക്കൽ കണ്ണൻ സ്വയം തലക്ക
കൊത്തി കർഷക പ്രവർത്തകരുടെ പേരിൽ വ്യാജക്കേസ്സൊക്കിയത്
അത്തരത്തിലൊരു സംഭവമാണ്.

ജനങ്ങളുടെ പൊതുകേന്ദ്രങ്ങളായ വായനശാലകളും സ്കൂളുകളും
ചുട്ടെരിക്കുന്ന ചുട്ടുകറ്റുകളായി നിയോഗിക്കപ്പെട്ടതും ചട്ടമ്പിമാരായിരു
ന്നു. ഐച്ചേരിയിലെ വായനശാലക്ക് ജന്മിയുടെ കിങ്കരനായ മഞ്ചേരി

കുണ്ടൻ നമ്പ്യാരാണ് തീകൊളുത്തിയത്. കർഷക പ്രവർത്തകരുടെ തലയിൽ അതിന്റെ കുറ്റവും ചാർത്തി.

കാവുമ്പായി വെടിവയ്പ്പിനെ തുടർന്നും, പാർടിയും കർഷക സംഘവും നിരോധിക്കപ്പെട്ട കാലത്തുമൊക്കെ, പ്രവർത്തകർ ഒളിവിലാകുന്ന തക്കത്തിൽ കമ്മ്യൂണിസ്റ്റ് സ്വാധീനമുള്ള ദേശങ്ങളിലെല്ലാം ഗുണ്ടാസം ഘങ്ങളുടെ വിളയാട്ടമുണ്ടായി.

പ്രമുഖ ഗുണ്ടാത്തലവനായ എം. പി. ഗോവിന്ദനും നാൽപതോളം അനുയായികളും നിട്ടങ്ങോം, ഏരുവേശി പ്രദേശങ്ങളിലൂടെ മദമിളകി പ്പാഞ്ഞ ഒരു ദിനത്തിലാണ് വീരവനിത ചെറിയമ്മ ആക്രമിക്കപ്പെട്ടത്. പല കർഷക നേതാക്കളെടേയും വീട്ടുകൾ ആക്രമിക്കുകയും കൊള്ളയ ടിക്കുകയും ചെയ്ത ശേഷമാണ് നിട്ടങ്ങോത്ത് ചെറിയമ്മയുടെ വീട്ടിലെ ത്തിയത്. ആ ഗുണ്ടാസംഘത്തിന്റെ വലയത്തിലകപ്പെട്ട ചെറിയമ്മ അതിനീചമായ ക്രൂരതകൾക്കാണിരയായത്.

കാവുമ്പായിയിലും പരിസരദേശങ്ങളിലും കർഷക പ്രവർത്തകരൊ ഴിഞ്ഞു പോയ തക്കത്തിന് കണ്ണിൽപ്പെടുന്നവരെയെല്ലാം തല്ലാനും കുടിലുകൾ കത്തിക്കാനും ജീവിതസാമഗ്രികൾ കൊള്ളയടിക്കാനും സ്ത്രീകളെ ഉപദ്രവിക്കാനും ഗുണ്ടാസംഘങ്ങൾ ആർത്തി പിടിച്ചിറങ്ങി. അതിക്രമങ്ങൾക്ക് നേതൃത്വം കൊടുക്കാൻ പ്രധാനമായും രംഗത്തു ണ്ടായിരുന്ന ഗുണ്ടാത്തലവന്മാർ എം. പി. ഗോപാലൻ, കാരോന്തൻ കുട്ട്യപ്പ (കല്യാട്), ചീക്കൽ കൃഷ്ണൻ, മഞ്ഞേരി കുണ്ടൻ നായർ, കലവറ നാരായണൻ, മഞ്ഞേരി കൃഷ്ണൻ (കാവുമ്പായി), കാട്ടാളൻ നാരായണൻ (എള്ളരിഞ്ഞി), കോയാടൻ കുണ്ടൻ (ഏരുവേശി), പുതിയ വീട്ടിൽ ഗോവിന്ദൻ (പയ്യാവൂർ), മഞ്ഞേരി ശങ്കരൻ, തേലക്കാടൻ ചന്തുക്കുട്ടി, പള്ളിച്ചാൽ ചിണ്ടൻ (കാഞ്ഞിലേരി) എന്നിവരായിരുന്നു. അവരുടെ അക്രമപരമ്പരകളസഹ്യമായപ്പോൾ അതവസാനിപ്പിക്കാൻ മുഴുവൻ ഗുണ്ടാത്തലവന്മാരുടേയും പട്ടിക തയ്യാറാക്കി ഒറ്റ ദിവസം സംഘടി തമായി തിരിച്ചടിക്കാൻ കർഷകസംഘം ആസൂത്രിത പദ്ധതിയിട്ടു. ചില പ്രദേശങ്ങളിൽ ആ പദ്ധതി ഫലപ്രദമായി നടപ്പായി. പകൽ നേരത്ത് വീട്ടുകളിൽ കയറി തെമ്മാടിത്തം കാട്ടുന്ന ഗുണ്ടകളെ രാത്രി അവരുടെ വീട്ടിൽ കയറി തിരിച്ചടിക്കുകയെന്ന തീരുമാനങ്ങളും ചില പ്രദേശങ്ങളിൽ നടപ്പിലായി. ഇത്തരം ചെറുത്തുനില്പിനെത്തുടർന്ന് ചെറുതും വല്യുതുമായ കേസുകളും ആവിർഭവിച്ചു. കാര്യസ്ഥന്മാരായ ശിപായി കേപ്പ നമ്പ്യാർ, ഒ. പി. ഗോവിന്ദൻ നമ്പ്യാർ, നാരായണൻ നമ്പ്യാർ, കാരോന്തൻ കുട്ട്യപ്പ എന്നിവരെ ആക്രമിച്ചതായ കേസുകൾ, നെല്ലു കരിഞ്ചന്തയിലേക്ക് കടത്താൻ കൂട്ടുനിന്നതിന് മലപ്പട്ടത്തെ

അംശം മേനോൻ ഗോവിന്ദൻ നമ്പ്യാരെ മർദിച്ച കേസ്, സി. കെ. രാമൻ നായരെ പിടിച്ചുകെട്ടിയ കേസ്... തുടങ്ങി ഒട്ടേറെ ഗുരുതരമായ കേസ്സുകളടെല്ലെടുത്തു. അക്കൂട്ടത്തിൽ ചരിത്രത്തിൽ സ്ഥാനം പിടിച്ച പ്രമാദമായ ഒരു കേസ്സാണ് ആനക്കാരൻ കൊലക്കേസ്. കരക്കാട്ടിടം ജന്മിയുടെ ആനപ്പാപ്പാനായ ചീക്കൽ കൃഷ്ണൻ 1947 ഫെബ്രു. ഒന്നിന് രാത്രി 8.30 നാണ് കൊല്ലപ്പെട്ടത്. കാവുമ്പായി ആക്കാകണ്ടം വയലിൽ വധിക്കപ്പെടുകയായിരുന്നു. വയലിൽ നിന്നും കരയിലേക്ക് കയറുന്ന സ്ഥലത്തെത്തിയപ്പോഴാണ് ആക്രമണം. ഗുണ്ടാത്തലവനോടൊപ്പം സംഘാംഗങ്ങളായ മഞ്ചേരി കുണ്ടൻ നമ്പ്യാർ, മഞ്ചേരി കൃഷ്ണൻ, കൊടക്കാട്ടേരി കുട്ട്യപ്പ എന്നിവരുമുണ്ടായിരുന്നു.

കർഷക സഖാക്കളടെ കൂട്ടത്തിൽ ഏഴ പേരാണുണ്ടായിരുന്നത്. സി. എച്ച്. കുഞ്ഞിരാമൻ, മഞ്ചേരി രാമൻകുട്ടി, കേളോത്ത് കൃഷ്ണൻ, എം. സി. രാമർ കുട്ടി, കടാങ്കോടൻ രയരപ്പൻ, കുറ്റിയാട്ട് കണ്ണൻ, പോതാൻ കണ്ണൻ എന്നിവർ. മൂന്നു ദിവസമായി ഈ ഗുണ്ടയെ വട്ടമിടുകയായിരു ന്നു ഇവർ.

മഞ്ചേരി രാമർകുട്ടിയുടെ ആദ്യത്തെ പ്രഹരത്തിൽ തന്നെ ചീക്കൽ കൃഷ്ണൻ വീണു. പിന്നീടുണ്ടായ കൂട്ടത്തല്ലിനിടെ റൗഡിസംഘത്തിലെ മഞ്ചേരി കുണ്ടൻ നമ്പ്യാരുടെ പ്രഹരവും ആളമാറി ചീക്കലിന്റെ ദേഹത്ത് തന്നെ പതിഞ്ഞു. അതോടെയാണ് ഗുണ്ടാത്തലവൻ മരണ പ്പെട്ടത്. സംഭവസ്ഥലത്തു തന്നെ അതു സംഭവിച്ചു. കൂടെ മഞ്ചേരി കുണ്ടനും സാരമായി പരിക്കേറ്റു.

ഈ കേസ്സിൽ പ്രതികളാക്കപ്പെട്ടവരിൽ കേളോത്ത് കൃഷ്ണനൊ ഴികെ മറ്റാരും സംഭവവുമായി ബന്ധമില്ലാത്തവരാണ്. പ്രമുഖ കർഷക നേതാക്കളെ നോട്ടമിട്ട് പ്രതികളാക്കുകയായിരുന്നു. പിൽക്കാലത്ത് കർഷക സംഘം സംസ്ഥാന നേതാവും MLA യുമായി പ്രവർത്തിച്ച എ. കുഞ്ഞിക്കണ്ണനാണ് ആ കേസ്സിൽ ഒന്നാം പ്രതി. അറാക്കൽ കുഞ്ഞിരാമൻ, തളിയൻ രാമൻ നമ്പ്യാർ, മാടായി കുഞ്ഞപ്പ, മാടായി ചത്തുക്കുട്ടി, ഇ. കെ. നാരായണൻ, ഇ. കെ. ദാമോദരൻ എന്നിവരേയും പ്രതിപ്പട്ടികയിൽപ്പെടുത്തി.

തലശ്ശേരി സെഷൻസ് കോടതിയിലാണ് വിചാരണ. 1947 ജുലായ് 14ന് വിധി പ്രഖ്യാപനമുണ്ടായി. അർധസഹോദരന്മാരായ മാടായി കുഞ്ഞപ്പ, മാടായി ചത്തുക്കുട്ടി എന്നിവരേയും തളിയൻ രാമൻ നമ്പ്യാ രേയും തൂക്കാൻ വിധിച്ചു. സമരേതിഹാസത്തിലെ അപൂർവ സംഭവങ്ങ ളിലൊന്ന്. കഴുമരങ്ങളെ വെല്ലുവിളിച്ച കർഷകസമരകൊടങ്കാറ്റുകളടെ അതിമഹത്തായ ഗർജനങ്ങളിലൊന്ന്. 1943 മാർച്ച് 29 ന് കണ്ണൂർ

സെൻട്രൽ ജയിലിലെ തൂക്കുമുറിയിൽ കപടനീതിബോധത്തെ പരിഹ സിച്ച് ഇങ്ക്വിലാബ് മുഴക്കിയ കയ്യൂർപ്പോരാളികൾക്കു പിൻഗാമികളായി ചരിത്രം അവരെ ഏറ്റെടുക്കാൻ കാത്തിരുന്നു.

തൂക്കുമരത്തെ നോക്കി പുഞ്ചിരിക്കുന്ന സമര നക്ഷത്രങ്ങളുടെ നിര യിലായിരുന്നു ഇവരും. വധശിക്ഷക്കുള്ള വിധി കേൾക്കേണ്ടി വരുന്നത് ആത്മധൈര്യം കെട്ടുപോകാവുന്ന ഒരു സന്ദർഭമാണെങ്കിലും ഇവിടെ മറിച്ചാണ് സംഭവിച്ചത്. ഈ പോരാളികളുടെ മനസ്സ് ആവേശത്താൽ ഉന്മത്തരായി. തൂക്കുമുറിയിലേക്കു മാറ്റപ്പെട്ട ശേഷം മാടായി ചന്തുക്കുട്ടി നായരുടെ തൂക്കം ക്ഷയിക്കുകയായിരുന്നില്ല, വധശിക്ഷ ഇളവു ചെയ്യ പ്പെട്ട് ഗാലോസിൽ നിന്നു പുറത്തു വരുമ്പോൾ ഏഴ റാത്തൽ ഭാരം കൂട്ടുകയായിരുന്നു ഈ പോരാളിക്ക്.

1947 സെപ്റ്റംബറിനാണ് അപ്പീൽകോടതി വധശിക്ഷ ഇളവു ചെയ്ത് ജീവപര്യന്തമാക്കിയത്. ആ കേസ്സിൽ മറ്റ നാലു പ്രതികൾക്കും ജീവപ ര്യന്തമാണ് ശിക്ഷ വിധിച്ചിരുന്നത്. ഈ തടവുശിക്ഷയുടെ കാലയളവി ലാണ് 1950 ഫെബ്രുവരി 11ന് സേലംജയിൽ വെടിവയ്യുണ്ടായത്.

നിരന്തരമായ കടന്നാക്രമണത്തിൽ ഗത്യന്തരമില്ലാതായപ്പോഴാണ് കർഷക പ്രവർത്തകരും കമ്മ്യൂണിസ്റ്റുകാരും പ്രതിരോധിക്കാനും തിരിച്ച ടിക്കാനും തുടങ്ങിയത്. അതോടെ അക്രമകാരികളെന്ന മുദ്ര അവർക്കു മേൽ പതിഞ്ഞു. വിമോചന പ്രസ്ഥാനങ്ങൾക്കുനേരെ വലതുപക്ഷക്കാർ അതെക്കാലത്തേയും പ്രചരണായുധമായി പ്രയോഗിച്ചു പോന്നു. ബ്രിട്ടീ ഷാധിപത്യത്തിനും അവരുടെ ദല്ലാളന്മാരായ ഫ്യൂഡൽ പ്രഭുക്കൾക്കുമെ തിരെ സ്വാതന്ത്ര്യ സമരത്തിനു സമർപ്പണം ചെയ്ത കമ്മ്യൂണിസ്റ്റുകാരെ പഴിക്കാൻ ദേശീയ സ്വാതന്ത്ര്യസമരത്തിന്റെ ജിഹ്വയായി സ്വയംമേനി നടിക്കുന്ന മാതൃഭൂമി സമരനാളുകളിൽ ഏറെ പണിപ്പെട്ടതായി കാണാം. 1947 ഫെബ്രു: 9ന്റെ വലിയ തലക്കെട്ട് ഇതായിരുന്നു: "കൊലയും കൊള്ളിവെപ്പും ചിറക്കൽ താലൂക്കിലെ കമ്മ്യൂണിസ്റ്റ കടുംകൈകൾ " കമ്മ്യൂണിസ്റ്റ നേതാക്കളെ പിടിക്കാൻ കഴിയാത്തതിന്റെ നിരാശയും അതിൽ പങ്കുവയ്ക്കുന്നുണ്ട്.

കർഷകപ്പോരാളികൾക്ക് തൂക്കു കയർ വിധിക്കപ്പെട്ട കേസ്സിനാ സ്പദമായ ആനക്കാരൻ കൊല സംഭവം ആ ദിവസങ്ങളിൽ മാതൃഭൂമി ദിനപത്രം റിപ്പോർട്ട് ചെയ്തത് മൂന്നു തരത്തിലാണ്.

1947 ഫെബ്രു 3:

'പി. എം. കർത്തേടം, നായനാരുടെ ആനക്കാരൻ കൃഷ്ണൻ നായർ, എന്നിവർ എള്ളരിഞ്ഞിയിലെ എം. എസ്. പി. ക്യാമ്പിനടുത്ത്

വധിക്കപ്പെട്ടിരിക്കുന്നു. വാലിയക്കാരൻ കണ്ടൻ നമ്പ്യാർക്ക് സാരമായ പരിക്കേറ്റിട്ടുണ്ട്. '

1947 ഫെബ്രു 5:

'മിനിഞ്ഞാന്ന രാത്രി ഏകദേശം എട്ടര മണിക്ക് എള്ളരിഞ്ഞി പോലീസ് സ്റ്റേഷനടുത്ത വച്ച് ഒരു സംഘം ആയുധധാരികളായ കമ്മ്യൂണിസ്റ്റുകൾ കൃഷ്ണൻ നായർ എന്ന ഒരു ആനക്കാരനെ തല്ലിക്കൊല്ലുകയും മറ്റൊരാളെ കഠിനമായി മർദിച്ച പരിക്കേല്പിക്കുകയും ചെയ്തിരിക്കുന്നു. '

1947 ഫെബ്രു 6:

'ഫെബ്രു- 1 ന് വൈകുന്നേരം മഞ്ഞേരി കണ്ടൻ നമ്പ്യാർ, ചീക്കൽ തെക്കൻ കൃഷ്ണൻ നായർ, മഞ്ഞേരി കൃഷ്ണൻ, കൊടക്കാട്ടേരി കുട്യപ്പ എന്നിവർ കാവുമ്പായി വയലിൽ കൂടി പോകുമ്പോൾ ഒരു സംഘം കമ്മ്യൂണിസ്റ്റുകൾ മർദിക്കുകയും തൽഫലമായി ചീക്കൽ തെക്കൻ കൃഷ്ണൻ നായർ അവിടെവെച്ച തന്നെ മരിക്കുകയും, മഞ്ഞേരി കണ്ടൻ നമ്പ്യാർക്ക് കഠിനമായ പരിക്കേൽക്കുകയും ചെയ്തിരിക്കുന്നു. കണ്ടൻ നമ്പ്യാർ തളിപ്പറമ്പ് ആസ്പത്രിയിൽ വെച്ച പിന്നീട് മരിച്ചതായി വിവരം കിട്ടിയിരിക്കുന്നു. 'മാതൃഭൂമി'യിൽ 'മരിച്ച' കണ്ടൻ നമ്പ്യാർ കുറേക്കാലം കഴിഞ്ഞാണ് യഥാർഥത്തിൽ മരിച്ചത്. ചീക്കൽ കൃഷ്ണൻ നായരെ മാതൃഭൂമി മൂന്നു വട്ടം കൊന്നു. വ്യത്യസ്ത സ്ഥലങ്ങളിൽ, വ്യത്യസ്ത സമയ ങ്ങളിൽ!

പോലീസ് - കോടതി
-ഭരണക്കൂട നടപടികൾ

സ്വാതന്ത്ര്യ പ്രഖ്യാപനത്തിനു ശേഷവും ഭരണക്കൂടത്തിന്റെ അലകും പിടിയും ഒട്ടും മാറ്റമില്ലാതെ തുടർന്ന രാജ്യങ്ങ ളിലൊന്നായിരുന്ന ഇന്ത്യ. അതേറ്റവും കൂടുതൽ അനുഭവിച്ചത് നിയമ സംവിധാനതലങ്ങളിലാണ്; വിശേഷിച്ചും കോടതി വ്യവഹാരങ്ങളിൽ. ബ്രിട്ടീഷ് കോടതികളുടെ മുഖച്ഛായ ഒട്ടുംമാറ്റാതെ, സ്വാതന്ത്ര്യം നേടി യെന്നതിന്റെ യാതൊരന്തരവും പ്രകടിപ്പിക്കാതെ അതേ അലകും പിടിയുമായി മുന്നേറുകയായിരുന്നു അന്നത്തെ വ്യവഹാരക്രിയകൾ.

1947 ആഗസ്റ്റ് 15 വരെ ദേശത്തിനു വേണ്ടി പോരാടിയ സ്വാതന്ത്ര്യ സമരപ്പോരാളികൾ, ആ പോരാട്ടം നടത്തിയെന്ന കുറ്റത്തിന്, സ്വാത ന്ത്ര്യലബ്ധിക്കു ശേഷം ജയിലിലടക്കപ്പെട്ടുവെന്നതാണ് അതിന്റെ സുവ്യ ക്തമായ സാക്ഷ്യം. കാവുമ്പായിയിലെ കർഷകപ്പോരാളികളുടെ കഥ തന്നെ നോക്കൂ. 1947 ഒക്ടോബർ 29 ന് നോർത്ത് മലബാർ ഡിവിഷൻ സെഷൻസ് കോടതിയിലേക്ക് തലശ്ശേരി ഫസ്റ്റ് ക്ലാസ് മജിസ്ട്രേറ്റ് കോടതി കമ്മിറ്റ് ചെയ്ത ക്രൈം നമ്പർ 117/1946 എന്ന കേസ് തന്നെ ഉദാഹരണം. തളിപ്പറമ്പ് പോലീസ് ചാർജ് ചെയ്ത കേസാണിത്. ഈ കേസ്സിലെ പ്രതികൾ നിയമപാലകരുടെ വലയിൽ കുടുങ്ങാറുള്ള സാധാരണ ഗതിയില്ലുള്ള ക്രിമിനലുകളല്ല. ബ്രിട്ടീഷ് ആധിപത്യത്തിനും അവരുടെ ദല്ലാളന്മാരായ ഫ്യൂഡൽ പ്രഭുക്കൾക്കുമെതിരെ ആളിപ്പടർ ന്ന ജനകീയവിമോചന ശക്തികളെ പ്രതിനിധീകരിക്കുന്നവരാണ്. സമൂഹമധ്യേ കലഹമുണ്ടാക്കുമ്പോഴല്ല അവരെ അറസ്റ്റ് ചെയ്തത്. സ്വരാജ്യത്തിന്റെ സ്വാതന്ത്ര്യത്തിനു വേണ്ടിയുള്ള സമരഭൂമിയിൽ

യന്ത്രത്തോക്കുകൾക്ക നേരെ കുതിച്ചതിനാണ്. നെഞ്ചിൽ വെടിയുണ്ട തുളച്ചു കയറിയപ്പോൾ, അവരുടെ കണ്ഠത്തിൽ നിന്നുയർന്ന ശബ്ദം നിലവിളിയുടേതല്ല; 'സാമ്രാജ്യത്തം തുലയട്ടെ' യെന്നാണ്.

എം. എസ്. പി. ക്കാരുടെ മെഷീൻ ഗണ്ണകൾ തങ്ങൾക്കുനേരെ തീതുപ്പിയ നിമിഷം കാവ്യമ്പായിക്കുന്നിൽ നിന്നും സമരസഖാക്കൾ മുഷ്ടി ചുരുട്ടി ആദ്യം വിളിച്ച മുദ്രാവാക്യങ്ങൾ പോലീസ് രേഖപ്പെടുത്തിയിട്ടുണ്ട്:

'ഇങ്ക്വിലാബ് സിന്ദാബാദ്'

'സാമ്രാജ്യത്വം തുലയട്ടെ'

'ജന്മിത്തം നശിക്കട്ടെ'

സെഷൻസ് ജഡ്ജി പി. വി. കൃഷ്ണസ്വാമി അയ്യർ നടത്തിയ വിധിന്യാ യത്തിലും അത് വായിക്കാം. The slogans chanted by the members of the crowd when they converged into Keyambayam will throw light on their object. They were generally to the effect ' Come to fight the MSP '. Come for the last fight ' Down with Imperialism ' ' Inquilab zindabad '.

സ്വാതന്ത്ര്യത്തിലേക്കുള്ള സൂര്യോദയത്തിന്റെ ശംഖനാദമായി ചരി ത്രത്തിലെക്കാലവും ആ മുദ്രാവാക്യങ്ങൾ മറ്റൊലിക്കും.

ജീവിതത്തിന്റെ തടവറകളിൽ നിന്നും ജനതയെ വിമോചിപ്പിക്കുന്ന തിനു വേണ്ടി രാഷ്ട്രീയപ്പോരാളികൾ അനുഭവിക്കേണ്ടി വന്ന കാരാഗൃ ഹവാസത്തിന്റേയും മർദനങ്ങളുടേയും കേസ്സുകളുടേയും രേഖപ്പെട്ടതും അല്ലാത്തതുമായ കണക്കുകൾ എണ്ണമറ്റതാണ്. കാവുമ്പായിസമരചരി ത്രത്തിലെ സ്ഥിതിയും വ്യത്യസ്തമല്ല. രേഖപ്പെടുത്തിയ കേസ്സുകളിൽ, അത്, കാട്ടിൽ നിന്ന് ഉരുപ്പടികൾ മോഷ്ടിച്ചതായി കർഷകനായ കമ്മാ രനെതിരെ ചാർത്തിയ കേസ്സിൽ തുടങ്ങുന്നു. ആ കർഷകനെക്കൊണ്ട് അന്ന് 10 രൂപ പിഴയുമടപ്പിച്ചു. അതിൽ പ്രതിഷേധിക്കാൻ കർഷകർ സംഘടിച്ചപ്പോഴും ജന്മി കേസ്സുകാട്ടി വിരട്ടാൻ നോക്കി. ജനങ്ങളെ വനം കയ്യേറ്റത്തിനു പ്രേരിപ്പിച്ചുവെന്ന കുറ്റമായിരുന്നു പ്രതിഷേധക്കാർക്കു നേരെ ചുമത്തിയത്. പ്രകോപനപരമായ പ്രസംഗത്തിന് വിഷ്ണു ഭാരതീ യന്റെ പേരിലും വനത്തിൽ കടന്ന് അനധികൃതമായി മരം മുറിച്ചെന്ന കുറ്റമാരോപിച്ച് 41 കർഷക പ്രവർത്തകരുടെ പേരിലും കേസ്സെടുത്തു. കേസിന്റെ വിചാരണക്കു ശേഷം പ്രതികളെ 6, 4, 2, 1 മാസം വീതം തടവിനു ശിക്ഷിച്ചു. കണ്ണൂർ സെൻട്രൽ ജയിലിലായിരുന്നു തടവുശിക്ഷ.

ഫർക്കയിൽ കർഷക പ്രസ്ഥാനത്തിന്റെ കടന്നുവരവിനെ കേസ്സുകൾ കൊണ്ട് പ്രതിരോധിക്കാമെന്ന വ്യാമോഹമായിരുന്നു

ഫ്യൂഡൽ പ്രമാണിമാർക്ക്. അത്തരത്തിൽ ഒട്ടേറെ കേസുകൾ കെട്ടിച്ച മച്ചതും അല്ലാത്തയുമായി ഉടലെടുത്തു.

കോട്ടൂർ പന്നിക്കൊറക് കേസ്, മലപ്പട്ടം കെട്ട മുറികേസ്, കുറുമാത്തൂർ പ്രതിമാദഹനകേസ്, നച്ച്യാട് തപ്പുമുട്ടിക്കേസ്, കുയിലൂർ വണ്ണാത്തി മാറ്റ്, എള്ളരിഞ്ഞി കട്ടമുറിക്കേസ്... അത്തരത്തിൽ നിരവധി കേസുകൾ. അതിൽ സുപ്രധാന ഒരു സംഭവമായിരുന്ന ജന്മിയുടെ ആസ്ഥാനസേ വകനായ ചീക്കൽ കണ്ണന്റെ തലക്ക കൊത്തിയ കേസ്. കണ്ണന്റെ ജ്യേഷ്ഠൻ ചീക്കൽ കൃഷ്ണൻ കൊല്ലപ്പെട്ടതിനെ തുടർന്നും പ്രമാദമായ കേസ് പിന്നീട്ടുണ്ടായി. ആ കൊലപാതകമാണ് കർഷകനേതാക്കൾക്ക് തൂക്കുകയർ വിധിച്ച സംഭവമായി ചരിത്രത്തിലിടം പിടിച്ചത്. വധശിക്ഷ പിന്നീട് നടപ്പിലായില്ലെങ്കിലും.

ചീക്കൽ കണ്ണനെ കരുവാക്കി ജന്മി ആസൂത്രണം ചെയ്തതാണ് 1940 ലെ കേസ്. ആയുധം കൊണ്ട് സ്വന്തം തലയിൽ തന്നെ കൊത്തു കയായിരുന്ന ഈ കാര്യസ്ഥൻ. കമ്മ്യൂണിസ്റ്റുകാർ തന്റെ തലയിൽ കൊത്തിയെന്നലറിക്കൊണ്ട് കിടന്ന തെരഞ്ഞു.

കമ്മ്യൂണിസ്റ്റ് നേതാക്കളുടെ പേരിൽ പോലീസ് കേസ് ചാർജ്ജ ചെയ്തു. കോട്ട കൃഷ്ണൻ, തളിയൻ രാമൻ നമ്പ്യാർ, എം. സി. രാമർകുട്ടി നമ്പ്യാർ എന്നിവരാണ് പ്രതികൾ. ജന്മിക്ക് പ്രത്യേക വൈരാഗ്യമുണ്ടാ യിരുന്ന കോട്ട കൃഷ്ണനെയാണ് ഒന്നാം പ്രതിയാക്കിയത്. ജന്മിയുടെ കാലിക്കാരനിൽ നിന്നും കർഷക നേതാവായി വളർന്ന സഖാവാണ് കോട്ടക്കൃഷ്ണൻ. ഈ കേസ്സിൽ നാല്യ മാസം തടവും 40 രൂപ പിഴയുമാണ് ശിക്ഷയുണ്ടായത്.

കർഷക നേതാക്കളെ അപകീർത്തിപ്പെടുത്താനായി ഏറെ വിവാദം സൃഷ്ടിച്ച ബലാത്സംഗക്കേസ്സും ജന്മി പക്ഷക്കാർ കെട്ടിച്ചമച്ചു. നായനാരുടെ വേലപ്പണിക്കാരി ചെറിയയെയാണ് അതിന് കരുവാ ക്കിയത്. പാൽവില്പനക്കാരിയുമാണ് ചെറിയ. സംഘം നേതാക്കളായ മഞ്ഞേരി രാമർ കുട്ടി, തെങ്ങിൽ കുഞ്ഞപ്പ, എടോൻ കണ്ണൻ നമ്പ്യാർ, മലപ്പട്ടണവൻ കണ്ണൻ നമ്പ്യാർ എന്നിവരെയാണ് പ്രതിപ്പട്ടികയിൽ പെടുത്തിയത്. കേസ് വിചാരണവേളയിൽ സംഭവത്തിന്റെ നിജസ്ഥിതി വാദിയായ ചെറിയ ഇറന്നു പറഞ്ഞതിനാൽ കേസ് തള്ളിപ്പോയി.

കേളോത്ത് കൃഷ്ണനേയും പാപ്പിനിശ്ശേരി കുഞ്ഞപ്പ നമ്പ്യാരേയും ഒരു കള്ളക്കേസ്സിൽ കുടുക്കുകയായിരുന്നു. നാരായണൻ നായരുടെ വീട്ടിൽ ചെന്നു ഇവർ വെള്ളം ചോദിച്ചുവെന്നും അയാളുടെ ഭാര്യ വെള്ളം കൊട്ട കാത്തതിനാൽ ഭീഷണി മുഴക്കിയാണ് പോയതെന്നും രാത്രിയിൽ തിരിച്ചെത്തി വീട് കത്തിച്ചുവെന്നുമായിരുന്നു ആരോപണം.

നാട് കൊടുംദാരിദ്ര്യത്തിൽ പെട്ടുഴലുന്ന സമയത്ത് കരിഞ്ചന്തയും പൂഴ്ത്തിവയ്പും നടത്തുന്ന ഫ്യൂഡൽ - ഉദ്യോഗസ്ഥ- വാണിഭ കൂട്ടുകെട്ടി ന്റെ അന്യായത്തിനെതിരെ കർഷക സംഘം മുന്നിട്ടിറങ്ങിയ കാലത്താണ് മലപ്പട്ടം നെല്ലു കേസ് ആവിർഭവിച്ചത്.

കരിഞ്ചന്തയും പൂഴ്ത്തിവയ്പും തടയാൻ കർഷകർ സ്ക്വാഡുകളുണ്ടാക്കി യിരുന്നു. അംശം മേനോനായിരുന്ന ഗോവിന്ദൻ നമ്പ്യാരുടെ ഒത്താശ യോടെ മലപ്പട്ടത്തു നിന്ന് നെല്ലു ചാക്കുകൾ കരിഞ്ചന്തയിലേക്ക് രഹസ്യ മായി കടത്തിക്കൊണ്ടു പോകുന്നതായി കർഷകസംഘത്തിനു വിവരം കിട്ടി. സംഘത്തിന്റെ മേൽനോട്ടത്തിൽ രൂപീകരിച്ച മലപ്പട്ടം ജനകീയ ഭക്ഷ്യ കമ്മിറ്റിയുടെ പ്രവർത്തകർ നെല്ലു കടത്തിക്കൊണ്ടു പോകുക യായിരുന്ന ഇല്ലിക്കൽ അബ്ബബക്കറിനെ തടഞ്ഞു. 100 സേർ നെല്ലു പിടിച്ചെടുത്ത് ഇരിക്കൂർ പി. സി. സി. യെ ഏല്പിക്കുകയും ചെയ്തു. ഈ സംഭവത്തിൽ ച്ചളിയാട് സ്കൂൾ മാനേജരും മലപ്പട്ടം ജനകീയ ഭക്ഷ്യ കമ്മിറ്റിയംഗവുമായ എൻ. കെ. കുമാരൻ മാസ്റ്റർ ഒന്നാം പ്രതിയായി സി. കെ. കുഞ്ഞിരാമൻ നമ്പ്യാർ, കെ. വി. രാമൻ നായർ, കാവിൽ അപ്പ, ഇ. വി. കുഞ്ഞമ്പു, പി. വി. കണ്ടൻ നായർ എന്നിവരടക്കം 12 സഖാക്കളുടെ പേരിൽ കേസ് ചാർജ് ചെയ്തു. ഈ കേസിന്റെ വിചാരണ നടത്തിയത് തളിപ്പറമ്പ് സബ് മജിസ്ട്രേറ്റ് പത്മനാഭക്കുറുപ്പാണ്. 1947 മെയ് 10 ന് വിധി പറഞ്ഞു. മുഴുവൻ പ്രതികൾക്കും ഒമ്പതു മാസത്തെ കഠിന തടവായിരുന്നു ശിക്ഷ. തടവുശിക്ഷയനുഭവിക്കുന്നതിനിടയിൽ ജയിലധികാരികളുടെ മർദനത്തിൽ കുമാരൻ മാസ്റ്ററുടെ കഴുത്തൊ ടിഞ്ഞതായി 1947 ജൂൺ 8ന്റെ മാതൃഭൂമി റിപ്പോർട് ചെയ്യുകയുണ്ടായി.

മലപ്പട്ടത്ത് അംശംമേനോൻ ഗോവിന്ദൻ നമ്പ്യാരെ ആക്രമിച്ചതായ മറ്റൊരു സംഭവം കൂടിയുണ്ടായി. അതിനോടനുബന്ധിച്ച് അഞ്ചു സഖാക്ക ളുടെ പേരിൽ കേസ്സെടുത്തു. ജനദ്രോഹ സമീപനങ്ങളാൽ വെറുക്കപ്പെട്ട ഒരാളായിരുന്ന മേനോൻ. പ്രഭാതസവാരിക്കിറങ്ങിയ ഒരു നേരത്താണ് പുള്ളുക്കൽ കൃഷ്ണൻ, ഒ. വി. ചന്തുക്കുട്ടി, ഇ. പി. കുഞ്ഞമ്പു നമ്പ്യാർ, പി. വി. കണ്ടൻ നായർ എന്നിവർ സംഘം ചേർന്ന് ആക്രമിച്ചത്.

കാവുമ്പായി കാർഷിക പ്രക്ഷോഭത്തെ സംഘർഷത്തിലേക്ക് തള്ളി വിട്ട സുപ്രധാന വഴിത്തിരിവായിരുന്ന ഇരിക്കൂർ പോലീസ് സ്റ്റേഷൻ ആക്രമണം. സംഭവത്തോടനുബന്ധിച്ച് ചാർജ്ജ ചെയ്ത കേസ്സിൽ കമ്മ്യൂണിസ്റ്റ് പാർടിഫഹ‍ർക്കാ സെക്രട്ടറി എ. കുഞ്ഞിക്കണ്ണനടക്കം 22 പേരെയാണ് പ്രതികളാക്കിയത്. മട്ടങ്ങോടൻ ഗോവിന്ദനാണ് ഒന്നാം പ്രതി. രണ്ടു വർഷത്തേക്കാണ് തടവിനു ശിക്ഷിച്ചത്.

ആയുധധാരികളായ കമ്മ്യൂണിസ്റ്റുകാർ സ്റ്റേഷൻ ആക്രമിച്ചുവെന്നാ യിരുന്നു കേസ്. കുയില്ലൂർ വളണ്ടിയർ ക്യാമ്പിൽ നിന്ന് അറസ്റ്റ് ചെയ്ത ഏഴു പേരെ മോചിപ്പിക്കാൻ ഫർക്കാ കമ്മിറ്റിയുടെ നേതൃത്വത്തിലാ യിരുന്നു ചുറ്റുപാടുമുള്ള ദേശങ്ങളിലെ ജനങ്ങൾ സ്റ്റേഷൻ വളഞ്ഞത്. അതേത്തുടർന്ന് വെടിവയ്പ്പും ലാത്തിച്ചാർജ്ജുമുണ്ടായി.

ഡിസംബർ മുപ്പതിന്റെ സംഘർഷത്തിനിടയിൽ സമരക്കുന്നിൽ നിന്ന് കസ്റ്റഡിയിലായവരെ മുഴുവൻ ഇരിക്കൂർ റവന്യൂ ഇൻസ്പെക്ടറുടെ ആപ്പീ സിലേക്കാണ് കൊണ്ടുപോയത്. കോഴിക്കോട് യൂക്കിടി സായ്പിന്റെ സമ്മറി വിചാരണക്ക് അവരെ വിധേയമാക്കി. വെടിവയ്പ്പ് സംഭവത്തിൽ 180 പ്രവർത്തകരുടെ പേരിൽ കുറ്റം ചുമത്തി. കേസ്സിലെ ഒന്നാം പ്രതി കൊയക്കാടൻ കുഞ്ഞമ്പു. അവരിൽ 21 പേരൊഴികെ എല്ലാവരും മൂന്നു മാസത്തിനിടയിൽ അറസ്റ്റിലായി. പ്രതികളിലൊരാളായ കെ. അനന്തൻ നമ്പ്യാർ കോടതിയിൽ നേരിട്ടു ഹാജരായി. പിടികിട്ടാ പ്പുള്ളികളായ ഇരുപതു പേരിൽ പലരും ദീർഘകാലം ഒളിവ് ജീവിതം തുടർന്നു. ഒമ്പതു വർഷം വരെ ഒളിവിൽ കഴിഞ്ഞ് തിരിച്ചെത്തിയവരുണ്ട്.

വിവിധ കേസ്സുകളിലെ പ്രതികൾ കാവുമ്പായിക്കുന്നിൽ കൂട്ടം കൂടി യവരില്ലുണ്ടെന്നുള്ള വിവരത്തെ തുടർന്ന് അവരെ കസ്റ്റഡിയിലെടുക്കാ നാണ് എം. എസ്. പി. സംഘം അവിടേക്ക ചെന്നതെന്നും അപ്പോൾ ആയുധങ്ങളോടെ എതിർത്തുവെന്നുമാണ് പോലീസ് കുറ്റപത്രത്തിൽ വിവരിക്കുന്നത്. സർക്കാർ നിയമത്തിനെതിരെ കലഹസ്വഭാവത്തോടെ മാരകായുധങ്ങളുമായി സംഘം ചേർന്നുവെന്നതുൾപ്പെടെ വിവിധ കുറ്റ ങ്ങൾ ആരോപിക്കുന്നുണ്ട്. ഇന്ത്യൻ ശിക്ഷാ നിയമത്തിലെ 147, 148, 332, 307 R/w 149 എന്നീ വകുപ്പുകളാണ് ചാർജ് ചെയ്തത്. വെടിവയ്പ്പിന് നേതൃത്വം കൊടുത്ത പോലീസ് മേധാവി ഇ. രാമൻ മേനോൻ തന്നെയാ യിരുന്നു സംഭവത്തെപ്പറ്റി അന്വേഷണം നടത്തിയതും കേസ്സ ചാർജ്ജ ചെയ്തതും.

തലശ്ശേരി സ്പെഷൽ കോടതിയിലായിരുന്നു വിചാരണ. ഒന്നാം ക്ലാസ് മജിസ്ട്രേട്ട് ഭാസ്കര തൊണ്ടെമാൻ മുമ്പാകെ കസ്റ്റഡിയില്ല ള്ള മുഴുവൻ പേരെയും ഹാജരാക്കി. കലശലായ അസുഖം പിടിപെട്ട് ജയിലാശുപത്രിയിൽ കഴിയുന്നവരടക്കം അക്കൂട്ടത്തില്ലുണ്ടായിരുന്നു. 'പനി കൊണ്ട വിറക്കുന്ന കർഷക കാരണവരായ രാമമാരെ ആശുപ ത്രിയിൽ നിന്ന് കോടതിയിൽ കൊണ്ടുവന്നു. വടിയും അരികിൽ വച്ച് കോടതിയിൽ കിടന്നു ' (ദേശാഭിമാനി ദിനപത്രം, 29-4-1947)

അഡ്വ:വി. ആർ. കൃഷ്ണയ്യർ പ്രതികൾക്ക വേണ്ടി വാദിച്ചു.

ഇൻസ്പെക്ടർ രാമൻ മേനോനെ എതിർ വിസ്താരം ചെയ്യപ്പോൾ കൊടുത്ത മൊഴിയുടെ ചില ഭാഗങ്ങൾ കോടതിരേഖകളിൽ നിന്ന് ഇവിടെ പകർത്താം: "16-1-47 ന് കാഞ്ഞിലേരിവില്ലേജിൽ പോലീസ് സ്റ്റേഷൻ സ്ഥാപിച്ച *... എം. എസ്. പി. സംഘം സ്റ്റേഷനതിർത്തി യിൽ ക്യാമ്പ് ചെയ്തു. 11. 11. 46 നാണ് MSP ആദ്യം ക്യാമ്പചെയ്തത്. പിന്നീട് രണ്ട പ്ലാറ്റൂൺ ക്യാമ്പുചെയ്തു. ക്യാമ്പിന് ഒരാഴ്ച മുമ്പ് സായുധ പോലീസിന്‌ഞാൻ ആവശ്യപ്പെട്ടു. ജന്മിമാർക്ക്‌വാരം കൊടുക്കാതിരുന്ന തായി പരാതി കിട്ടിയിട്ടില്ല... ദേശാഭിമാനിയിൽ നിന്നും അറിഞ്ഞതാണ്, പ്രസംഗങ്ങളിൽ നിന്നും. ഈ പ്രചാരവേല അവസാനിപ്പിക്കണമെന്ന തോന്നി. നെല്ലായിട്ട് ജന്മിക്ക് വാരം കൊട്ടപ്പാൻ പാടില്ലെന്നാണ് പ്രചാരവേല ചെയ്തിരുന്നത്... ചിലപോലീസ് ക്യാമ്പുകൾ ജന്മിയുടെ എടുപ്പിലായിരുന്നു... സ്വകാര്യസ്വത്തും ഗവൺമെന്റ് സ്വത്തും കച്ചേരി കൃഷി ചെയ്യണമെന്ന പ്രചാരവേലയാണ് MSP യെ വരുത്താൻ ഒരു കാരണം. കാവുമ്പായിക്കുന്നിൽ 29-12-'46 ന് കമ്മ്യൂണിസ്റ്റുകൾ സംഘം ചേർന്നിട്ടുണ്ടെന്ന വിവരം ലഭിച്ചു. വിവരം തന്ന ആളുടെ പേര് ഓർമയില്ല. അയാളുടെ പേര് റിക്കാർഡു ചെയ്തിട്ടും ഇല്ല... "

ആ ചാരന്മാർ ഒരാളല്ല രണ്ട പേരാണെന്നം കട്ടോത്ത് രാമൻ, കുറ്റി യാട്ട് കണ്ണൻ എന്നിവരാണ് ആ ഒറ്റവേലക്കാരെന്നും തിരിച്ചറിയാനും ഓർത്തു വയ്ക്കാനും ചരിത്രത്തിനാവുന്നുണ്ട്.

1947 ജൂൺ 15 നാണ് വിധി പ്രഖ്യാപിച്ചത്. 49 പേരെ കുറ്റക്കാരല്ലെ ന്ന കണ്ട് വിട്ടയച്ചു. മാപ്പുസാക്ഷികളായി മാറിയ കല്യാടൻ നാരായണൻ നമ്പ്യാർ, പി. ശങ്കര മാരാർ, ചീറപ്പടമ്മൽഗോവിന്ദൻ നമ്പ്യാർ, തീക്കനൽ കുഞ്ഞിരാമൻ നമ്പ്യാർ എന്നിവരെ വിസ്താരം നടത്തി വെറുതെ വിട്ടു. പ്രമാദമായ ആനക്കാരൻ കൊലക്കേസ്സിൽ പ്രതികളായതിനാൽ രണ്ട പേരെ ഈ പ്രതിപ്പട്ടികയിൽ നിന്ന് ഒഴിവാക്കിയിരുന്നു. ശേഷിച്ചവരുടെ ശിക്ഷ ഒരു വർഷം കഠിന തടവും ഒരു വർഷം നല്ല നടപ്പും. ചാർജ്ജ ചെയ്ത വകുപ്പുകളനുസരിച്ച് ഇതേക്കാൾ കഠിനശിക്ഷ ഉണ്ടാകേണ്ടതായിരുന്നു. എന്നാൽ, സമരക്കുന്നിൽ നിന്ന് സംഭവസമയത്ത് പിടിയിലായ പത്തു പേർക്ക് സമ്മറി വിചാരണക്ക ശേഷം നൽകിയതും ഇതേ ശിക്ഷയായി രുന്നതിനാൽ മറ്റൊന്ന് നൽകാനായില്ല. (ശിക്ഷിക്കപ്പെട്ടവരുടെ ലിസ്റ്റ് ചുവടെ കൊടുത്തിട്ടുണ്ട്) **

കാവുമ്പായി വെടിവയ്തകേസ്സിൽ ഉൾപ്പെടത്താൻ യാതൊരു സാധ്യതയുമില്ലാത്ത കർഷകനേതാക്കളെ കേളംകോട്ട വെടിവയ്പ്പിലും ആനക്കാരൻ കേസ്സിലും പെടുത്തിയാണ് തടവറയിലേലെത്തിച്ചത്.

സമരക്കുന്നിലെ വെടിവയ്പ്പ് സംഭവത്തിന ശേഷം നാടാകെ പോലീസും ഗുണ്ടകളും ഒറ്റക്കാലും വിളയാടിയപ്പോൾ അതിനെ പ്രതി രോധിക്കുന്നതിന് കർഷക പ്രവർത്തകർ തിരിച്ചടിക്കാൻ തീരുമാനിച്ചു. അതേ തുടർന്ന് നിരവധി കേസ്സുകൾ 1947 ആദ്യമാസങ്ങളിൽ ഉടലെ ടുക്കുകയുണ്ടായി.

- കാര്യസ്ഥനായ കാരോന്ദൻ കുട്ട്യപ്പയെ മർദിച്ച കേസ്സിൽ സി. എച്ച്. കുട്ട്യപ്പയുൾപ്പെടെ അഞ്ചുപേർക്ക് ഒരു വർഷം തടവും ഒരു വർഷം നല്ലനടപ്പുമാണ് ശിക്ഷ.

- കാര്യസ്ഥന്മാരായ നാരായണൻ നമ്പ്യാർ, ശിപായി കേപ്പ നമ്പ്യാർ, ഒ. പി. ഗോവിന്ദൻ നമ്പ്യാർ എന്നിവരെ അടിച്ച കേസിൽ അഞ്ചുപേരാണ് പ്രതികൾ. ഇ കെ. കണ്ണൻ, കോയിറ്റി കുഞ്ഞിരാമൻ, രയരപ്പൻ, കുട്ടിരാമൻ, എം. സി. ആർ. എന്നിവരാണവർ. മൂന്ന മാസം തടവും അറുപതു രൂപ പിഴയുമാണ് അതിനുള്ള ശിക്ഷയായി കോടതി വിധിച്ചത്.

-സി. കെ. രാമൻ നായരെന്ന ഒരു ഗുണ്ടയെ സഖാക്കൾ ചേർന്ന് പിടിച്ചുകെട്ടി അയാളുടെ വീട്ടിൽ കൊണ്ടുചെന്ന് താക്കീത് നൽകിവിട്ട തായിരുന്ന ഒരു സംഭവം. എം. സി. ആർ. ഒന്നാം പ്രതിയായി അഞ്ചു സഖാക്കൾക്കെതിരെയാണ് കേസ് ചാർജ് ചെയ്തത്.

- ആനക്കാരൻ കൊലക്കേസ്സിൽ ഫർക്കാ കമ്മിറ്റി സെക്രട്ടറിയായ എ. കുഞ്ഞിക്കണ്ണനെയാണ് ഒന്നാം പ്രതിയാക്കിയത്. അറാക്കൽ കുഞ്ഞിരാമൻ, തളിയൻ രാമൻ നമ്പ്യാർ, മാടായി കുഞ്ഞപ്പ, കേളോത്ത് കൃഷ്ണൻ, മാടായി ചന്തുക്കുട്ടി, ഇ. കെ. നാരായണൻ, ഇ. കെ. ദാമോദരൻ എന്നിവരെയും പ്രതിപ്പട്ടികയിൽ ഉൾപ്പെടുത്തി.

തലശ്ശേരി സെഷൻസ് കോടതി വിചാരണക്ക ശേഷം 1947 ജൂലായ് 14ന് വിധി പറഞ്ഞു. മാടായി കുഞ്ഞപ്പ, മാടായി ചന്തുക്കുട്ടി, തളിയൻ രാമൻ നമ്പ്യാർ എന്നിവർക്ക് വധശിക്ഷ. മറ്റുള്ളവർക്ക് ജീവപര്യന്തവും.

വിധിക്കെതിരെ അപ്പീൽ പോയതിനെ തുടർന്ന് കൊലക്കയർ ഒഴിവായി. 1947 സെപ്തംബറിന് വധശിക്ഷ ഇളവു ചെയ്തു. ആറു പ്രതി കൾക്കുമുള്ള ശിക്ഷ ജീവപര്യന്തം തടവറയായി. ഇ കെ. ദാമോദരൻ മാപ്പുപറഞ്ഞ് ശിക്ഷയിൽ നിന്നും രക്ഷപ്പെട്ടു. 20 വർഷമായിരുന്ന ജീവ പര്യന്ത തടവുകാലമെങ്കിലും 1953 ൽ ജയിൽ വിമോചിതരായി.

സമരക്കുന്നിലെ വെടിവയ്പ്പിന ശേഷം സമരവളണ്ടിയർമാരൊത്ത കൂടിയ കേളംകോട്ട ക്യാമ്പ് 1947 ജനവരി 8 ന് പുലർച്ചെയാണ് എം. എസ്. പി. സംഘം ആക്രമിച്ചത്. വെടിയുതിർത്ത് ക്യാമ്പ് പാടേ

തകർത്തുവെങ്കിലും സെൻട്രിയൊഴികെ മറ്റാരേയും ക്യാമ്പിൽ നിന്നു പിടിക്കടാനായില്ല. ഈ സംഭവത്തെത്തുടർന്ന് ക്യാമ്പിൽ നിന്നും എം. എസ്. പി. ക്കു നേരെ വെടിയുതിർത്തതായി കർഷക നേതാക്കൾ ക്കെതിരെ കേസു കെട്ടിച്ചമച്ചു. കെ. പി. ആർ. രയരപ്പൻ (കല്യാശ്ശേരി) നിടിയിൽ നാരായണൻ നായർ (ബ്ലാത്തൂർ) മട്ടങ്ങോടൻ കൃഷ്ണൻ നമ്പ്യാർ (ബ്ലാത്തൂർ) മാപ്പര കുഞ്ഞമ്പു (കാഞ്ഞിലേരി) എന്നിവരാണ് കേളംകോട്ട വെടിവയ്പ് കേസിൽ പ്രതികളാക്കപ്പെട്ടവർ.

കാവുമ്പായി കാർഷിക കലാപവുമായി ബന്ധപ്പെട്ട വിവിധ കേസ്സുകളിലെ മിക്ക പ്രതികളുടേയും തടവുകാലം തളിപ്പറമ്പ്, കണ്ണൂർ, കോഴിക്കോട് സബ് ജയിലുകളിലും കണ്ണൂർ, വിയ്യൂർ, വെല്ലൂർ, സേലം, കടല്ലൂർ സെൻട്രൽ ജയിലുകളില്ലുമായി കടന്നു പോയി.

* * * *

* ചിറക്കൽ താലൂക്കിൽ ഇരിക്കൂർ, പെരിങ്ങോം, എള്ളരിഞ്ഞി, കരിവെ ള്ളൂർ 4 പോലീസ് സ്റ്റേഷനുകൾ ഇറന്നുവെന്നായിരുന്നു 1947 ജനവരി 20 ന്റെ പത്ര റിപ്പോർട്.

**കാവുമ്പായി വെടിവയ്പ കേസ്സിൽ ശിക്ഷിക്കപ്പെട്ടവർ:

Calendar case no: S. C. 26/47

വിധി: 1947 ജൂൺ 11
ആകെ പ്രതികൾ 180
പിടികിട്ടാത്തവർ. 20
അറസ്റ്റിലായവർ 159
കോടതിയിൽ നേരിട്ട ഹാജരായത്: 1
മാപ്പസാക്ഷികളായവർ 4
ആനക്കാരൻ കേസ്സിൽ പ്രതികളായതിനാൽ ഒഴിവാക്കപ്പെട്ടവർ. 2
വെറുതെ വിട്ടവർ. 49
ശിക്ഷിക്കപ്പെട്ടവർ 105

1. കൊയക്കാടൻ കുഞ്ഞമ്പു	(ഏരുവേശി)
2. സർദാർ ചന്ത്രോത്ത്	
3. എം. സി. രയരപ്പൻ നമ്പ്യാർ	(ഏരുവേശി)
4. എം. സി. പത്മനാഭൻ നമ്പ്യാർ	(,,)
5. ആത്തൂർ കുഞ്ഞമ്പു നമ്പ്യാർ	(,,)

6. അപ്പ പെരുവണ്ണാൻ.   (ഏരുവേശി)

7. ഇ. കെ. കണ്ണൻ നമ്പ്യാർ.   (പയ്യാവൂർ)

8. എടക്കുവൻ കൃഷ്ണൻ നമ്പ്യാർ

9. മുല്ലപ്പള്ളി കുഞ്ഞിരാമൻ നായർ

10. പി. കുട്ടിരാമൻ നമ്പ്യാർ   (ഏരുവേശി)

11. കെ. രാറ്റ്റിയെന്ന രാമൻ നമ്പ്യാർ   (കാഞ്ഞിലേരി)

12. പി. കൃഷ്ണൻ നായർ

13. കെ. എം. കുഞ്ഞമ്പു   (കൈതപ്രം)

14. പി. കെ. കണ്ണൻ

15. കെ. കെ. കണ്ണൻ നമ്പ്യാർ

16. എം. സി. ചെറിയനാരായണൻ നമ്പ്യാർ (കാഞ്ഞിലേരി)

17. പി. ഒതേനൻ നമ്പ്യാർ   (ഏരുവേശി)

18. ഇ. നാരായണൻനമ്പ്യാർ   (നിട്ടങ്ങോം)

19. മന്തിൽ വളപ്പിൽ കണ്ണൻ   (ഏരുവേശി)

20. പി. പി. നാരായണൻ നമ്പ്യാർ   (,,)

21. ചാലങ്ങോടൻ കണ്ണൻ.   (,,)

22. ടി. ആർ. നാരായണൻ നമ്പ്യാർ   (,,)

23. കടാങ്ങോട്ട് കോരൻ.   (,,)

24. ചാലങ്ങോൻ കുട്യപ്പ.   (,,)

25. കല്യാടൻ കൃഷ്ണൻ നമ്പ്യാർ   (,,)

26. മുള്ളൂർ ചാത്തു നായർ   (,,)

27. യു. രാമൻ   (,,)

28. കെ. അപ്പ.   (,,)

29. പി. നാരായണൻ നമ്പ്യാർ

30. ആർച്ചേരി കൃഷ്ണൻ

31. കെ. കെ. കൃഷ്ണൻ നമ്പ്യാർ

32. എടക്കുവൻ കണ്ണൻ നമ്പ്യാർ (പയ്യാവൂർ)

33. കോയോടൻ ഗോവിന്ദൻ നമ്പ്യാർ   (,,)

34. കോയോടൻ കുഞ്ഞിരാമൻ നമ്പ്യാർ   (,,)

35. മേലേടത്ത് കുഞ്ഞമ്പു നമ്പ്യാർ.   (,,)

36. കൊളക്കട്ട കുഞ്ഞമ്പു നമ്പ്യാർ.   (,,)

37. പുളുക്കൽ കുഞ്ഞപ്പ നായർ.   (,,)

38. കേലോത്ത് വണ്ണത്താൻ കണ്ണൻ

39. കെ. കൃഷ്ണൻ

40. എം. ഗോവിന്ദൻ നായർ

41. വി. ചാത്തു

42. വി. വി. കുഞ്ഞമ്പു

43. പുളുക്കൽ കണ്ണൻ നായർ

44. കെ. ഗോവിന്ദൻ നായർ

45. അത്തിലാട്ട് കണ്ണൻ നായർ

46. പുളുക്കൽ കൃഷ്ണൻ നായർ.   (പയ്യാവൂർ)

47. പി. ചന്ത്രക്കുട്ടി നായർ.   (,,)

48. പി. വി. രാമൻകുട്ടി.   (,,)

49. പുത്തൻപുര അപ്പ.   (,,)

50. കാപ്പാടൻ അപ്പനമ്പ്യാർ.   (,,)

51. ഇ. കെ. രാമൻകുട്ടി നമ്പ്യാർ   (ഏരുവേശ്ശി)

52. കെ. കണ്ണൻ നമ്പ്യാർ

53. എ. അനന്തൻ നമ്പ്യാർ   (കാഞ്ഞിലേരി)

54. കെ. കുഞ്ഞിരാമൻ നമ്പ്യാർ   (,,)

55. അളോറ ചാത്തു നമ്പ്യാർ   (,,)

56. അമ്പിലോത്ത് രാമൻ.   (,,)

57. വെള്ളവ ഗോവിന്ദൻ നമ്പ്യാർ

58. ബാപ്പുട്ടി

59. പുതുശ്ശേരികുഞ്ഞിരാമൻ നമ്പ്യാർ

60. കെ.വി.കുഞ്ഞിരാമമാരാർ   (നിട്ടങ്ങോം)

61. കെ. കെ. കമ്മാരൻ നമ്പ്യാർ   (കാഞ്ഞിലേരി)

62. കെ. കുഞ്ഞിരാമൻ നമ്പ്യാർ

63. പി. നാരായണൻ നമ്പ്യാർ

64. എം. കുഞ്ഞപ്പ നമ്പ്യാർ

65. എ. വി. കുഞ്ഞപ്പൻ നമ്പ്യാർ

66. പി. അനന്തൻ നമ്പ്യാർ

67. ഇ. കെ. കണ്ണൻ നമ്പ്യാർ

68. ടി. കെ. കണ്ണൻ നമ്പ്യാർ

69. ടി. പി. കണ്ണ പ്പെരുവണ്ണാൻ   (ഏരുവേശി)

70. ചേനൻ കുഞ്ഞപ്പ

71. ഇ. കുഞ്ഞമ്പു നായർ

72. കെ. എം. കുഞ്ഞമ്പു

73. പുതുക്കുടി രാമൻ നായർ   (കാവുമ്പായി)

74. പി. പി. കുഞ്ഞപ്പ നമ്പ്യാർ

75. കെ. പി. രാമൻ നായർ

76. പി. കെ. കൃഷ്ണൻ മാസ്റ്റർ

77. പി. ടി. അപ്പ

78. സി. എച്ച്. കെ. രാമൻ നായർ

79. വണ്ണാൻ കണ്ണൻ   (ഏരുവേശി)

80. എം. നാരായണൻ നമ്പ്യാർ.   (പയ്യാവൂർ)

81. കൊല്ലൻ കണ്ണൻ   (,,)

82. കടാങ്കോടൻ കൃഷ്ണൻ നമ്പ്യാർ   (,,)

83. പി. കൃഷ്ണൻ.   (,,)

84. കോയാടൻ കണ്ണൻ   (,,)

85. കൊട്ടയാടൻ കുഞ്ഞമ്പു   (,,)

86. വണ്ണത്താൻ കുഞ്ഞപ്പ.   (,,)

87. സി. രാമൻ നമ്പ്യാർ.   (,,)

88. കെ. വി. ചാത്തു   (,,)

89. എ. ശങ്കര മാരാർ.   (,,)

90. എ. കൃഷ്ണൻ.   (,,)

91. കെ. കേളപ്പൻ നമ്പ്യാർ

92. എം. കുഞ്ഞമ്പു നായർ

93. പി. വി. രാമൻ നായർ

94. ടി. വി. രാമൻ നായർ

95. പി. ടി. രാമൻ നമ്പ്യാർ

96. കെ. രാമൻ നമ്പ്യാർ.   (ഏരുവേശി)

97. സി. പി. അമ്പു   (,,)

98. ഇ. കുഞ്ഞമ്പു   (,,)

99. എം. ഇ. തേനൻ.   (,,)

100. തോട്ടങ്കര കിട്ടൻ.   (,,)

101. പി. ടി. കണ്ണൻ നമ്പ്യാർ   (,,)

102. പി. നാരായണൻ നമ്പ്യാർ   (,,)

103. പി. രാമൻ നമ്പ്യാർ

104. കെ. കൃഷ്ണൻ നമ്പ്യാർ

105. വീരൻ കുഞ്ഞമ്പു

രക്തസാക്ഷികൾ, സമരനായകർ

ഭൂമിക്കും സ്വാതന്ത്ര്യത്തിനും വേണ്ടി അരങ്ങേറിയ എണ്ണമറ്റ സമരങ്ങ ളിൽ ചരിത്രത്തെ ജ്വലിപ്പിച്ച ഒരധ്യായമാണ് കാവുമ്പായി കാർഷിക കലാപം. നാടിന്റെ ദിഗന്തങ്ങളിലെങ്ങും വിപ്ലവചൈതന്യം ചിറകടിച്ച നാൽപതുകളിൽ വിമോചനത്തിന്റെ ചുവന്ന മുഷ്ടിയായി കാവുമ്പായി ഉയർന്നു വന്നു. വർഗസമരത്തിന്റെ ശീർഷ മുദ്രകളിൽ കാലം കൊത്തി വച്ച അപരാജിത ശില്പമാണ് ഈ ദേശചരിത്രം. കാലവും ചരിത്രവും സാക്ഷി നിൽക്കെ സ്വാതന്ത്ര്യത്തിന്റെ പുതു പ്രഭാതത്തിൽ പൊട്ടിവി ടർന്ന ചോരപ്പൂക്കളാണ് കാവുമ്പായി രക്തസാക്ഷികൾ.

ചരിത്രത്തിനു മീതെ ചുവപ്പനക്ഷത്രങ്ങളെഴുതിയ നാമധേയം. വാക്ക കളിൽ തോരണം ചാർത്താതെ പകർത്താവുന്ന വിശുദ്ധലിപികൾ. നേരിന്റെ രക്തഛായയിൽ സ്നാനം പൂർത്തിയാക്കിയ ഇടിമുഴക്കം ഓരോ നാമത്തിനുമുണ്ട്. രക്തസാക്ഷിത്വമെന്ന പ്രമേയത്തെ മുൻനിർ ത്തി ചരിത്രം ആളിപ്പടർന്നിട്ടുണ്ട്. സംഭവങ്ങളെ രക്തത്തിലെഴുതി സ്മര പ്പെടുത്തുന്ന ചരിത്രത്തിന്റെ ഒരു നിലപാട് അതിൽ കാണാം. ചരിത്രം സൃഷ്ടിക്കാനുദ്ദേശിച്ച് കുന്നിനു മീതെ ഒത്തുകൂടിയതായിരുന്നില്ല അവർ. ഇന്നു പരിശോധിക്കുമ്പോൾ ആസൂത്രണത്തിന്റേയും ദീർഘവീക്ഷണ ത്തിന്റേയും രാഷ്ട്രീയവിവേകത്തിന്റേയും വീഴ്ചകളൊക്കെ ആരോപിക്കാം. നോട്ടപ്പിശകുകളുടെ അത്തരം കണക്കുപുസ്തകം മാറ്റിവച്ചാലും സംഭവിച്ച തൊക്കെ കണക്കുകൂട്ടലുകൾക്ക് സമാന്തരമായി കലാശിച്ച ചരിത്രത്തെ കടപുഴക്കാനുള്ള ഒരു കൊടുങ്കാറ്റായിരുന്നുവെന്നു കാണാം.

രക്തസാക്ഷിത്ത്വത്തിന്റെ ചുവന്ന ചക്രവാളത്തിൽ നക്ഷത്രങ്ങളെ നിർമിക്കുന്ന ഋതുകലയായി ഈ പോരാട്ടവും മാറി. സമരചരിത്രത്തിന്റെ രക്തസ്ത്രീമയിൽ ഭ്ലുക്കിയിട്ട സ്മൃതിഭ്രപടം എക്കാലവും സിന്ദൂരതിലകമായി തിളങ്ങുന്നു. രക്തസാക്ഷിത്വവും രക്തബന്ധമില്ലാത്ത ഭാഷ കൊണ്ട് ചരിത്രം എഴുതി നിറക്കുന്ന പുതിയ കാലത്ത് പഴയ പവിത്രത മാഞ്ഞു പോകാം. കൊല്ലപ്പെടുന്നവരുടെ കണ്ണുകളുടെ ജ്വാല നക്ഷത്രങ്ങളിലേ ക്ക് പകരാതായിക്കഴിഞ്ഞിട്ടുണ്ട്. സ്വാതന്ത്ര്യത്തിന്റെ ആകാശം എന്നും ചുവപ്പായി പെയ്യുമെന്ന് കവികൾ പോലും പാടാതായി...

ഇത്തരമൊരു ഋതുവൈപര്യത്തിലും 'രക്തസാക്ഷികളമരന്മാർ ജീവിക്കുന്നു ഞങ്ങളിലൂടെ ' എന്ന വരികളുടെ വജ്രഭാഷയും മുഴക്കവും നമ്മെ ഓർമിപ്പിക്കുന്നുണ്ട്, രക്തസാക്ഷിസ്മരണകൾ. സ്വാതന്ത്ര്യത്തിന്റെ രഹസ്യാതിർത്തിയിൽ പിറന്ന പോർ നക്ഷത്രങ്ങൾ നമ്മുടെ സ്മരണക ളിൽ പുഞ്ചിരിക്കുന്നു. കാലം ചോരമുഖമുള്ള നക്ഷത്രപ്പിറവിയെത്തന്നെ യാണല്ലോ ലക്ഷ്യമാക്കുന്നത്.

വർഗവിമോചനസമരാധ്യായങ്ങളിലെ അനശ്വര ഏടുകളാണ് കാവുമ്പായി രക്തസാക്ഷികളും. 1946 ഡിസംബർ 29 ന്റെ രാത്രിയുടെ അന്ത്യയാമങ്ങളിൽ, ഇൻക്വിലാബിന്റെ ഇടിമുഴക്കമായി കാവുമ്പായിക്കു ന്നിൻമുകളിൽ നിന്ന് സ്വാതന്ത്ര്യത്തിനു വേണ്ടി ഗർജിച്ചവരാണവർ. സാമ്രാജ്യത്ത സേനക്കെതിരെ ആയുധമേന്തി പോരടിച്ചവർ. ഡിസംബർ മുപ്പതിന്റെ പുലരിച്ചവപ്പ് അവരുടെ ഹൃദയരക്തത്തിന്റേതായിരുന്നു. അവർ, അഞ്ചു നക്ഷത്രങ്ങളായിരുന്നു.

രക്തസാക്ഷികളായ ആ സഖാക്കൾ ആരൊക്കെയെന്നതിന് വെടിവയ്പിന ശേഷം ഏതാനും ആഴ്ചകൾ വരെ അവ്യക്തതയുണ്ടായി രുന്നതായി അന്നത്തെ പത്രറിപ്പോർട്ടുകളിൽ നിന്നു വ്യക്തമാണ്.

1947 ജനവരി 20 ന്റെ ദേശാഭിമാനിയിൽ: 'എള്ളരിഞ്ഞി വെടിവ യ്പിൽ പരിക്കേറ്റ് അറസ്റ്റ് ചെയ്യപ്പെട്ടവരിൽ ഒരാൾ കൂടി മരിച്ചതായി വർത്തമാനം കേൾക്കുന്നുണ്ട്' 'വെടിവയ്പിൽ ബ്ലാത്തൂർ പുതിയപുരയിൽ കുഞ്ഞിരാമൻ എന്ന ഒരു സഖാവ് മരിച്ചതായി റിപ്പോർട്ട ചെയ്തിരു ന്നുവല്ലോ. ഇതു ശരിയല്ല. സ: എ. പി. കൃഷ്ണനാണ് മരിച്ചിട്ടുള്ളതെന്ന വിവരം കിട്ടിയിരിക്കുന്നു കാവുമ്പായി വെടിവയ്പിന്റെ കോടതി വിചാരണ നടപടികൾ റിപ്പോർട്ട ചെയ്ത 'മാതൃഭൂമി' പത്രത്തിലെ ഇടക്കേപ്പുറം ലേഖകന്റേതായി വന്ന വാർത്തയിൽ കാവുമ്പായി രക്തസാക്ഷികളായി എട്ടുപേരെ പരാമർശിക്കുന്നുണ്ട്. സമരം നയിച്ച കമ്മ്യൂണിസ്റ്റ് പാർടിയു ടെയും കർഷക സംഘത്തിന്റേയും പേര പറയാതിരിക്കാൻ കരുതലെടു ത്ത പ്രസ്തുത റിപ്പോർട്കോൺഗ്രസിനെ പകരം നായകസ്ഥാനത്തേക്ക

കൊണ്ടുവരുന്നുണ്ട്. ആ ഭാഗമിതാണ്: 'ചിറക്കൽ താലൂക്കിൽ കോൺഗ്ര സിന്റെ തെരഞ്ഞെടുപ്പ് വിജ്ഞാപനവും കെ. പി. സി. സി. പദ്ധതിയും നടപ്പിലാക്കാൻ 8 രക്തസാക്ഷികളെ ബലി കൊടുക്കേണ്ടി വന്നു. കുഞ്ഞി ക്കണ്ണൻ, കണ്ണൻ, തെങ്ങിൽ അപ്പനമ്പ്യാർ, ഗോവിന്ദൻ നമ്പ്യാർ, പി. കുമാരൻ, കൃഷ്ണൻ, രാമൻകുട്ടി നമ്പ്യാർ, നാരായണൻ നമ്പ്യാർ '

ഇവരിൽ കുഞ്ഞിക്കണ്ണൻ, കണ്ണൻ, രാമൻകുട്ടി നമ്പ്യാർ, നാരായണൻ നമ്പ്യാർ എന്നീ പേരുകൾ രക്തസാക്ഷികളുടെ പട്ടികയിൽ പെട്ട ത്തിയത് ഒരു പക്ഷെ, യഥാർഥവിവരങ്ങൾ ഗ്രഹിക്കാൻ കഴിയാത്ത അന്നത്തെ സാഹചര്യം കൊണ്ടാവാം. കൊല്ലപ്പെട്ടവരുടെ ജഡങ്ങൾ എം. എസ്. പി. ക്കാർ ക്യാമ്പിലേക്ക് കൊണ്ട് പോകുകയും അവരാരാ ണെന്നു തീർച്ചപ്പെടുത്തും മുമ്പുതന്നെ രഹസ്യമായി മറവു ചെയ്യുകയും ചെയ്തതിനാലും, കൊല്ലപ്പെട്ടന്ന സമയത്ത് സമരക്കുന്നിൽ സാക്ഷികളാ യിരുന്നവരെല്ലാം വ്യത്യസ്ത ദേശങ്ങളിലേക്ക് ഒളിവിൽ മറഞ്ഞതിനാലും, അന്നത്തെ സാഹചര്യത്തിൽ ആരൊക്കെയാണ് കൊല്ലപ്പെട്ടതെന്ന് സ്ഥിരീകരിക്കുവാൻ കഴിയുമായിരുന്നില്ല.

സഖാക്കൾ പുളുക്കൽ കുഞ്ഞിരാമൻ, പി. കുമാരൻ, മഞ്ഞേരി ഗോവിന്ദൻ, ആലോറമ്പൻ കണ്ടിക്കൃഷ്ണൻ, തെങ്ങിൽ അപ്പനമ്പ്യാർ എന്നിവരാണ് അഞ്ചു രക്തസാക്ഷികളായി ചരിത്രത്തിൽ രേഖപ്പെടു ത്തപ്പെട്ടത്.

അഞ്ചുരക്തസാക്ഷികൾ

1. പുളുക്കൽ കുഞ്ഞിരാമൻ

അമ്പിലോട്ട് കൃഷ്ണൻനായരുടേയും കുഞ്ഞമ്മ(തേമനമ്മ) യുടേയും മൂന്നു മക്കളിലൊരാൾ. മൂത്ത സഹോദരി ചെറു, അനുജൻ പുളുക്കൽ കൃഷ്ണൻ. അച്ഛനമമ്മയും ബാല്യത്തിലേ നഷ്ടപ്പെട്ടതിനാൽ ചെറുവിന്റെ സംരക്ഷണയിലാണ് കഴിഞ്ഞു പോന്നത്. കുറച്ച കാലം അനന്തൻ അധികാരിയുടെ ശിപായിയായിരുന്നു. ബാലസംഘം -കർഷകസംഘം - കമ്മ്യൂണിസ്റ്റ് പാർടി രംഗത്ത് വളണ്ടിയറായി പ്രവർത്തിച്ചു. വിവാഹി തനായ വർഷം തന്നെയാണ് രക്തസാക്ഷിയായത് -ഇരുപത്തിമൂന്നാം വയസ്സിൽ. അന്നേ ദിവസം വീട്ടിൽ നിന്ന് നെയ്ച്ചോറും കഴിച്ച് പട്ടാള വേഷത്തിലാണ് പയ്യാവൂർ സംഘത്തോടൊപ്പം സമരക്കുന്നിലേക്ക് പുറപ്പെട്ടത്.

2. പി. കുമാരൻ

ഊരത്തൂരാണ് സ്വദേശം. കണ്ണൻ വൈദ്യരുടേയും ചപ്പിലയുടേയും മകൻ. കണ്ണൻ, നാരായണൻ, ഗോവിന്ദൻ, കമ്മാരൻ, കേളപ്പൻ

എന്നിവർ സഹോദരങ്ങൾ. കൂടാളി സ്ക്കൂളിൽ എട്ടാം തരത്തിൽ തോറ്റു. ജോലി തേടി മദ്രാസിലെത്തി. 1941ൽ തിരിച്ചെത്തുമ്പോൾ ഇംഗ്ലീഷ് ഭാഷയിൽ പരിജ്ഞാനമാർജിച്ചിരുന്നു. കർഷക സംഘം വളണ്ടിയറാ യും സംഘം നടത്തിപ്പോന്ന ബ്ലാത്തൂർ സ്ക്കൂളിലെ അധ്യാപകനായും ചുമതലകൾ നിർവഹിച്ചു. അവിവാഹിതനാണ്. വയസ് 30. സഖാവിന്റെ സ്മാരകമായി ആലത്തൂപറമ്പിൽ ഒരു വായനശാല പ്രവർത്തിക്കുന്നു.

3. മഞ്ചേരി ഗോവിന്ദൻ

എള്ളരിഞ്ഞി നിവാസി. അച്ഛൻ മാരമംഗലത്ത് അമ്പു, അമ്മ മഞ്ചേരി ഉത്താല. അവിവാഹിതൻ. വടക്കാഞ്ചേരിയിൽ നിന്നാണ് ഗോവിന്ദന്റെ കുടുംബം എള്ളരിഞ്ഞിയിലെത്തിയത്. ഒരു വർഷം പട്ടാള ത്തിൽ സേവനമനുഷ്ഠിക്കുകയുണ്ടായി. അതിലൂടെ സായുധ പരിശീലനം സ്വായത്തമാക്കിയിരുന്നു. വയസ് 25

4. ആലോറമ്പൻ കണ്ടി കൃഷ്ണൻ

ബ്ലാത്തൂർ സ്വദേശി. കർഷക സംഘം പ്രവർത്തകനും വളണ്ടിയറ മായിരുന്നു. സഹോദരിയും സഹോദരനുമുണ്ട്. അവിവാഹിതനാണ്. സഹോദരി നാരായണിക്കൊപ്പമായിരുന്നു താമസം. ഇരുപത്തിയാറാം വയസ്സിലാണ് രക്തസാക്ഷിയായത്.

5. തെങ്ങിൽ അപ്പനമ്പ്യാർ

ഏരുവേശി സ്വദേശി. ഇരുപത്തിയാറാം വയസ്സിൽ വിവാഹം. ഭാര്യ ക്ലുറ്റേരി വീട്ടിൽ ഉമ്മുങ്ങയമ്മ. മക്കൾ കൃഷ്ണൻ, ജാനകി. കർഷക സംഘം വളണ്ടിയറായി പ്രവർത്തിച്ചു. രക്തസാക്ഷിയായത് ഇരുപത്തിയെട്ടാം വയസ്സിൽ. വെടിവയ്പ്പിനു മുമ്പും പിമ്പുമായി കാവുമ്പായി കാർഷിക കലാ പത്തിന്റെ രാഷ്ടീയ സമരവേദിയിൽ രണ്ടു സഖാക്കൾ കൂടി വധിക്കപ്പെട്ട കയുണ്ടായി. പി. നാരായണൻ നമ്പ്യാരും പറമ്പൻ കുഞ്ഞിരാമനുമാണ് ആ രക്തസാക്ഷികൾ.

പി. നാരായണൻ നമ്പ്യാർ

പാവന്നൂർമൊട്ടയിലാണ് ജനനം. ദീർഘകാലം താമസിച്ചത് ബ്ലാത്തൂരിൽ. പിതാവ് തട്ടാൻകണ്ടി കുഞ്ഞപ്പ, മാതാവ് പള്ളിപ്രം ചെറിയ. അഞ്ചാംക്ലാസ്സു വരെ പഠിച്ചു. ഭാര്യ പന്നിയോടൻ തമ്പായി. ഒരു മകളുണ്ട് നാരായണി. തമ്പായി രണ്ടാമത് ഗർഭിണിയായിരിക്കെ മരണപ്പെട്ടു. വധിക്കപ്പെട്ടപ്പോൾ വയസ് നാൽപത്. കമ്മ്യൂണിസ്റ്റ് പാർടി ഫർക്ക കമ്മിറ്റിയംഗമെന്ന നിലയിൽ നേതൃതലത്തിൽ പ്രവർത്തിച്ചു. അസാമാന്യ ധീരതയും കായിക ശേഷിയുമുള്ള നേതാവായിരുന്നു.

ഇരിക്കൂർ പി. സി. സി. ഡയറക്ടർ ബോർഡ് അംഗമായും ചുമതല വഹിച്ചു.

1946 ഒക്ടോബർ 22 ന് പുലർച്ചെയാണ് ബ്ലാത്തൂരിലെ ചെമ്പകശ്ശേരി കിണറ്റിൽ സഖാവിന്റെ ജഡം കാണപ്പെട്ടത്. 19 ന് ഇരിക്കൂർ പി. സി. സി. ഡയറക്ടർ ബോർഡ് യോഗത്തിന് പോയതായും 20ന് മടങ്ങിയെത്തിയതായും വിവരമുണ്ട്. ശേഷമാണ് കാണാതായത്. സഖാവിന്റെ സ്മരണകളുമായി ബ്ലാത്തൂരിൽ നാരായണൻ നമ്പ്യാർ സ്മാരക വായനശാലയും വെളിച്ചം പാറയിൽ സാംസ്കാരിക നിലയവും പ്രവർത്തിക്കുന്നു.

പറമ്പൻ കുഞ്ഞിരാമൻ

എം. എസ്. പി. ക്കാരാൽ കൊല്ലപ്പെട്ടമ്പോൾ വയസ് 25. അവിവാഹിതനാണ്. ജ്യേഷ്ഠൻ ചന്തുക്കുട്ടി നമ്പ്യാരോടൊപ്പമായിരുന്ന താമസം. മാതാപിതാക്കളായ എടോൻ കുഞ്ഞപ്പ നമ്പ്യാരും കുഞ്ഞാതിയും മുമ്പേ മരിച്ച പോയതാണ്.

ഒളിവിൽ കഴിയുന്നവർക്ക് പരിചരണമൊരുക്കുന്ന ഒരു വളണ്ടിയറായിരുന്ന സഖാവ്. സന്ദേശവാഹകനായി ഒളിസങ്കേതത്തിലേക്ക് ഭക്ഷണവും പുസ്തകവും ബീഡിയുമായി കടന്ന ചെല്ലുന്നത് പോലീസ് കണ്ടുപിടിച്ചു. 1947 ജനവരി 15ന് പോലീസ് പിടിയിലായി. എള്ളരിഞ്ഞി ക്യാമ്പിലേക്കാണ് കൊണ്ടുപോയത്. അവിടെ വച്ച് എം. എസ്. പി. ക്കാർ അതിക്രൂരമായി മർദിച്ചു. ഒളിവിൽ കഴിയുന്നവരുടെ വിവരം പറയിപ്പിക്കാൻ പൈശാചികമായ മുറകൾ സ്വീകരിച്ചു. അതിനിടയിൽ സഖാവിന്റെ പ്രാണൻ നഷ്ടപ്പെട്ടു. ഈ ദരിദ്രവാസി മരണപ്പെട്ടുമെന്ന് പോലീസുകാരും കരുതിക്കാണില്ലെന്ന തോന്നുന്നു. മൃതദേഹം ആദിവാസികളെ കൊണ്ട് ചുമപ്പിച്ച് സഖാവിന്റെ വീട്ടിലെത്തിച്ചു. ജീവനുള്ള ആളെയെന്ന പോലെ, പുറംതിണ്ണയിൽ കിടത്തി അസുഖബാധിതനാണെന്നും പറഞ്ഞ് പോലീസ് സ്ഥലം വിട്ടുകയും ചെയ്തു.

1950 ഫെബ്രുവരി 11 ന്റെ സേലം ജയിൽ വെടിവയ്പിൽ രക്തസാക്ഷികളായ 22 പേരിൽ രണ്ട പേർ കാവ്യമ്പായി സഖാക്കളായിരുന്ന. തളിയൻ രാമൻ നമ്പ്യാരും ഒ. പി. അനന്തൻ മാസ്റ്ററും.

തളിയൻ രാമൻ നമ്പ്യാർ

സ്വദേശം കാവ്യമ്പായി. കോയാടൻ രാമൻ നമ്പ്യാരുടേയും ചെറിയമ്മയുടേയും മകൻ. എടക്ളവൻ കൊയ്യത്ത് വീട്ടിൽ 1895ലാണ് ജനനം. 'തളിയൻ വളപ്പിൽ ' താമസമായതിനാൽ ഇ. കെ. കുഞ്ഞിരാമൻ നമ്പ്യാർ തളിയൻ രാമൻ നമ്പ്യാരായി അറിയപ്പെട്ട. കാവ്യമ്പായിയിലും പരിസരങ്ങളിലും കർഷക പ്രസ്ഥാനം വളർത്തിയെടുക്കുന്നതിൽ

പങ്കുവഹിച്ചു. സമരകാലത്ത് കർഷക സംഘം എള്ളരിഞ്ഞി വില്ലേജ് സെക്രട്ടറിയായിരുന്നു. വെടിവയ്പിനു ശേഷം ഒളിവിൽ പോയി. കണ്ട കൈയിലായിരുന്നു ഒളിവുജീവിതം. വീട് അഗ്നിക്കിരയാക്കിയതറിഞ്ഞ് നാട്ടിൽ തിരിച്ചു വന്നപ്പോൾ ഒറ്റുകാരൻ മുഖേന വിവരമറിഞ്ഞ പോലീസ് വളഞ്ഞു പിടിച്ചു. ആനക്കാരൻ കൊലക്കേസ്സിൽ പ്രതിചേർക്കപ്പെടുക യും വിചാരണക്കു ശേഷം വധശിക്ഷക്കു വിധിക്കപ്പെട്ടുകയുമുണ്ടായി. അപ്പീൽ കോടതി ശിക്ഷ ഇളവുചെയ്ത് ജീവപര്യന്തമാക്കി. കണ്ണൂർ, സേലം ജയിലുകളിലായിരുന്നു തടവ്. 1950 ഫെബ്രുവരി 11ന്റെ സേലം ജയിൽ വെടിവയ്പിൽ കൊല്ലപ്പെട്ടു.

കുട്ടാവ് സ്വദേശിനിയാണ് ആദ്യഭാര്യ. ആ ബന്ധം വേർപെട്ട ശേഷം എടക്കുവൻ കോരോത്തുവീട്ടിൽ കുഞ്ഞിഅമ്മ (ഉമ്മുങ്ങ) യെ വിവാഹം ചെയ്തു. 5 മക്കൾ. മൂന്നു പേർ കുട്ടിക്കാലത്ത് തന്നെ മരണമടഞ്ഞു.

ഒ. പി. അനന്തൻ മാസ്റ്റർ

മയ്യിൽ രയരോത്ത് കുറ്റിയാട്ട് അനന്തൻ നമ്പ്യാരുടേയും ചെറുകു ന്നിൽ ഒതേൻമാടത്ത് പാലക്കീൽ ദേവകിയമ്മയുടേയും മൂന്നാമത്തെ മകൻ. ജന്മദേശം ചെറുകുന്ന്. അവിടെ വിദ്യാഭ്യാസം പൂർത്തിയാക്കി, ഇരിക്കൂർ ആയിപ്പുഴ സ്കൂളിൽ അധ്യാപകവൃത്തിയിലേർപ്പെട്ടു. കർഷക പ്രസ്ഥാനത്തിന്റെ പ്രവർത്തകനായിരുന്ന സ്കൂളിലെ പ്രധാന അധ്യാ പകന്റെ സ്വാധീനത്താൽ പ്രസ്ഥാനത്തിലേക്ക് ആകർഷിക്കപ്പെട്ടു. കാഞ്ഞിലേരിയിൽ വായനശാല സ്ഥാപിക്കാനും ജനകീയ വിദ്യാഭ്യാസം നേടിക്കൊടുക്കാനും മുൻകയ്യെടുത്തു. പ്രദേശത്ത് കർഷകസംഘത്തിന് അടിത്തറയിടുന്നതിലും മുഖ്യമായ പങ്കുവഹിച്ചു. കാവുമ്പായി വെടിവയ്പി നെത്തുടർന്ന് ഒ. പി. ഒളിവിൽ പോയി. ജന്മിയുടെ ഒറ്റുകാരനായ ജ്യേഷ്ഠൻ ഒ. പി. കൃഷ്ണന്റെ സഹായത്തോടെ പോലീസുകാർ കെണിയൊരുക്കി കുടുക്കി. സേലം തടവറയിൽ കഴിയവെ 1950 ഫെബ്രുവരി 11ന്റെ വെടി വെയ്പിൽ രക്തസാക്ഷിയായി.

സഹപ്രവർത്തകൻ സ: കെ. പി. കുഞ്ഞിക്കണ്ണൻ മാസ്റ്ററുടെ സഹോദരി കൊടക്കാട്ടേരി കുഞ്ഞമ്മയെയായിരുന്ന ആദ്യം വിവാഹം ചെയ്തത്. ആ ബന്ധം നിലനിന്നില്ല. പിന്നീട് എടക്കാനം കല്യാണിയെ വിവാഹം ചെയ്തു. ആ ബന്ധത്തിൽ മൂന്നു മക്കളുണ്ട്.

കാവുമ്പായി കാർഷിക കലാപത്തിന്റെ വിവിധ തലങ്ങളിൽ സ്വജീ വിതമർപ്പിച്ച് പ്രവർത്തിക്കുകയും പോരാട്ടുകയും ത്യാഗോജ്ജ്വലമായ ഏട്ടുകൾ രചിക്കുകയും ചെയ്ത പോരാളികളിൽ ചിലരെ കൂടി ഈ അധ്യാ യത്തിൽ പരാമർശിക്കാതിരിക്കാനാവില്ല. അതേസമയം അവരോളം

പ്രാധാന്യമുള്ളവരെങ്കിലും വേണ്ടത്ര വിവരങ്ങൾ ലഭ്യമല്ലാത്തതിനാൽ ഉൾപ്പെടുത്താൻ കഴിയാതെ പോയ മറ്റ ചില സമരനായകർ കൂടി ചരിത്രത്തിലുണ്ടെന്ന വസ്തുതയും ചൂണ്ടിക്കാട്ടുകയാണ്. എല്ലാ വിപ്ലവ കാരികളുടേയും സ്മരണകൾ ഒരുപോലെ അമൂല്യമാണ്.

എ. കുഞ്ഞിക്കണ്ണൻ

മലപ്പട്ടത്ത് 1917 ൽ ജനനം. ചന്തു നമ്പ്യാരുടേയും അളോറ പാർവ തിയമ്മയുടേയും മകൻ. മലപ്പട്ടത്ത് കർഷകസംഘം സ്ഥാപിച്ചവരിൽ പ്രമുഖനായ അളോറ ഗോവിന്ദന്റെ മരുമകൻ. അമ്മാവന്റെ ശിക്ഷണ മാണ് പൊതുപ്രവർത്തനത്തിന പ്രചോദനമായത്. മയ്യിൽ ഹയർ എലമെന്ററി സ്കൂളിൽ നിന്നും എട്ടാം ക്ലാസ് പഠനം. കുറച്ച കാലം അധ്യാപകവൃത്തി നോക്കി.

വടക്കേ മലബാറിൽ കമ്മ്യൂണിസ്റ്റ്-കർഷക പ്രസ്ഥാനം കെട്ടിപ്പടുക്ക ന്നതിലും ജന്മി-നാട്ടുവാഴിത്തത്തിനെതിരായ പോരാട്ടങ്ങൾ വളർത്തി യെടുക്കുന്നതിലും നേതൃത്വപരമായ പങ്കുവഹിച്ചു.

1939 മെയ് 12, 13, 14 തീയതികളിൽ ബക്കളത്ത നടന്ന കോൺഗ്ര സിന്റെ പത്താം കേരള സംസ്ഥാന രാഷ്ട്രീയ സമ്മേളനത്തിൽ വളണ്ടി യറായി പ്രവർത്തിച്ചായിരുന്ന തുടക്കം. ഇരിക്കൂർ പോലീസ് സ്റ്റേഷൻ ആക്രമണ സംഭവത്തിലും (9 മാസം തടവ്), കണ്ടക്കൈ പുല്ലുപറി സമരത്തിലും ആനക്കാരൻ കൊലക്കേസിലും പ്രതിയാക്കപ്പെട്ടു. 1949 ഫെബ്രുവരിയിലാണ് അറസ്റ്റിലായത്. ജീവപര്യന്തമായിരുന്ന ശിക്ഷ. സേലംജയിൽ വെടിവയ്പ് സമയത്ത് തടവറയിലുണ്ടായിരുന്നെങ്കിലും തലനാരിഴക്ക് രക്ഷപ്പെട്ടു. 1954 ലാണ് ജയിൽമുക്തനായത്. അവിഭക്ത കമ്മ്യൂണിസ്റ്റ് പാർടിയുടേയും പിന്നീട് സി. പി. ഐ (എം) ന്റേയും ഇരിക്കൂർ മണ്ഡലം സെക്രട്ടറിയായി ദീർഘകാലം പ്രവർത്തിച്ചു. കർഷകസംഘം ചിറക്കൽ താലൂക്ക് സെക്രട്ടറി, കണ്ണൂർ ജില്ലാ സെക്രട്ടറി, സംസ്ഥാന കമ്മിറ്റിയംഗം, അവിഭക്തഇരിക്കൂർ പഞ്ചായത്ത് പ്രസിഡണ്ട്, മലപ്പട്ടം പഞ്ചായത്ത് പ്രസിഡണ്ട്, ഇരിക്കൂർ ബി. ഡി. സി ചെയർമാൻ എന്നീ പദവികളും വഹിച്ചു.

1970 ൽ ഇരിക്കൂർ നിയോജകമണ്ഡലത്തെ പ്രതിനിധീകരിച്ച് എം. എൽ. എ. യായി. അർബുദബാധിതനായി 1973 നവംബർ 23 ന് മരിച്ചു. ഭാര്യ കല്യാണിയമ്മ, മൂന്നു മക്കൾ.

കോട്ട കൃഷ്ണൻ

1914 ൽ ജനനം. ദരിദ്ര ചുറ്റപാടായതിനാൽ പ്രാഥമിക വിദ്യാഭ്യാസം നേടാനായില്ല. കരക്കാട്ടിടം നായനാരുടെ കാലിക്കാരനായാണ്

ഉപജീവനം. കർഷക സംഘത്തിൽ ആകൃഷ്ടനായതോടെ ആ പണി നഷ്ടപ്പെട്ടു. സംഘത്തിലൂടെ എഴുത്തും വായനയും പരിശീലിച്ചു. പാർടി പ്രസിദ്ധീകരണങ്ങൾ ആളുകൾക്കിടയിൽ നിന്ന് ഉറക്കെ വായിച്ചുകൊടുക്കും. മെഗഫോണിലൂടെ പടപ്പാട്ടുകൾ പാടാനും പ്രസംഗിക്കാനും മുന്നിട്ടിറങ്ങി. വളണ്ടിയർ ക്യാപ്റ്റനായി മാറി. 1940 സെപ്റ്റംബർ 15ന് മൊറാഴയിലേക്ക് കാവുമ്പായിയിൽ നിന്നുള്ള 22 അംഗ വളണ്ടിയർസംഘത്തിന്റെ ക്യാപ്റ്റനായിരുന്നു. കർഷക പ്രസ്ഥാനത്തിന്റെ അമരക്കാരനായി വളർന്നു വന്ന കോട്ടക്കൃഷ്ണനെ, ആ വളർച്ചയിൽ, കമ്മ്യൂണിസ്റ്റ് പാർടി ജനറൽ സെക്രട്ടറി പി. സി. ജോഷി അഭിനന്ദിക്കുന്ന സന്ദർഭ മുണ്ടായി.

ജന്മിയുടെ കാലിക്കാരൻ ജന്മിത്തത്തിന്നെതിരായ പോരാട്ടത്തിന്റെ നായകനായി മാറിയതിന്റെ പ്രതികാരം കരക്കാട്ടിടം ജന്മിയില്ലം എരിഞ്ഞു. ആ പകയണക്കാൻ കോട്ടക്കൃഷ്ണനെ വ്യാജക്കേസ്സിൽ കുടുക്കി. ജന്മിയുടെ കാര്യവേലക്കാരനായ ചീക്കൽ കണ്ണൻ സ്വന്തം തലക്ക കൊത്തി കേസ്സുണ്ടാക്കുകയായിരുന്നു. അറസ്റ്റിനു വഴങ്ങാതെ സഖാവ് ഒളിവിൽ പോയി. പറശ്ശിനിക്കടവ് ജാപ്പ് വിരുദ്ധമേളയിൽ പങ്കെടുത്ത് തിരിച്ച വരുന്ന വഴി അറസ്റ്റിലായി. 40 രൂപ പിഴയായിരുന്ന ശിക്ഷ. പാമ്പു കടിയേറ്റാണ് സഖാവ് മരിച്ചത്. കണ്ടക്കൈവായനശാലയിലെ കർഷക യോഗത്തിൽ പങ്കെടുക്കാൻ പോകുന്ന വഴി 1945 നവംബർ 20 ന് സന്ധ്യക്കായിരുന്ന കടിയേറ്റത്. ചെങ്ങളായി വീട്ടിലെത്തിയ ശേഷമാണ് അന്ത്യം സംഭവിക്കുന്നത്. ഭാര്യ ലക്ഷ്മിയമ്മ, മകൻ ബാലൻ

ചെറിയമ്മ

ജന്മിയുടെ അടിച്ചുതളിക്കാരിയായിരുന്ന ചെറിയമ്മ. ആ കുടുംബ ത്തിന്റെ പാരമ്പര്യമായുള്ള ഉപജീവനവൃത്തിയാണത്. അതിനു പുറമെ പാൽവിതരണവുമുണ്ട്. സ്വദേശം നിട്ടങ്ങോം.

കർഷക നേതാക്കൾക്കെതിരെ കെട്ടിച്ചമച്ച ബലാത്സംഗക്കേസ്സിൽ കഥാപാത്രമാക്കപ്പെട്ടത് ചെറിയമ്മയാണ്. കോടതിയിൽ ചെറിയമ്മ സത്യം വിളിച്ച പറഞ്ഞതിനാൽ നിരപരാധികളായ സഖാക്കൾ ശിക്ഷി ക്കപ്പെട്ടില്ല. ചെറിയമ്മയുടെ പിന്നീട്ടുള്ള ജീവിതം കർഷക സംഘത്തിനും കമ്മ്യൂണിസ്റ്റ് പാർടിക്കും വേണ്ടി സമർപ്പിച്ചു. പാർടിക്ലാസുകളിൽ പങ്കെടുത്ത് ശരിയായ രാഷ്ട്രീയ സിദ്ധാന്തങ്ങൾ പഠിച്ചെടുത്തു. പാർടി നിരോധിക്കപ്പെട്ടപ്പോൾ ഒളിവു രാഷ്ട്രീയ പ്രവർത്തകരുടെ പ്രധാന കണ്ണിയായി വർത്തിച്ചു. പ്രസ്ഥാനത്തിന്റെ രഹസ്യ സന്ദേശങ്ങളെത്തി ക്കുന്നതിനും അണിയറയിൽ പാർടിപ്രവർത്തകൾ കോർത്തിണക്കുന്നതി നും ഉയർന്ന പ്രവർത്തിച്ചു. മലബാറിലാകെ കർഷക പ്രസ്ഥാനത്തിനു

വേണ്ടി പ്രചാരണം നടത്തുന്ന ഉജ്ജ്വല പ്രാസംഗികയായി മാറി. പോലീസ്- ഗുണ്ടാ നരനായാട്ടിനെതിരെ മലബാറിൽ നടന്ന രണ്ടു ജാഥകളിൽ തെക്കേ മലബാർ ജാഥയെ നയിച്ചത് കെ. പി. ആറും ചെറിയമ്മയുമായിരുന്നു. കേരളീയന്റെ കൂടെ മലബാർ പര്യടനത്തിലെ പ്രധാനപ്രാസംഗിക യും ചെറിയമ്മയായിരുന്നു. കർഷകസമരേതി ഹാസത്തിലെ വീരനായികയായി മാറിത്തീർന്ന ഈ പോരാളി 1957 നവംബർ 28നാണ് മരണമടഞ്ഞത്. ചെറിയമ്മയുടെ സ്മാരകമായി നിട്ടങ്ങോത്ത് ഒരു വായനശാല പ്രവർത്തിക്കുന്നു.

എം. സി. ആർ

എം. സി. ആർ എന്ന ചുരുക്കപ്പേരിൽ അറിയപ്പെടുന്ന എം. സി. രയരപ്പൻ നമ്പ്യാരുടെ സ്വദേശം ഏരുവേശിയാണ്. 1918ലാണ് ജനനം. ജന്മിയുടെ കാര്യസ്ഥനായ കോയിറ്റി ചാത്തു നമ്പ്യാരുടേയും മുണ്ടയാടൻ ചന്ത്രോത്ത് ലക്ഷ്മിയമ്മയുടേയും മകൻ. മയ്യിൽ ഹയർ എലമെന്ററി സ്കൂളിലും പറശ്ശിനിക്കടവ് സ്കൂളിലുമായി വിദ്യാഭ്യാസം. മെട്രിക്കുലേ ഷനിൽ പഠിക്കുമ്പോൾ കോൺഗ്രസ് പ്രസ്ഥാനവുമായി ബന്ധപ്പെട്ട തിനാൽ സ്കൂളിൽ നിന്നും പുറത്താക്കപ്പെട്ടു. എള്ളരിഞ്ഞി സ്കൂളിൽ അധ്യാപകനായിട്ടാണ് ജീവിതം ആരംഭിച്ചത്. കർഷകസംഘവുമായുള്ള ബന്ധത്താൽ ജോലിയിൽ നിന്നും പിരിച്ചവിടപ്പെട്ടു. ഒട്ടക്കം സ്കൂൾ തന്നെ ജന്മി നിർത്തലാക്കി. പകരം കർഷക സംഘത്തിന്റെ ആഭിമു ഖ്യത്തിൽ ജനകീയ സ്കൂൾ സ്ഥാപിച്ചു. അതിന് നേതൃത്വം നൽകിയത് എം. സി. ആർ സെക്രട്ടറിയായ ജനകീയകമ്മിറ്റിയായിരുന്നു.

കള്ളക്കേസ്സിൽ കുടുക്കി എം. സി. ആറിനെ സ്കൂളിൽ നിന്നും അറസ്റ്റ് ചെയ്ത സംഭവം വലിയ കോളിളക്കമുണ്ടാക്കി. 1946 ഡിസംബർ 30 ലെ കലാപത്തിലും നേതൃനിരയിലുണ്ടായി. അഞ്ചു സഖാക്കൾ രക്തസാ ക്ഷികളായ ഏറ്റുമുട്ടലിൽ മൂന്നാം പ്രതിയാക്കപ്പെട്ടു. പിടികൊട്ടക്കാതെ ഒളിവിൽ പോയി. പിന്നീട് അറസ്റ്റിലായപ്പോൾ പോലീസിന്റെ മർദ്ദ നമേറ്റ് വാരിയെല്ല് തകർന്നു. കണ്ണൂർ, വെല്ലൂർ ജയിലുകളിലായിരുന്ന തടവുശിക്ഷ - രണ്ടര വർഷം. 1951 ഫെബ്രുവരിയിലാണ് ജയിൽമോ ചിതനായത്. 1954ൽ വീണ്ടും അധ്യാപക വൃത്തിയിൽ പ്രവേശിച്ചു. ചേപ്പറമ്പ് എൽ. പി. സ്കൂളിലായിരുന്ന ജോലി. ഏരുവേശി സർവീസ് സഹകരണ ബാങ്ക് സ്ഥാപിക്കുന്നതിനും മുൻകയ്യെടുത്തു. ദീർഘകാലം ബാങ്കിന്റെ പ്രസിഡണ്ടായി പ്രവർത്തിച്ചു. നാരായണി ടീച്ചറാണ് ഭാര്യ. 1946ലായിരുന്നു വിവാഹം. രാഷ്ട്രീയത്തോടൊപ്പം കലാ-സാംസ്കാരിക പ്രവർത്തനങ്ങളിലും പിൽക്കാലത്ത് മുഴുകി. ഏരുവേശ്ശി പുരോഗമന കലാസമിതി രൂപീകരിക്കുന്നതിന് നേതൃത്വം വഹിച്ചു. രാഷ്ട്രീയത്തിന്റെ

ശരിയായ പാഠങ്ങളില്ലൂടെ ജനങ്ങളെ നയിക്കാൻ മരണം വരെ നേതൃ നിരയില്ലുണ്ടായി. 1970 ഒക്ടോബർ 10 നാണ് മരിച്ചത്. അതിന ശേഷം അവരുടെ ജീവിതസഖാവായിരുന്ന നാരായണി ടീച്ചർ ചരിത്രത്തിന്റെ മുൻനിരയിലേക്ക വന്നു. മഹിളാ പ്രസ്ഥാനത്തിന്റെ നേതാവായും പഞ്ചായത്ത് ഭരണസമിതിയംഗമായും ജനങ്ങൾക്കിടയിൽ നിറസാ ന്നിധ്യമായി ടീച്ചറും മാറി. മക്കൾ നാല്.

എം. സി. രാമർ കുട്ടി നമ്പ്യാർ

ജനനം 1914 ഫെബ്രു 5. അച്ഛൻ എട ക്ലുവൻ കൃഷ്ണൻ നമ്പ്യാർ, അമ്മ മാവില ചാത്തോത്ത് നാരായണി. സ്വദേശം കാവുമ്പായി. അമ്മാവ നായ കോമർകുട്ടി എഴുത്തച്ഛന്റെ സ്വാധീനത്താൽ കോൺഗ്രസ് പ്ര വർത്തകനായി 1930ൽ രാഷ്ട്രീയജീവിതം ആരംഭിച്ചു. കെ. പി. സി. സി. വളണ്ടിയർ കോറിൽ പരിശീലനം നേടി. കെ. പി. സി. സി പ്രസിഡണ്ട് അബ്ദുൽ റഹ്‌മാനിൽ നിന്നും സർട്ടിഫിക്കറ്റ് നേടി. കമ്മ്യൂണിസ്റ്റ് പാർടി രൂപീകരിച്ചതോടെ അതിന്റെ പ്രവർത്തകനായി. ജന്മിഗുണ്ട ചീക്കൽ കണ്ണൻ തലക്ക കൊത്തിയ കേസിൽ പ്രതി. തലശ്ശേരി സബ് ജയിലിൽ തടവുജീവിതം. കർഷക സംഘം എള്ളരിഞ്ഞി വില്ലേജ് സെക്രട്ടറിയായും സംഘം നിരോധിക്കപ്പെട്ടപ്പോൾ ജാപ്പ് വിരോധ കമ്മിറ്റി സെക്രട്ടറി യായും പ്രവർത്തിച്ചു. എം. എസ്. പി. മർദനത്തിൽ ഏതാനം മാസം ശ്രവ്യശേഷിയില്ലാതായി. എള്ളരിഞ്ഞി, കാവുമ്പായി സ്ക്കൂൾ കമ്മി റ്റികളുടെ പ്രസിഡണ്ടായി പ്രവർത്തിച്ചു. കമ്മ്യൂണിസ്റ്റ് പാർടി ബ്രാഞ്ച് സെക്രട്ടറി, ഇരിക്കൂർ ഫർക്കാ കമ്മിറ്റിയംഗം, ഇടക്കാലത്ത് ഫർക്കാ സെക്രട്ടറി, ഇരിക്കൂർ പി. സി. സി. ഡയറക്ടർ ബോർഡ് അംഗം എന്നീ ഉത്തരവാദിത്തങ്ങളും വഹിച്ചു.

കാവുമ്പായി വെടിവയ്പ്പിനെ തുടർന്ന് കേളം കോട്ട ക്യാമ്പില്ലുമെത്തി. അവിടെ വെടിവയ്പ്പ സംഭവത്തിന ശേഷം പാർടി നിർദേശ പ്രകാരം മണ്ണംകുണ്ടിലെത്തി ഒളിവു രാഷ്ട്രീയ പ്രവർത്തനം തുടങ്ങി. രണ്ടു വർഷം ഒമ്പതു മാസം ഒളിവിൽ. ഗോണിക്കുപ്പയിൽ നിന്ന് അറസ്റ്റ ചെയ്യ പ്പെട്ട ശേഷം തളിപ്പറമ്പ സബ് ജയിൽ, കണ്ണൂർ സെൻട്രൽ ജയിൽ എന്നിവിടങ്ങളിലായി ഒരു വർഷം മൂന്ന മാസം തടവുജീവിതം. 1951 ൽ ജയിൽ മുക്തനായി നാട്ടിലെത്തിയപ്പോൾ വീട്ടും ഊട്ടൂട്ട് സാമാനങ്ങളും ഒരേക്കർ പറമ്പും നഷ്ടപ്പെട്ടിരുന്നു. നിടിയേങ്ങപഞ്ചായത്ത് പ്രസിഡ ണ്ടുന്ന നിലയിൽ സ്ക്കൂൾ, റോഡ്, പാലം, അണക്കെട്ട, വായനശാല തുടങ്ങിയ വിവിധ വികസന പ്രവർത്തനങ്ങൾക്ക് നേതൃത്വം നൽകി. സിവിൽ കേസ് കൈകാര്യം ചെയ്യാനും അന്ന് പ്രസിഡണ്ടിന് അധി കാരമുണ്ടായിരുന്നു. കൂട്ടംമുഖം സഹകരണ ബാങ്ക് പ്രസിഡണ്ടായും

താമ്രപത്രം

രണ്ടു തവണ ചുമതല വഹിച്ചു. മിച്ചഭൂമി സമരത്തെത്തുടർന്നും 1972 ൽ രണ്ടാഴ്ച കണ്ണൂർ സെൻട്രൽ ജയിലിൽ കഴിഞ്ഞു. ഭാര്യ അളോറ ശ്രീദേവി (കർഷക നേതാക്കളായ എ. കുഞ്ഞിക്കണ്ണൻ, എ. കുഞ്ഞിക്കൃഷ്ണൻ എന്നിവരുടെ മരുമകൾ). ഈ ലേഖകന്റെ അമ്മയുൾപ്പെടെ നാല് മക്കൾ. മരണം 1995 ജൂൺ 10.

എ. കുഞ്ഞിക്കൃഷ്ണൻ

മലപ്പട്ടം കൊളന്ത. 1915ൽ ജനനം. അമ്മ അളോറ ലക്ഷ്മിയമ്മ, അച്ഛൻ പാലങ്ങാടൻ ചത്തു നമ്പ്യാർ. തവറ്റൽ കള്ളഷാപ്പുസമരത്തിൽ പങ്കെടുത്തു കൊണ്ടാണ് രാഷ്ട്രീയത്തിൽ പ്രവേശിച്ചത്. കർഷക സംഘം കെട്ടിപ്പടുക്കുന്നതിന് മുൻനിരയിൽ പ്രവർത്തിച്ചു. പോലീസിന്റെ ഭീകര മർദനത്തിനിരയായി. ദീർഘകാലം മലപ്പട്ടം പഞ്ചായത്ത് പ്രസി ഡണ്ട്, അവിഭക്ത കമ്മ്യൂണിസ്റ്റ് പാർട്ടിയുടേയും സി. പി. എമ്മിന്റേയും ജില്ലാ കമ്മിറ്റിയംഗം, കർഷക സംഘം താലൂക്ക് കമ്മിറ്റിയംഗം എന്നീ ചുമതലകൾ വഹിച്ചു. ഭാര്യ ഇ. പി. കാർത്ത്യായനി, 7 മക്കൾ.

കോയാടൻ നാരായണൻ നമ്പ്യാർ

1906 ൽ പടിയ്യൂരിൽ ജനനം. മംഗരംപള്ളി മാധവിയമ്മയുടേയും മൈലപ്രവൻ കണ്ണൻ നമ്പ്യാരുടേയും മകൻ. പതിനെട്ടാം വയസ്സിൽ കർഷക സംഘത്തിന്റെ ഭാഗമായി. പാർട്ടി നിർദേശ പ്രകാരം കോട്ടയം

താല്യക്ക് കേന്ദ്രീകരിച്ചാണ് പ്രവർത്തിച്ചത്. നിരോധനകാലത്ത് മുറി ക്കുകൊത്തുകാരന്റെ വേഷത്തിൽ രാഷ്ട്രീയ പ്രവർത്തനം തുടർന്നു. മച്ചർമലയിൽ സ്ക്കൂളിന്റെ മറവിൽ ക്ലാസുകൾ സംഘടിപ്പിച്ച് രാഷ്ട്രീയ വിദ്യാഭ്യാസം നൽകി. ഒമ്പത് മാസം അധ്യാപകനായി പ്രവർത്തിച്ച - കെ. ചാത്തു മാഷ്, ചമ്പാട് എന്ന മേൽവിലാസത്തിൽ. തില്ലങ്കേരിയിൽ പ്രസ്ഥാനം കെട്ടിപ്പടുക്കാൻ മുൻകയ്യെടുത്തു.

ജന്മി വിരുദ്ധ സമരത്തിൽ നിന്നു മാറി നിൽക്കാൻ ജന്മിയുടെ പ്ര ലോഭനമുണ്ടായി. 20 എരുമയെ കോയാടന് സമ്മാനിച്ചിരുന്നു. ശേഷവും ജന്മിവിരുദ്ധ പ്രസംഗങ്ങൾ തുടർന്നതിനാൽ എരുമകളെ ജന്മി തന്നെ തിരിച്ചെടുത്തു.

തില്ലങ്കേരി വെടിവെപ്പ് കേസ്സിനെ തുടർന്ന് കീഴടങ്ങാതെ ഒളിവിൽ പോയെങ്കിലും ഒറ്റിക്കൊട്ടക്കപ്പെട്ടു. അളോറ ചാത്തുവിനെതിരായ മർദനം അന്വേഷിക്കാൻ പോയ സന്ദർഭത്തിലായിരുന്നു ഒറ്റിയത്. കോയാടന്റെ രാഷ്ട്രീയക്ലാസിൽ ഇരുന്നവർ തന്നെയാണ് ഒറ്റുകാർ. ചക്ക തിന്നുകൊണ്ടിരിക്കെയായിരുന്ന വണ്ണത്താൻ കരിയിൽ നിന്ന് പോലീസ് പൊക്കിയത്. എള്ളരിഞ്ഞി ക്യാമ്പിലെത്തിച്ചു. കോയാടനെ പിടിക്കൂട്ടുന്നവർക്ക് അധികാരികൾ ആയിരം രൂപ ഇനാം പ്രഖ്യാപിച്ച താണ്.

പായംകുന്നിലും സേലം ജയിലിലും വെടിയുണ്ടയ്ക്കിരയാകാതെ പോയത് തലനാരിഴക്കാണ്. രണ്ടര വർഷം ജയിൽവാസം. 1952 ഏപ്രിൽ 2 ന് ജയിൽ മുക്തനായി. അവിഭക്ത കമ്മ്യൂണിസ്റ്റ് പാർടി ഇരിക്കൂർ മണ്ഡലം കമ്മിറ്റിയംഗം, കർഷക സംഘം മലബാർ കമ്മി റ്റിയംഗം, കണ്ണൂർ ജില്ലാ കമ്മിറ്റിയംഗം, ദീർഘകാലം പടിയൂർ-കല്യാട് പഞ്ചായത്ത് വൈസ് പ്രസിഡണ്ട് എന്നീ നിലകളിൽ പ്രവർത്തിച്ചു. 1999 ഏപ്രിൽ 28 ന് മരണമടഞ്ഞു. ഭാര്യ നാരായണി, മക്കൾ ഏഴ്.

കേളോത്ത് കൃഷ്ണൻ

1911 ൽ ജനനം. കേളോത്ത് ചാത്തു വിന്റേയും കുഞ്ഞാക്കയുടേയും മകൻ. കോമർ കുട്ടി എഴുത്തച്ഛന്റെ കീഴിൽ വിദ്യാഭ്യാസം. ഇരുപതാം വയസ്സ് തൊട്ട് രാഷ്ട്രീയ പ്രവർത്തകൻ. 1940 ൽ കമ്മ്യൂണിസ്റ്റ് പാർടിയം ഗമായി. 1940 സെപ്റ്റംബർ 15 ന്റെ മൊറാഴ സംഭവത്തിൽ പങ്കെടുക്കാൻ കാവുമ്പായിയിൽ പുറപ്പെട്ട ജാഥയെ നയിച്ചവരിലൊരാൾ. കാവുമ്പായി സമരത്തിനു പിന്നാലെ എട്ടു വർഷം ഒളിവു ജീവിതം. ചെമ്പിലോട്ടു വെച്ച് 1955 ൽ അറസ്റ്റിലായി. രണ്ടു വർഷം തടവ്. ഭാര്യ എ. വി. കല്യാണിയമ്മ. മക്കൾ രണ്ട്.

എം. സി. കുഞ്ഞിക്കണ്ണൻ നമ്പ്യാർ

ജനനം 1919 സെപ്റ്റംബർ 2. മാവില ചാത്തോത്ത് കുഞ്ഞാക്കമ്മയു ടേയും എടവൻ പരിപ്പങ്ങലത്ത് രാമൻ നമ്പ്യാരുടേയും മകൻ. സമര ക്കുന്നിൽ നിന്ന് എം. എസ്. പി. സംഘത്തിന്റെ പിടിയിലകപ്പെട്ട് തോക്കിൻകുഴലിന മുന്നിൽ നിരത്തി നിർത്തപ്പെട്ട പത്തു പേരിലൊരാൾ. വെടിവയ്ക്കാനുള്ള ഓർഡർ അവസാന നിമിഷം പിൻവലിച്ചതിനാൽ കൊല്ലപ്പെട്ടില്ല.

ഒരു വർഷം ജയിൽ ശിക്ഷയനുഭവിച്ച് നാട്ടിലെത്തിയപ്പോൾ അറസ്റ്റ് ചെയ്യപ്പെട്ട് വീണ്ടും 4 മാസം തടവിലായി. പിൽക്കാലത്ത് കമ്മ്യൂണിസ്റ്റ് പാർടി ജില്ലാകമ്മിറ്റിയംഗമായി പ്രവർത്തിച്ചു. ശ്രീകണ്ഠപുരംപഞ്ചായത്ത് ഭരണസമിതിയിലും സി. പി. എ (എം) ഏരിയാ കമ്മിറ്റിയിലും ലോക്കൽ കമ്മിറ്റിയിലുമായി അവസാന നാളുകൾ വരെ പൊതുരംഗത്തുണ്ടായി രുന്നു. 2002 ജൂലായ് 23നാണ് മരിച്ചത്. ഭാര്യ തമ്പായി. ആറ് മക്കൾ

കൊടയാടൻ രാഘവൻ മാസ്റ്റർ

ജനനം 1920. അച്ഛൻ കൊട്ടയാടൻ കുഞ്ഞിരാമൻ വൈദ്യർ. അമ്മ മാത. പറശ്ശിനി യു. പി. സ്ക്കൂളിൽ പഠനം. കർഷകസംഘത്തിന്റെ പുനം കൊത്തു സമരത്തിലൂടെ 1938 മുതൽ രാഷ്ട്രീയരംഗത്തെത്തി. 1940 സെപ്റ്റംബറിലെ മൊറാഴയിലേക്കുള്ള മാർച്ചിൽ എള്ളരിഞ്ഞിജാ ഥയോടൊപ്പം പങ്കെടുത്തു. 1941 ലെ പുനംകൃഷി സമരത്തിൽ 8 മാസം തടവുശിക്ഷയനുഭവിച്ചു.

എള്ളരിഞ്ഞി ജനകീയസ്ക്കൂൾ കെട്ടിപ്പടുക്കുന്നതിലും മുൻനിരയിലു ണ്ടായി. കാവുമ്പായി വെടിവയ്പിന ശേഷം ഒളിവിൽ പോയി. അറസ്റ്റ് ചെയ്യപ്പെട്ടത് ബ്ലാത്തൂരിൽ നിന്നാണ്. 1950 ഒക്ടോ. 14-51 ജൂൺ 7 വരെ സേലം ജയിലിൽ കഴിഞ്ഞു. പോരാളിയായ ജാനകി ടീച്ചറെയാണ് വിവാഹം കഴിച്ചത് -1943ൽ. 1974 ഒക്ടോ.31 ന് മരണമടഞ്ഞു.

പുളുക്കൽ കൃഷ്ണൻ

1919ൽ മലപ്പട്ടത്ത് ജനനം. കേളനായരുടേയും മാതുവമ്മയുടേയും മകൻ. മലപ്പട്ടം ആർ. ജി. എം. യു. പി. സ്ക്കൂളിൽ അഞ്ചാം ക്ലാസ വരെ പഠനം. പട്ടാളത്തിൽ ജോലി. പാർടി നിർദേശ പ്രകാരം ജോലി രാജിവച്ചു. പൂർണ സമയ പ്രവർത്തകനായി. വളണ്ടിയർ പരിശീല കനും ക്യാപ്റ്റനും. മലപ്പട്ടം നെല്ല കേസിലും, മലപ്പട്ടം മേനോനെ മർദിച്ച കേസിലും പ്രതിയാക്കപ്പെട്ടു. മാസങ്ങളോളം ഒളിവിൽ. 1946ൽ അറസ്റ്റിലായി. പത്ത് മാസം ജയിൽശിക്ഷ. പോലീസും ഗുണ്ടകളും വീട് ആക്രമിച്ച് തകർത്തു. ഭാര്യയ്ക്കും കുട്ടികൾക്കും ഏതാനും മാസങ്ങൾ

ദേശംവിട്ടു നിൽക്കേണ്ടി വന്നു. ജയിൽ മോചിതനായതിനു ശേഷവും കമ്മ്യൂണിസ്റ്റ് പാർടി പ്രവർത്തനത്തിൽ മുഴകി. അവിഭക്ത കമ്മ്യൂണിസ്റ്റ് പാർടി ഇരിക്കൂർ മണ്ഡലം കമ്മിറ്റിയംഗമെന്ന നിലയിലും നേതൃത്വം നൽകി. ഹൃദ്രോഗ ബാധയെത്തുടർന്ന് 1976 മാർച്ച് 18 ന് മരണമടഞ്ഞു. ഭാര്യ മാധവി. 5 മക്കൾ.

കാവുമ്പായി കാർഷിക കലാപത്തെ നയിക്കുന്നതിൽ സുപ്രധാന മായ നേതൃമുദ്ര പതിപ്പിച്ച എത്രയോ പേരുണ്ട്. അവരിൽ മഹാരഥന്മാ രായ പലരും മറ്റ ചരിത്ര സംഭവങ്ങളിലേയും നായകന്മാരായതിനാൽ ഈ അധ്യായത്തിൽ പ്രത്യേകം പരാമർശിക്കുന്നില്ല. സമരചരിത്രവും പശ്ചാത്തലവും രൂപപ്പെടുത്തുന്നതിൽ തേരാളികളായി വർത്തിച്ച വരാണ് കെ. എ. കേരളീയനും വി. എം. വിഷ്ണു ഭാരതീയനും. വിവിധ കാലയളവുകളിൽ ഈ ദേശങ്ങൾ സന്ദർശിക്കുകയും നിർണായക മായ ഇടപെടലുകൾ നടത്തുകയും ചെയ്തവരാണ് കൃഷ്ണപ്പിള്ള, പി. സി. ജോഷി, എൻ. ജി. രങ്ക, കെ. പി. ആർ. ഗോപാലൻ, ഇ. എം. എസ്, സി. ഉണ്ണിരാജ, എ). കെ. ജി. എന്നിവർ. പാർടിക്ലാസ്സുകളും വളണ്ടിയർ പരിശീലനവും നൽകി സംഘടനാബലം ശക്തിപ്പെടുത്താനെത്തിയ വരായിരുന്ന അറാക്കൽ കുഞ്ഞിരാമൻ, എ). വി. കുഞ്ഞമ്പു, കെ. പി. ഗോപാലൻ, സുബ്രഹ്മണ്യ ഷേണായി, എ. കെ. പൊതുവാൾ, ആർ. ഒതേനൻ, സർദാർ ചന്ത്രോത്ത് കുഞ്ഞിരാമൻ നായർ തുടങ്ങിയവർ. തടവറയ്ക്കുള്ളിൽ വെടിയുണ്ടകളെ നേരിട്ട് മാരകമായ മുറിവുകളേറ്റവാ ങ്ങിയവരാണ് കെ. പി. കുഞ്ഞിക്കണ്ണൻ മാസ്റ്റർ, മാടായി ചന്തക്കുട്ടി, മാടായി കുഞ്ഞപ്പ, മഠപ്പുര കുഞ്ഞമ്പു, ഇ. കെ. നാരായണൻ നമ്പ്യാർ മുതലായവർ. കാർഷിക കലാപത്തിന്റെ അണിയറ ശില്പികളായിരുന്ന അനേകമനേകം പോരാളികളുടെ പാദമുദ്രകൾ ഈ പോർചരിത്രത്തി ന്റെ ജ്വാലാമുഖം കാട്ടിത്തരുന്നു.

ചുവപ്പ നിറത്തിന ശേഷം

ഭൂതകാലത്തെ ഒഴിവാക്കിക്കൊണ്ട് നമുക്ക് ഭാവികാലത്തെ നിർ വചിക്കാനാവില്ല. വർത്തമാനകാലം എന്നൊന്നില്ല. ഒന്നുകിൽ കഴിഞ്ഞത്, അല്ലെങ്കിൽ വരാനിരിക്കുന്നത്. അങ്ങനെയല്ലാത്ത നിമി ഷങ്ങളുണ്ടാവില്ല. കാലപ്രഹേളികയുടെ ജ്ഞാതവും അജ്ഞാതവുമാണ് ഭൂതവും ഭാവിയും. ഇവ പരസ്പര പൂരകമാണ്. ഏതു ഭൗതിക പ്രതിഭാസ ത്തിന്റേയും അകവും പുറവും ഈ കാലഘടനയുടെ പൂർണരൂപത്തെ പ്രതിഫലിപ്പിക്കുന്നു.

പാദമുദ്രകളുടെ കണക്കെടുപ്പമാത്രമായി ചരിത്രത്തെ കാണാനാ വില്ല. പാത നിർണയിക്കുന്നതും ചരിത്രകല്പനകളാണ്. ഏതു മുന്നേ റ്റത്തിന്റേയും സ്കെയിൽ കടപ്പെട്ടിരിക്കുന്നത് പൂർവ നിശ്ചിതമായ ചലനനിയമങ്ങളോടാണ്.

പുതുതായി ഒന്നും നിർമിക്കപ്പെടുന്നില്ല. പഴയത്, പുതിയത് എന്ന തരത്തിൽ ഒന്നിനേയും അടിസ്ഥാനപരമായി വേർതിരിക്കാനാവില്ല. നിയതമായ രൂപത്തെ തിരിച്ചറിയുന്ന കാലം വ്യത്യസ്തമാകാം. അതേതു കാലത്തായാലും അത് കണ്ടെത്തുന്നുവെന്നതാണ് ചരിത്രമെന്ന സയൻസിന്റെ സുപ്രധാനം. 'ചരിത്രം ഒരു ശാസ്ത്രമാണ്. അതിൽ കൂടുതലും കുറവുമല്ല' ജെ. ബി. ബ്യൂറി യുടെ ഈ അഭിപ്രായം കണക്കിലെടുത്താൽ സയൻസിന്റെ സവിശേഷഘടനയാണ് ചരിത്രബോധത്തിന്മുണ്ടാ വേണ്ടത്. ചരിത്രബോധം ആവിഷ്കരിക്കുന്ന രീതി പലതായിരിക്കാം. ഭൂതകാലത്തെക്കുറിച്ചുള്ള യാതൊരു ധാരണയുമില്ലാതെ ഏതൊരു സമൂഹവും മുന്നോറിയിട്ടില്ല. വർത്തമാനകാലത്തു നിന്നുകൊണ്ട് ഭൂത കാലവുമായി നടത്തുന്ന നിരന്തര സംഭാഷണമാണ് ചരിത്രമെന്ന്

'എന്താണ് ചരിത്രം?' എന്ന കൃതിയിൽ എഡ്വേർഡ് ഹാലെറ്റ് കാർ നിർവചിക്കുന്നുണ്ട്.

ഒരു വ്യക്തിയുടെ നീക്കം പോലും താനാരാണെന്നറിഞ്ഞു കൊണ്ടാണ്. ഒരാളുടെ രാഷ്ട്രീയബോധമാണ് അയാളെ രാഷ്ട്രീയ പ്രവർത്തകനാക്കുന്നത് എന്നതുപോലെ, ചരിത്രബോധമാണ് ഒരാളെ ചരിത്രകാരനാക്കുന്നത്. ചരിത്രബോധമെന്നത് ഭൂതകാലത്തെക്കുറിച്ചുള്ള ആധികാരികമായ രേഖകൾ സൃഷ്ടിക്കുകയോ സൂക്ഷിക്കുകയോ ചെയ്യുന്ന സാങ്കേതികപരതയിൽ ഒതുങ്ങുന്നതല്ല. തീർത്തും കേവലമായ ചരിത്രരചനാ സാമഗ്രികളാണവ. ചരിത്രത്തെ കാതലായി കൂട്ടിയിണക്കുന്ന ഇതിവൃത്തങ്ങൾ ഇത്തരം ലഘുവായ ഉപാധികളിൽ ഉള്ളടങ്ങുന്നതല്ല. സാമൂഹ്യസത്ത വെളിപ്പെടുത്താൻ തക്ക ഇവയൊന്നും ഒട്ടും പ്രാപ്തമല്ല.

സമൂഹം ഭൂതകാലത്തില്ലൂടെ ഉരുത്തിരിഞ്ഞു വന്ന സ്വത്വഘടനയെ ഉൾക്കൊള്ളാനും അതിനെ പുനരാവിഷ്കരിക്കാനുമുള്ള നവീകരണത്തിന് നിരന്തരം വിധേയമാകുന്നുണ്ട്. സാമൂഹിക മുന്നേറ്റത്തിന്റെ ചോദന ചരിത്രാധിഷ്ഠിതമാണ്. ഏതൊരു സമൂഹത്തിനും വ്യക്തമായ ചരിത്രബോധമുണ്ടാകും. അത് രേഖപ്പെടുത്തുന്നത് വ്യത്യസ്ത ചരിത്ര രൂപങ്ങളിലായിരിക്കുമെന്ന മാത്രം. ഒരിടത്തെ പാരമ്പര്യമാവില്ല മറ്റൊരിടത്ത്. സാമൂഹ്യാവസ്ഥക്കും അധികാര ക്രമത്തിനും വീക്ഷണ മാനദണ്ഡങ്ങൾക്കുമനുസരിച്ച് മാറി വരും. അന്യദേശ, സ്വദേശപാരമ്പര്യങ്ങളെ പിന്തുടർന്നും അതല്ലാതെയും ചരിത്രവീക്ഷണങ്ങൾ മാറി വന്നിട്ടുണ്ട്. സ്വാതന്ത്ര്യത്തിന്റെ പരിണാമഗതിയാണ് നിലപാടിനെ വികസിപ്പിക്കുന്നത്. കൊളോണിയൽ വിധേയത്വമോ രാജാതിവിനയമോ പാർട്ടി വീക്ഷണമോ കടപ്പെടാതെ ചരിത്രം പുനർനിർമിക്കപ്പെടുന്നുണ്ട്. രാഷ്ട്രീയരൂപങ്ങളുടെ ചരിത്രഭാഷ തെരഞ്ഞെടുക്കാൻ ഇത്തരം മാനദ ണ്ഡങ്ങളെ അവഗണിക്കുന്നതാവും പ്രബുദ്ധത. സമൂഹത്തിനിണങ്ങുന്ന ചരിത്രാവിഷ്കാരത്തിന്റെ രൂപ വിശേഷം സാമൂഹ്യാനുഭവങ്ങളുടെ അകവും പുറവും സമഗ്രമായി ഉൾപ്പെടുന്നതായിരിക്കും. അനുഭവങ്ങളുടെ ചരിത്രപരത ന്യായവും അന്യായവും അടങ്ങുന്നതാണ്. ഇത് രണ്ടും ആപേക്ഷികമാണെന്നതിനാൽ സംഭവങ്ങളുടെ യുക്തി മൂന്നാമതൊരു പ്രമേയത്തെ വെളിപ്പെടുത്തിയെന്നു വരാം.

സാമാന്യമായി, രാജ്യത്തെ കാർഷിക സമരങ്ങൾക്കെല്ലാം ഒരേ ഘടനയാണ്. ഫ്യൂഡൽ വിരുദ്ധ പ്രമേയങ്ങളുടെ പൊതുവായ ഉള്ളടക്കം അവയിലെല്ലാമുണ്ട്. ചരിത്രാഖ്യാനത്തിന്റെ ഒരു പൊതുപാഠമതായിരുന്നു.

ഒരേ കാലഘട്ടത്തിന്റെ, വിശേഷിച്ചും സ്വാതന്ത്ര്യസമരത്തിന്റെ സമ്മർത്തമായ അഗ്നിപ്രതലത്തിൽ നിന്നാണവ പൊട്ടിത്തെറിച്ചത്. തെലങ്കാന-തേഭാഗ-സൂർമാവാലി-പുന്നപ്ര-വയലാർ-കരിവെള്ളൂർ-കാവുമ്പായി ഇടങ്ങിയ ചരിത്രദേശങ്ങളിൽ ആളിപ്പടർന്ന ആത്യന്തികസമരത്തിന്റെ കൂടി അനന്തരഫലമാണ് സ്വതന്ത്രയിന്ത്യ. വിമോചന പ്രക്രിയകളുടെ ബാക്കിപത്രമെന്ന നിലയിലാണ് ഈ സംഭവങ്ങൾ പൊതുവെ ചരിത്രത്തിലിടം പിടിച്ചത്.

വിദേശാധിപത്യത്തിനെതിരായ പ്രതിരോധങ്ങളുടെ പ്രശ്നങ്ങ ളെല്ലാം കാർഷിക സമരങ്ങൾ അഭിസംബോധന ചെയ്യവെന്നതു ശരിയാണ്. അതേസമയം സാമ്രാജ്യശക്തികളുടെ കടന്നവരവോ അതേത്തുടർന്നുള്ള സാമൂഹ്യാധിനിവേശ പ്രക്രിയകളോ സംഭവിച്ചില നില്ലെങ്കിലും ഫ്യൂഡൽ ഘടനാപരമായ സ്വാഭാവികവൈരുധ്യങ്ങൾ ഇവിടെ രൂക്ഷമാകാതിരിക്കില്ല. അതിനുമപ്പുറം ചരിത്രപരിണാമ നിയ മങ്ങളുടെ ഒരു തലമുണ്ട്. വർഗസമര അജണ്ടയ്ക്കപ്പുറം ചൂഷണത്തിന്റെ ശിക്ഷാപാഠ ങ്ങളൊന്നും സ്പർശിക്കാത്ത ജീവിതത്തിന്റെ പ്രതിബോധ ങ്ങളില്ലൂടെയുള്ള മനുഷ്യന്റെ വിധിനിശ്ചിത വംശഗതിയാണത്.

അവിടെ ആരാണ് പ്രതികൾ, ജന്മിയോ കുടിയാനോ എന്ന ലളിതമായ ഉത്തരങ്ങളിൽ അവസാനിക്കുന്നതല്ല അങ്ങനെയൊര അന്വേഷണം.

കാർഷിക കുത്തക തകർത്ത് ഭൂമിയുടെ വികേന്ദ്രീകരണം സാധി തമാക്കാനും അതിലൂടെ പുതിയ കാർഷികബന്ധങ്ങൾക്കു വഴിയൊ രുക്കാനുമാണ് ഭൂപരിഷ്കരണനിയമം ആവിഷ്കരിച്ചത്. കമ്മ്യൂണിസ്റ്റ കാഴ്ചപ്പാടുമായി അടിസ്ഥാനപരമായി ഒത്തു പോകുന്നതല്ല ആ നിയമം. സ്വകാര്യ ഉടമസ്ഥാധികാരം റദ്ദ് ചെയ്ത് ഭൂമിയെ അതിന്റെ നൈസർ ഗികതയിലേക്ക് തിരികെ സ്ഥാപിക്കുന്നതിനു പകരം ഭൂവുടമകളുടെ എണ്ണം കൂട്ടുന്നുവെന്ന ഒരു പ്രക്രിയ മാത്രമാണിവിടെ. അതൊരു വിപ്ലവ പദ്ധതിയല്ല, പേരു പോലെ പരിഷ്കരണം മാത്രമാണ്. എല്ലാവർക്കും കൃഷിഭൂമിയെന്ന തത്ത്വവും 'കൃഷിഭൂമി കൃഷിക്കാരന്'[1] എന്ന മുദ്രാവാക്യവും തമ്മിലുള്ള അന്തരം വളരെ വ്യക്തമാണ്.

അനേകലക്ഷങ്ങളെ സ്വത്തുടമകളാക്കി ഉയർത്തപ്പെട്ടുവെന്നും ആത്മാഭിമാനത്തോടെ ജീവിക്കാൻ സാഹചര്യമൊരുക്കിയെന്നും സർവതോന്മുഖമായ പുരോഗതിക്ക് അടിത്തറയിട്ടുവെന്നും പ്രത്യ ക്ഷത്തിൽ വിശദീകരിക്കാവുന്ന മാറ്റമാണത്. ലക്ഷക്കണക്കിന്

---

1   കൃഷിഭൂമി കൃഷിക്കാരന് - 1931 ലെ കറാച്ചി കോൺഗ്രസിന്റെ പ്രമേയം. 1931 മാർച്ച് 29 ന് വല്ലഭായ് പട്ടേലിന്റെ അധ്യക്ഷതയിൽ കോൺഗ്രസിന്റെ 45-സമ്മേളനം.

കുടുംബങ്ങളെ സ്വത്തുടമകളാക്കി ശക്തിപ്പെടുത്തിയെങ്കിലും സ്വത്തിന്റെ ശക്തി തരിപ്പണമായെന്ന യഥാർഥഗതി കാണാതിരുന്ന കൂട.

ഭൂപ്രഭുത്വം മഹാഭൂരിപക്ഷത്തെ ഭൂരഹിതരാക്കുന്ന അവസ്ഥയാ ണെങ്കിൽ ഭൂപരിഷ്കരണത്തിനു ശേഷം ഭൂരിഭാഗം ഭൂമിയും സക്രിയ മായോ എന്നൊരു കണക്കെടുപ്പാണാവശ്യം. ജന്മി കൃഷിചെയ്യാൻ ഭൂമി നൽകാതെ തരിശാക്കിയിട്ടെങ്കിൽ, അതേക്കാൾ ആയിരം മടങ്ങ് കൃഷിഭൂമി കാർഷികപംക്തിയിൽ നിന്നേ പുറത്തായ അവസ്ഥയാണ് പരിഷ്കരണത്തിനു ശേഷമുണ്ടായത്. കൃഷി പിറകോട്ടടിച്ചുവെന്നതു തന്നെയാണ് അതിന്റെ പ്രബലമായ തെളിവ്.

വൻകിട ഭൂസ്വത്തിനെ സാമൂഹ്യ വൽക്കരിക്കുന്നതിന്റെ അഥവാ ഭൂപ്രഭുവെന്ന അധികാരിക്കു പകരം ജനങ്ങളെ പരമാധികാരിയാക്കു ന്നതിന്റെ ഫലം മറ്റൊന്നാവണമല്ലോ.

അനേകമനേകം ചിന്നഭിന്നങ്ങളായി ഭൂമി കൈമാറ്റം ചെയ്യപ്പെടുന്ന തില്ലൂടെ പ്രകൃതിയെ പൊതുവായി സംവിധാനം ചെയ്യുകയെന്ന മനുഷ്യ ന്റെ ധർമം നിറവേറ്റപ്പെട്ടുവോയെന്നാണ് നാം പരിശോധിക്കേണ്ടത്.

നൂറ്റാണ്ടുകളായി ബ്രഹ്മസ്വമായോ ദേവസ്വമായോ രാജസ്വമായോ ഇടപ്രഭുക്കളുടേയോ ജന്മിമാരുടേയോ കാൽക്കീഴിലോ അമർന്നുകി ടന്ന ഭൂമി അവകാശപരമായി ജനാധിപത്യവൽക്കരിക്കപ്പെട്ടുവെന്നു കരുതണമെങ്കിൽ, ഇവിടെ പിറക്കുന്ന ഏതൊരാൾക്കും ഈ ഭൂമി സ്വന്തമാണെന്ന വിശ്വാസമുണ്ടാവണം. ഒരു യുണ്ടുഭൂമിയായിപ്പോലും അത്തരത്തിലവകാശമില്ലാത്ത ഒരാളെങ്കിലും ശേഷിക്കുന്നുവെങ്കിൽ, അവരെ സംബന്ധിച്ച് ഈ പരിഷ്കരണം ദു:ഖകരമായ തമാശയാണ്.

സമൂഹത്തിലെ ഏറ്റവും താഴേക്കിടയില്ലുള്ളവരോ ചേരിപ്രദേശങ്ങ ളില്ലുള്ളവരോ കണക്കുകളിൽ കളിയറിയാത്തവരോ അവകാശരേഖ കളിൽ കൃത്രിമപ്പണി വശമില്ലാത്തവരോ, ബിനാമി ഇടപാടുകളറിയാ ത്തവരോ കുടുംബത്താവഴികളിൽ തോല്പിക്കപ്പെടുന്നവരോ അരികുവൽ ക്കരിക്കപ്പെടുന്നവരോ വാസ്തുഹാരക്കാരോ ആയവരെ സംബന്ധിച്ച് പിതൃഭൂമി പകരുന്ന ആത്മാഭിമാനമെന്തെന്ന് ഊഹിക്കാവുന്നതേയുള്ളൂ. അത്തരം പ്രതിസന്ധികളുടെ പൊള്ളുന്ന മാതൃഭൂമി തന്നെയാണ് ഇപ്പോഴും കേരളം. കുടികിടപ്പവകാശം തെല്ലു പോലുമില്ലാത്തവർ തലമുറകളായി സമരം ചെയ്യുന്ന അനുഭവം പഴങ്കഥയല്ലല്ലോ. രണ്ടാം ഭൂപരിഷ്കരണമെന്ന മുദ്രാവാക്യമുയർന്നത് ഈയടുത്ത കാലത്ത് ചെങ്ങറ സമരത്തോടനുബന്ധിച്ചാണ്. ഭൂപരിഷ്കരണത്തിന്റെ കാതൽ ഭൂപരിധിയാണല്ലോ. പരിഷ്കരണം പ്രാബല്യത്തിലായി അരനൂറ്റാ ണ്ടു കടന്നിട്ടും ഭൂപരിധി ഫലപ്രദമായി നിയന്ത്രിക്കപ്പെട്ടുവോ ? അത്

പാലിക്കപ്പെടാത്തതിന്റെ എത്രയെത്ര വ്യവഹാരങ്ങൾ കോടതികളിൽ തുടരുന്നു. വൻതോട്ടങ്ങളുടേയും കടലാസ് കമ്പനികളുടേയും വിദേശ കമ്പനികളുടേയും മേൽവിലാസത്തിൽ കയ്യും കണക്കുമില്ലാതെ ഭൂമി ഫ്യൂഡൽപ്രകൃതത്തിൽ തന്നെയാണിപ്പോഴും കിടക്കുന്നത്.

ഭൂമി നഷ്ടപ്പെട്ടു പോകാതിരിക്കാൻ വളഞ്ഞ വഴികളറിയാത്ത നാടൻ ജന്മിമാരുടെ കയ്യിൽ നിന്ന് ഭൂമി പിടിച്ചെടുത്തുവെന്നതു ശരിതന്നെ. അതേ സമയം മറുനാടൻ ജന്മി (കുത്തകഭൂർഷ്വാസി)യുടെ പക്കലുള്ളത് പിടിച്ചെടുക്കാനായതേയില്ല. പകരം പിൽക്കാല സർക്കാരുകൾ ഏതുവിധ സംരക്ഷണവുമൊരുക്കിക്കൊടുത്തു. ചരിത്രത്തിന്റെ ഒരു ദുർഭഗമായ ഗതിയതാണ്. ഭൂമിയും സ്വാതന്ത്ര്യവും പകരം ചോദിക്കുന്ന രക്തസാക്ഷിത്തത്തിന്റെ ശപഥവാക്യങ്ങൾ ഏതോ വഴിത്തിരിവിൽ വച്ച് നിരർഥകമായി മാറുന്നു. രക്തസാക്ഷിത്വമെന്നത് പാർട്ടിയെന്ന ചുവന്നവിഗ്രഹത്തിനു മുന്നിൽ ഹോമിക്കുന്ന ജീവാർച്ചനകളുടെ ചലനമറ്റ അനുഷ്ഠാനമായി ശേഷിച്ചു. രക്തസാക്ഷികൾ സ്വപ്നം കണ്ട പുതിയ ലോകവും പുതുപ്പുലരിയും ഇന്ന് നിർജീവമായ കടങ്കഥകൾക്കു തുല്യം. അന്നത്തെ തലമുറ കണ്ട വിപ്ലവസ്വപ്നങ്ങളൊന്നും സാക്ഷാത്കരിക്ക പ്പെടാതെ, തലമുറകളില്ലൂടെ പകരുന്ന സ്മൃതിമുറിവുകൾക്കു മുഖാമുഖം നിൽക്കുകയാണ്. സ്വാതന്ത്ര്യ സമരസേനാനികളുടെ സ്വരൂപങ്ങൾ വികാരം നിലച്ച പ്രതിമകൾ പോലെ നിറംകെടുന്നു. 'കമ്മ്യൂണിസ്റ്റ്' എന്ന ശബ്ദം സ്വപ്നധ്വനികൾ മാറ്റൊലിക്കാത്ത പഴങ്കഥകളിൽ ഒട്ട ങ്ങുന്നു. കമ്മ്യൂണിസ്റ്റ് നാടോടികത അവശേഷിപ്പിക്കുന്ന ജ്വാലകൾക്ക് മിഴിവുണ്ടായിരുന്നെങ്കിൽ, ഒരു പക്ഷെ ഇന്നത്തെ കാലത്തിനെതിരെ രോഷത്തിന്റെ സ്ഫുലിംഗങ്ങളായി ആളിപ്പടർന്നേനെ. സമരം കൊണ്ടും

സഹനംകൊണ്ടും വിശ്രുതമായ ജീവിതഭ്രപടം വരച്ചിട്ടവരാണവർ. പോരാട്ടത്തിന്റെ അളവറ്റ അനുഭവങ്ങൾ ചരിത്രത്തിനു നിരസിക്കാനാവില്ലെന്നതിന്റെ ദൃഢമുദ്ര കാലഭാവത്തിൽ ജ്വലിപ്പിച്ചാണ് രക്തസാക്ഷികൾ പോയിമറഞ്ഞത്. സമരജീവിതത്തിന് തലക്കെട്ടായി മാറിയ അവരുടെ കാല്പാടുകൾ പിന്തുടരുന്നവർക്ക് അവരയർത്തിയ കലാപത്തിന്റെ കൊടികൾ അർഥഗർഭമായ മൗനം പാലിക്കുന്നതായി മാത്രമേ കാണാനാവുന്നുള്ളൂ. കൊടുങ്കാറ്റിന്റെ ചിറകുകളായി മാറിയ അതേ കൊടികളാണോ ചരിത്രം ഇന്നുമയർത്തിപ്പിടിക്കുന്നതെന്ന ഒരു ചോദ്യം ഇവിടെ മുഴങ്ങുന്നുണ്ട്.

www.ingramcontent.com/pod-product-compliance
Lightning Source LLC
Chambersburg PA
CBHW051437130726